Sứ Điệp

Thập Tự Giá

Sứ Điệp
Thập Tự Giá

Tiến sĩ Jaerock Lee

URIM
BOOKS

Sứ Điệp Thập Tự Giá, Tác giả Tiến sĩ Jaerock Lee
Xuất bản bởi Nhà Xuất Bản Urim (Đại diện: Kyungtae Noh)
73, Yeouidaebang-ro 22-gil, Dongjak-gu, Seoul, Korea
www.urimbooks.com

Xuất bản lần trước 2002 trong ngôn ngữ Hàn Quốc bởi Nhà Xuất Bản
Urim Books, Seoul, Hàn Quốc

Xuất bản lần thứ nhất: tháng 4, 2011
Ấn bản lần thứ nhì: tháng 3, 2015

Hiệu đính bởi Geumsun Vin
Được thiết kế bởi Cục Biên Tập của Nhà xuất bản Urim Books
Muốn biết thêm chi tiết xin liên hệ: urimbook@hotmail.com

Lời Tựa

Với mong muốn hiểu thấu tấm lòng Đức Chúa Trời cùng kế hoạch của Ngài trong tình yêu kỳ diệu nhằm đặt để một niềm tin vững chắc trong lòng mọi người ...

Sứ Điệp Thập Tự Giá đã dẫn dắt rất nhiều người đến với con đường sự sống, kể từ năm 1986 và đã bày tỏ một cách không kể xiết những công việc của Đức Thánh Linh qua nhiều chiến dịch truyền giáo hải ngoại. Cuối cùng, Cha Thiên Thượng đã ban phước để tôi có thể xuất bản sách nầy đến độc giả. Tôi xin dâng lời cảm tạ và tôn vinh danh Ngài!

Nhiều người nói rằng họ tin Đức Chúa Trời là Đấng Tạo Hóa và nhận biết được tình yêu của Cứu Chúa Jêsus Christ, nhưng không đủ tự tin để rao giảng Phúc Âm đó. Thật ra chỉ một số ít Cơ Đốc Nhân có thể hiểu được tấm lòng và ơn phước của Đức Chúa Trời. Vả lại, có một số Cơ Đốc Nhân đã rời xa Chúa vì không hiểu biết thấu đáo những gì đã được bày tỏ trong Kinh Thánh, họ cũng không nhận biết được nguồn ơn phước mầu nhiệm từ tình yêu vô đối của Đức Chúa Trời.

Giả sử có ai đó hỏi chúng ta ba câu hỏi sau, chúng ta sẽ trả sao: "Vì đâu Đức Chúa Trời đã đặt cây biết điều thiện và điều ác, rồi lại để cho con người ăn trái của nó?" "Cớ sao Chúa đã tạo ra hỏa ngục dầu vậy Ngài đã phó con một của mình là Cứu Chúa Jêsus Christ chết thay cho tội nhân?" và "Tại sao Chúa Jêsus là Đấng Cứu Thế duy nhất?"

Trong những năm đầu khi mới tin Chúa, tôi không thể hiểu được thiên ý sâu nhiệm của Ngài về sự sáng tạo và sự bí ẩn của nguồn ơn phước được giấu kín sau thập tự. Khi được kêu gọi vào chức vụ rao giảng phúc âm, tôi bắt đầu tự hỏi, "Làm sao tôi có thể dẫn dắt nhiều người đến với sự cứu rỗi và tôn vinh Đức Chúa Trời?" Trong tôi bắt đầu lóe sáng một điều rằng, tôi phải hiểu thấu đáo những gì đã được bày tỏ qua Kinh Thánh. Đối với những phân đoạn khó nắm bắt, tôi nhờ đến sự thông giải của Đức Thánh Linh, để rao truyền những điều đó đến với toàn nhân loại. Tôi đã có những thì giờ biệt riêng để kiêng ăn cầu nguyện cho vấn đề nầy bất kỳ khi nào có thể. Sau bảy năm, Chúa bắt đầu bày tỏ cho tôi về những sự đó.

Năm 1985, trong khi đang khẩn thiết cầu nguyện, Đức Thánh Linh đến đầy dẫy trên tôi. Ngài bắt đầu bày tỏ cho tôi những điều kín dấu của ơn phước huyền nhiệm từ nơi Đức

Chúa Trời. Đó là Sứ Điệp Thập Tự Giá. Trong 21 tuần lễ, tôi liên tục rao giảng sứ điệp nầy vào sáng Chúa Nhật hàng tuần. Những cuốn băng cassette nói về Sứ Điệp Thập Tự Giá đã ảnh hưởng sâu rộng đến nhiều người trong nước và ngoài nước. Bất cứ nơi nào Sứ Điệp Thập Tự Giá được rao ra, Đức Thánh Linh đã vận hành cách nóng cháy. Nhiều người ăn năn tội lỗi mình, và được chữa lành khỏi bệnh tật. Họ quăng xa mọi nghi ngờ về ơn phước của Đức Chúa Trời, nhận lãnh sự sống đời đời với niềm tin chân thật. Cho đến bấy giờ, họ vẫn còn chưa biết rõ về Chúa và tình yêu sâu thẳm của Ngài. Qua sứ điệp nầy, người ta bắt đầu hiểu được kế hoạch của Chúa, gặp gỡ Ngài và nhận được niềm hy vọng về sự sống vĩnh hằng.

Nếu hiểu rõ được tại sao Đức Chúa Trời đã đặt cây biết điều thiện và điều ác giữa vườn Ê-đen, chúng ta có thể hiểu được thiên ý của Ngài dành cho sự dạy dỗ đối với loài người, và sẽ yêu mến Chúa càng thêm hơn. Vả lại, khi hiểu được mục tiêu đích thực của cuộc sống, chúng ta sẽ tranh chiến chống lại tội lỗi là thứ khiến phải đổ huyết, cố gắng hết mình để có cùng tâm tình với Đấng Christ, giữ lòng trung tín với Ngài cho đến cuối cùng.

Sứ Điệp Thập Tự Giá cho chúng ta thấy được ơn phước mầu

nhiệm của Chúa được ẩn kín sau thập tự nhằm giúp chúng ta đặt một niềm tin vững chắc cho đời sống Cơ Đốc Nhân chân thật và phước hạnh. Dường ấy, hễ ai đọc sách nầy, sẽ có thể hiểu được tình yêu sâu nhiệm và ơn phước dư dật của Đức Chúa Trời, nhằm đặt niềm tin đích thực làm nền móng và xây dựng một cuộc sống Cơ Đốc Nhân tốt đẹp trước sự hiện hữu của Ngài.

Tôi xin chân thành cảm ơn đến giám đốc và ban biên tập đã dành nhiều nỗ lực để sách nầy được xuất bản, cùng lời tri ân chân thành đến ban phiên dịch.

Mong sao ngày càng nhiều người hiểu được ơn phước sâu nhiệm của Đức Chúa Trời, gặp gỡ Đấng yêu thương, đón nhận ơn cứu rỗi và trở nên con cái yêu dấu của Ngài, đó là tất cả những gì tôi thành tâm dâng lời cầu nguyện trong danh Chúa Cứu Thế Jêsus Christ!

Jaerock Lee

Lời Giời Thiệu

Sứ Điệp Thập Tự Giá là sự khôn sáng và quyền năng Đức Chúa Trời, một sứ điệp mà mỗi Cơ Đốc Nhân trên toàn cầu nên nắm giữ!

Tôi dâng lời cảm tạ và dâng vinh hiển lên Đức Chúa Trời, Đấng đã ban phước cho chúng tôi xuất bản *Sứ Điệp Thập Tự Giá*. Có rất nhiều thành viên của Manmin từ khắp nơi trên thế giới đã chờ đón sứ điệp nầy. Sách nầy đem lạ i sự thỏa lòng cho nhiều Cơ Đốc Nhân về những câu hỏi như: Trước buổi sáng thế, Đấng Tạo Hóa như thế nào? Tại sao Đức Chúa Trời tạo ra loài người rồi để họ sống trên đất nầy? Tại sao Đức Chúa Trời đặt cây biết điều thiện và điều ác trong vườn Ê-đen? Vì đâu Đức Chúa Trời đã sai Con một của Ngài đến thế gian làm của lễ chuộc tội? Vì đâu Đức Chúa Trời đã hoạch định chương trình cứu rỗi qua cây thập tự gỗ khắc nghiệt? Cùng nhiều câu hỏi tương tự khác.

Sách nầy chứa đựng sứ điệp đầy dẫy Thánh Linh do Mục sư Jaerock Lee rao giảng, khai sáng cho chúng ta hiểu thấu bề sâu, bề rộng, tình yêu vĩ đại của Đức Chúa Trời.

Chương 1 - "Đức Chúa Trời, Đấng Tạo Hóa và Kinh Thánh," Khai trí cho chúng ta biết được Ngài và hiểu được công việc của Ngài giữa vòng chúng ta. Qua đề tài nầy, giúp ta nhận biết về chứng cứ của Đức Chúa Trời hằng sống và nhận diện lẽ thật của Kinh Thánh để sáng tỏ lịch sử nhân loại.

Chương 2 - "Đức Chúa Trời Tạo Dựng và Nuôi Dưỡng Loài Người," bày tỏ rằng Đức Chúa Trời đã tạo nên muôn loài vạn vật trong vũ trụ, Ngài đã sáng tạo nên loài người theo ảnh tượng Ngài. Bên cạnh đó, chương nầy còn cho chúng ta biết về ý nghĩa của đời người với tư cách là con cái thật của Đức Chúa Trời.

Chương 3 - "Cây Biết Điều Thiện và Điều Ác," mang lại cho chúng ta những lời giải đáp cơ bản của tất cả Cơ Đốc Nhân: Tại sao Chúa đặt cây biết điều thiện và điều ác trong vườn Ê-đen? Chương nầy giải thích một cách chi tiết để giúp chúng ta hiểu được tình yêu sâu thẳm cùng những điều kín giấu của Đức Chúa Trời, Đấng nuôi dưỡng loài người trên đất nầy.

Chương 4 - "Sự Kín Giấu Từ Trước Vô Cùng," khải tỏ về mối liên quan giữa luật chuộc lại đất và Thánh luật cứu chuộc con người (Lê-Vi ký 25). Chương nầy cũng khải tỏ rằng bởi cớ tội lỗi, loài người phải trải qua sự chết, song, từ trước Sáng Thế,

Đức Chúa Trời đã sắm sẵn một phương cách kỳ diệu để cứu chuộc chúng ta. Chương nầy còn cho biết lý do Đức Chúa Trời đã giấu kín phương cách cứu chuộc loài người cho đến kỳ đã định và Đức Chúa Jêsus đã thỏa mãn được điều kiện của luật chuộc lại đất là thể nào.

Chương 5 - "Tại Sao Chúa Jêsus Là Cứu Chúa Duy Nhất Của Chúng Ta?" Giải tỏ về kế hoạch cứu rỗi giấu kín đã được Đức Chúa Trời sắm sẵn cho loài người từ trước vô cùng, được hoàn thành qua Chúa Cứu Thế Jêsus, lý do Ngài chịu đóng đinh, những phước hạnh và quyền hạn của con cái Đức Chúa Trời, ý nghĩa của tên gọi "Jêsus Christ," ở dưới trời nầy, ngoài danh Chúa Jêsus, con người không có bất kỳ danh nào khác để nhờ đó mà được cứu, cùng những điều tương tự. Chúng ta sẽ cảm nhận được tình yêu vô bờ bến của Đức Chúa Trời qua ngụ ý thiêng liêng sâu thẳm của sứ điệp trong chương nầy.

Chương 6 - "Sự Lo Liệu Trước về Thập Tự," khai sáng chúng ta ý nghĩa sâu xa của những nỗi khổ mà Chúa Jêsus đã chịu đựng. Nếu Chúa Jêsus quả thật là con của Đức Chúa Trời, tại sao Ngài phải chịu sinh ra trong máng cỏ nơi nhốt súc vật? Tại sao Ngài phải chịu nghèo khổ cả đời? Bởi đâu Ngài phải chịu đòn roi khắp người? Cớ sao Ngài phải đội mão gai, chân tay Ngài phải chịu đóng đinh? Vì đâu Ngài đã phải đau đớn cho đến khi hết thảy huyết và nước trong thân thể Ngài đổ hết ra? Chương nầy mang đến cho chúng ta những lời giải đáp thỏa đáng về những câu hỏi đó, giúp chúng ta hiểu được ý nghĩa cao cả của những nỗi thống khổ Ngài mang. Hết thảy bệnh tật cùng những nan đề của sự nghèo khó, xung đột gia đình, sự khó khăn trong công việc,... sẽ được giải quyết qua sự hiểu biết và niềm tin vào ý nghĩa thiêng liêng của những nỗi thống khổ Ngài đã gánh thế cho chúng ta. Chương nầy giúp chúng ta hiểu được tình yêu sâu thẳm của Đức Chúa Trời, trút bỏ mọi bệnh tật, và dự phần vào bổn tánh thiêng liêng của Ngài.

Chương 7 - "Bảy Lời Cuối Cùng Của Chúa Jêsus Trên Thập Tự," Khải tỏ ngụ ý bảy lời thiêng liêng cuối cùng của Chúa Jêsus trên thập tự trước khi Ngài chịu chết. Ngài hoàn thành sứ mạng nhận lãnh từ Đức Chúa Cha. Chương nầy nhấn mạnh về tình yêu lớn lao mà Chúa Jêsus dành cho loài người, chờ đợi sự hiện đến lần thứ hai của Ngài, dự phần vào cuộc chiến trọn đời trong niềm hy vọng phục sinh.

Chương 8 - "Niềm Tin Đích Thực Và Sự Sống Đời Đời,"

cho chúng ta biết rằng chỉ với niềm tin đích thực chúng ta mới có thể trở nên một với Chàng Rể là Chúa Cứu Thế Jêsus. Kinh Thánh cảnh báo một số người cho rằng mình tin Chúa Cứu thế Jêsus nhưng sẽ không được cứu trước tòa phán xét vào ngày Cuối Cùng. Kinh Thánh không chỉ nhấn mạnh vào sự kiện tin nhận Chúa Cứu thế Jêsus mà còn phải ăn thịt và uống huyết Con Người hầu cho chúng ta có thể được cứu và có sự sống đời đời. Khi ăn thịt và uống huyết Ngài, chúng ta sẽ có được niềm tin thật dẫn đến sự cứu rỗi. Chương nầy cũng cho chúng ta biết về phẩm cách của niềm tin thật, làm cách nào để có được nó, và chúng ta phải làm gì để đạt tới sự cứu rỗi trọn vẹn.

Chương 9 - "Được Sanh Bởi Nước Và Đức Thánh Linh," sự đề cập đầu tiên trong cuộc trò chuyện giữa Chúa Jêsus với Ni-cô-đêm. Cuộc trò chuyện nầy kết luận *Sứ Điệp Thập Tự Giá*. Tấm lòng của chúng ta phải liên tục đổi mới bởi nước và Đức Thánh Linh cho đến chừng Chúa Cứu Thế Jêsus trở lại, chúng ta phải toàn tâm toàn trí mà giữ gìn thân thể chúng ta khỏi sự ô uế trước sự hiện đến lần thứ hai của Đấng Christ, là lúc mà chúng ta sẽ được tiếp rước như nàng dâu xinh đẹp của Ngài.

Chương 10 - "Dị Giáo là Gì?" Đi sâu vào bản chất của vấn đề dị giáo, bàn đến những tiêu cực và sự hiểu biết sai trật mà nhiều Cơ Đốc Nhân gặp phải. Ngày nay, nhiều người nhầm lẫn hoặc chỉ trích những công việc đầy quyền năng của Đức Chúa Trời và cho những điều đó là dị giáo hoặc có những sai trật đáng tiếc, vì họ không biết căn cứ vào Kinh Thánh để nhận diện dị giáo. Chương nầy cảnh báo chúng ta về sự đoán xét công việc của Đức Thánh Linh mà cho rằng đó là dị giáo. Chúng ta phải biết cách nhận diện đâu là Thần lẽ thật và đâu là linh lừa dối, từ đó sẽ nhận diện ra tà giáo. Cuối cùng, chương nầy nhấn mạnh rằng chúng ta phải tỉnh thức, cầu nguyện luôn và ở trong lẽ thật để khỏi bị cám dỗ bởi linh lừa dối.

Sứ Đồ Phao-lô nói về sứ điệp thập tự, sự khôn sáng của Đức Chúa Trời, trong 1 Cô-rinh-tô 1:18 *"Bởi vì lời giảng về thập tự, thì những người hư mất cho là điên dại; song về phần chúng ta, là kẻ được cứu chuộc, thì cho là quyền phép của Đức Chúa Trời."* Hễ ai có được niềm tin thật, gặp được Đức Chúa Trời hằng sống, hiểu được sự huyền nhiệm của thập tự và nhận biết được tình yêu lớn lao mà Đức Chúa Trời dành cho loài người qua sự trù liệu của Ngài, thì được vui hưởng đời sống của một Cơ Đốc Nhân với sự đầy trọn.

Sứ Điệp Thập Tự Giá là sự dạy dỗ căn bản dành cho đời sống chúng ta. Trong danh Chúa, tôi dâng lời cầu nguyện hầu cho chúng ta đặt để nền tảng nầy cho đời sống Cơ Đốc Nhân nhằm đạt được sự cứu rỗi trọn vẹn và sự sống đời đời.

Geumsun Vin
Chủ biên tập

Nội dung

Chương 1

Đức Chúa Trời, Đấng Tạo Hóa và Kinh Thánh

- Đức Chúa Trời là Đấng Tạo Hóa
- Ta Là Đấng Tự Hữu Hằng Hữu
- Đức Chúa Trời là Đấng Toàn Tri và Toàn Năng
- Đức Chúa Trời Là Tác Giả Của Kinh Thánh
- Mọi Lời Trong Kinh Thánh Là Thật

Ban đầu Đức Chúa Trời dựng nên trời đất

Sáng thế ký 1:1

Đức Chúa Trời là Đấng Tạo Hóa

Ngày nay, sách vở trên thế gian thật không kể xiết, nhưng ngoài Kinh Thánh, không có quyển sách nào khác cho chúng ta những câu trả lời rõ ràng và chi tiết về nguồn gốc và sáng tạo nên vũ trụ, cùng nguyên ủy sự sống và sự chết của loài người. Kinh Thánh đưa ra câu trả lời rõ ràng về nguồn gốc vũ trụ và sự sống. Sáng thế ký 1:1 có chép, *"Ban đầu Đức Chúa Trời dựng nên trời đất."* và Hê-bơ-rơ 11:3 nói rằng, *"Bởi đức tin, chúng ta biết rằng thế gian đã được làm nên bởi lời của Đức Chúa Trời, đến nỗi những vật bày ra đó đều chẳng phải từ vật thấy được mà đến,"*

Không phải mọi vật thấy được đều được tạo ra bởi những vật đã có. Chúng được làm ra từ "hư không" bởi lời phán của Đức Chúa Trời.

Con người có thể tạo ra một vật nầy từ một vật khác đã có sẵn, ấy là, chuyển đổi hoặc kết hợp chất liệu có sẵn để tạo ra một sản phẩm, nhưng không thể sáng tạo ra một vật gì từ hư không.

Việc con người có thể làm ra được một loài sinh vật sống là điều không tưởng. Ngay cả khi họ phát triển nền khoa học kỹ thuật đủ tân tiến để tạo ra những sản phẩm gọi là trí thông minh nhân tạo, máy tính hay cừu vô tính, nhưng con người không thể

tự tạo ra dù chỉ là một con trùng amip từ con số không.
Vì thế, con người chỉ biết sao chép, hoặc lắp ghép chúng theo
những cách khác nhau từ những sự sống mà Đức Chúa Trời đã
sắm sẵn. Con người chẳng làm được gì hơn thế.

Vậy, chúng ta nên biết rằng chỉ có Đức Chúa Trời mới có thể
tạo nên một sự vật từ số không. Chỉ có Đức Chúa Trời là Đấng
Tạo Hóa đã tạo dựng nên vũ trụ bởi lời phán của Ngài, chính
Ngài đang kiểm soát và điều khiển toàn bộ vũ trụ, lịch sử nhân
loại, sự sống và sự chết, sự ban ơn, giáng họa cho loài người.

Chứng Cứ Khiến Chúng Ta Tin Đức Chúa Trời, Đấng Tạo Hóa

Mọi vật, từ một cái nhà, một cái bàn, ngay cả đến một chiếc
đinh đều được thiết kế bởi một người nào đó. Thế thì không nói
cũng biết rằng phải có một nhà thiết kế của vũ trụ mênh mông
nầy. Phải có một người chủ đã tạo nên nó và quản trị nó. Đấng
ấy chính là Đức Chúa Trời, Đấng Tạo Hóa mà Kinh Thánh đã
nói rất nhiều về Ngài.

Khi nhìn quanh, chúng ta thấy có rất nhiều chứng cứ nói lên
sự sáng tạo. Một ví dụ rất dễ hiểu, khi chúng ta ngắm xem hằng
hà sa số con loài người trên hành tinh nầy. Bất kể chủng tộc, tuổi
tác, giới tính, tình trạng xã hội, . . . ai ai cũng đều có hai mắt, hai
tai, hai lỗ mũi, và một cái miệng.

Mặc dù mỗi một loài động vật có sự khác nhau chút ít tuỳ
theo giống nòi, chúng vẫn có chung một kiến trúc bề mặt. Ví dụ,
con voi có một cái mũi dài (vòi), nhưng ở giữa mặt, phía trên
miệng nó. Chứ không phải ở trên mắt hay dưới miệng, hoặc ở

trên đỉnh đầu. Mỗi con voi đều có hai lỗ mũi, hai mắt, hai tai một miệng. Tất cả các loài chim trời, cá biển hoặc sông, đều có chung một kiến trúc như vậy.

Không những mọi loài động vật đều có chung một cấu trúc bề mặt, chúng còn có hệ tiêu hóa và hệ sinh sản giống nhau. Cùng một cách, chúng ăn uống thức ăn bằng miệng, qua miệng thức ăn đi vào dạ dày và ra khỏi cơ thể. Tất cả các động vật có vú đều giao hợp với đồng bạn khác giới và sinh sản. Khi chúng ta xem xét, đối chiếu tất cả các nhân tố hiển nhiên đó với nhau, chúng ta không thể nói rằng đó là sự trùng hợp ngẫu nhiên hay bằng chứng của sự tiến hóa, sự cưỡng bức bởi "Phù hợp để sinh tồn." Không có bất kỳ một trường hợp nào có thể được giải thích bởi lý thuyết của sự tiến hóa.

Do vậy, trên thực tế, cả loài người và loài vật đều có cùng cấu trúc tổ chức, nói lên một chứng cứ rằng mọi vật đều được thiết kế và tạo ra bởi Đức Chúa Trời, Đấng Tạo Hóa. Nếu Ngài không phải là Đức Chúa Trời duy nhất mà chỉ là một trong nhiều thần khác, thì sinh vật sẽ có những số lượng cơ quan khác nhau cùng những cấu trúc cơ thể và những vị trí khác nhau.

Vả lại, khi quan sát kỹ thiên nhiên và vũ trụ, chúng ta còn tìm thấy rất nhiều bằng chứng của việc sáng tạo. Thật kỳ diệu khi biết rằng tất cả các sự vật trong hệ mặt trời như vòng quay và chu kỳ của trái đất đang vận hành không một sai sót nhỏ!

Hãy nhìn chiếc đồng hồ đeo tay. Trong nó có rất nhiều bộ phận tinh tế, tỉ mỉ. Nó sẽ không hoạt động được nếu thiếu một bộ phận dù là nhỏ nhất. Vậy thì, vũ trụ nầy đã được thiết kế và vận hành dưới sự sắp đặt của Đức Chúa Trời.

Chẳng hạn, loài người cũng như bất kỳ một loài nào đều

không thể tồn tại được nếu không có mặt trăng chuyển vận quanh trái đất. Vị trí của mặt trăng cũng không thể được bố trí xa hơn hoặc gần hơn dù chỉ là chút ít so với hiện tại. Đức Chúa Trời đã đặt để nó tại một khoảng cách phù hợp hầu cho con người có thể sống được trên trái đất.

Với vị trí hiện thời của mặt trăng, lực hấp dẫn của nó khiến cho nước biển có hiện tượng triều lên và xuống. Thủy triều tạo nên sự rung lắc làm cho biển trở nên trong sạch. Cũng vậy, vạn vật trong vũ trụ đã được tạo nên để chuyển vận một cách chính xác theo như sự định trước của Đức Chúa Trời

Tại Sao Có Một Số Người Không Tin Đức Chúa Trời là Đấng Tạo Hóa?

Những ai tin Đức Chúa Trời Đấng Tạo Hóa thì sống theo lời Ngài. Tại sao có một số người có thể cãi lẽ và nhờ khoa học để tìm giải pháp cho mọi vấn đề, họ không tin Đức Chúa Trời là Đấng Tạo Hóa?

Ví bằng, từ khi còn bé, chúng ta học biết rằng Đức Chúa Trời là Đấng hằng sống và là Đấng Tạo Hóa toàn năng từ những Cơ Đốc Nhân thành tín, thì việc tin Đức Chúa Trời Đấng Tạo Hóa là rất dễ dàng.

Song, ngày hôm nay, nhiều người trong chúng ta đã chịu ảnh hưởng bởi thuyết tiến hóa từ buổi thiếu thời, và có quá nhiều "kiến thức" mà trong đó không phải mọi thứ đều đúng. Chúng ta còn phải chung sống với những kẻ bất kính hoặc nghi ngờ Đức Chúa Trời.

Sau khi chung sống trong môi trường như thế, nếu chúng ta

đi đến nhà thờ và nghe lời Chúa, chúng ta thường nghi ngờ, tranh chiến và không thể tin Đức Chúa Trời, Đấng Tạo Hóa, vì những hiểu biết trước đây trái ngược với những gì chúng ta nghe ở nhà thờ.

Cho đến chừng nào chúng ta chưa thoát khỏi những tư tưởng, hoặc những kiến thức học được từ thế gian, thì cho dù chúng ta có thường xuyên đi nhà thờ, chúng ta cũng không thể nào có được đức tin từ Chúa, là đức tin mà Ngài đã ban cho – vượt quá sự nghi ngờ của con người.

Nếu không có đức tin đó, người ta không thể tin có thiên đàng hay hỏa ngục. Họ xem thế giới hữu hình là thế giới duy nhất, và sống theo đường lối riêng của mình.

Có bao nhiêu lần chúng ta nhìn thấy những lý thuyết đã một thời được thừa nhận, nhưng sau đó bị đảo ngược và bị thay thế bởi một lý thuyết mới khác? Thậm chí cái mới nầy cũng chẳng phải là cái chính xác, sự thật rằng những lý thuyết, qui ước và xác định, liên tục bị duyệt lại và được bổ sung thêm bởi những khám phá mới sau đó.

Theo dòng thời gian cùng với sự tiến bộ của khoa học, người ta có những lời giải đáp thích đáng hơn cùng những lý thuyết tốt hơn, cho dù chúng chưa phải hoàn hảo. Chúng ta không thể nói rằng tất cả các tìm tòi của những nhà khoa học đều sai trật.

Còn có rất nhiều thứ trên hành tinh nầy không thể giải thích được bằng khả năng của con người, chúng ta phải chấp nhận điều nầy.

Ví dụ, từ trái đất chúng ta chẳng thể nào đến được bên kia của vũ trụ, cũng chẳng thể nào quay trở lại với thời xa xưa. Tuy nhiên con người vẫn cố gắng giải thích vũ trụ bằng cách đặt ra nhiều giả thuyết và học thuyết.

Trước khi con người đặt chân lên mặt trăng, chúng ta thiết tưởng rằng, "Ở đó hoặc ở đâu đó trong hệ mặt trời, bên kia trái đất, có thể có những sinh vật đang sống." Nhưng sau chuyến du hành đến mặt trăng, chúng ta được biết rằng, "Chẳng có một sinh vật nào đang sống ở đó." Ngày nay, nhiều nhà khoa học nói rằng, "Có khả năng có sự sống trên sao hỏa" hoặc "Có một số dấu hiệu của nước trên hành tinh đỏ."

Cho dù chúng ta có dò tìm đến bao lâu chăng nữa, và tăng cường kiến thức của chúng ta lên thêm nhiều, nhưng nếu chúng ta không biết được ý Chúa, sự sắm sẵn của Ngài và quyền năng của Đức Chúa Trời, Đấng Tạo Hóa, chúng ta khôngg sao thoát khỏi sự luẩn quẩn trong khả năng giới hạn của con người.

Do vậy, Rô-ma 1:20 có chép, *"bởi những sự trọn lành của Ngài mắt không thấy được, tức là quyền phép đời đời và bổn tánh Ngài, thì từ buổi sáng thế vẫn sờ sờ như mắt xem thấy, khi người ta xem xét công việc của Ngài. Cho nên họ không thể chữa mình được."*

Hễ ai mở lòng mà suy gẫm, thì có thể cảm nhận được quyền năng Đức Chúa Trời và bổn tánh thiên thượng Ngài qua những tạo vật như mặt trời, mặt trăng, các vì sao – là những vật thể mà qua đó Đức Chúa Trời cho phép chúng ta nhận biết được sự hiện diện và tin nhận Ngài.

Ta Là Đấng Tự Hữu Hằng Hữu

Nghe về Đức Chúa Trời, Đấng Tạo Hóa, nhiều người tự hỏi rằng, "Nguyên thủy sự tồn tại của Ngài như thế nào?" "Ngài đến từ đâu?" hay "Ngài đã tồn tại với diện mạo ra sao?" Sự thông biết và ý tưởng của loài người không thể vượt quá giới hạn của nó, theo sự hiểu biết của con người, mọi vật đều có khởi đầu và kết thúc. Do vậy, con người thường cần tìm ra những câu trả lời rõ ràng cho những câu hỏi như vậy. Song, sự hiện hữu của Đức Chúa Trời nằm ngoài sự hiểu biết của con người, Ngài là Đấng "Đã có," "Hiện có," và là "Đấng hầu đến."

Xuất Hành 3 khắc họa một cảnh tượng, ở đó Đức Chúa Trời đã truyền lệnh cho Môi-se dẫn dân sự Y-sơ-ra-ên vào đất Ca-na-an. Môi-se hỏi lại Chúa rằng làm thế nào để ông có thể trả lời cùng dân sự khi chúng hỏi ông về danh Đức Chúa Trời.

Lúc ấy, Đức Chúa Trời phán cùng Môi-se rằng, "Ta là Đấng Tự Hữu Hằng Hữu," Ngài truyền cho Môi-se nói cùng chúng rằng "Chính Ta đã sai ngươi đến với họ."

"TA LÀ" là một cụm từ Chúa đã sử dụng để nói về Ngài một cách cá nhân, và có nghĩa rằng không ai sinh ra, hay tạo dựng nên Ngài cả, Ngài là trọn vẹn và hoàn hảo, chính Ngài là Đấng Tạo Hóa.

Ban Đầu, Đức Chúa Trời Là Sự Sáng ở Cùng Ngôi Lời

Giăng 1:1 có chép, *"Ban đầu có Ngôi Lời, và Ngôi Lời ở cùng Đức Chúa Trời, Ngôi Lời là Đức Chúa Trời."* Như vậy,

Đức Chúa Trời là ngôi Lời từ lúc ban đầu đã là một thực thể tồn tại độc lập và hoàn hảo không chịu một sự tạo dựng nào. Ngài đã tồn tại như thế nào và ở đâu? Đức Chúa Trời là Thân Linh, Ngài là Ngôi Lời trong không gian bốn chiều, trong lĩnh vực thiêng liêng, không phải ở trong chiều kích của những vật thấy được. Đức Chúa Trời đã không tồn tại dưới một hình thể nào, song, là sự sáng hết sức thâm thúy và tuyệt mỹ với tiếng nói trong và rõ, Ngài quản trị toàn vũ trụ. Ấy vậy, 1 Giăng 1:5 có nói, *"Nầy là lời truyền giảng mà tôi đã nghe nơi Ngài và truyền lại cho anh em rằng Đức Chúa Trời là sự sáng, trong Ngài chẳng có sự tối tăm."* Điều nầy mang ý nghĩa thiêng liêng và bày tỏ về hình dạng của Đức Chúa Trời, ban đầu, Ngài là sự sáng.

Ban đầu, Đức Chúa Trời đã hiện hữu trong sự sáng và lời nói. Lời Ngài trong sáng, ngọt ngào, mềm mại, bao trùm trên toàn vũ trụ. Những ai đã từng nghe lời Ngài một cách riêng tư có thể hiểu được điều nầy.

Đức Chúa Trời Tồn Tại Độc Lập Từ Trước Vô Cùng

Đức Chúa Trời, Đấng Tạo Hóa đã hiện hữu từ trước vô cùng, đã hoạch định để trưởng dưỡng con cái thật của Ngài, và Ngài đồng hành cùng chúng. Ví bằng chúng ta hiểu rõ về Đức Chúa Trời Tự Hữu, chúng ta có thể phá bỏ tất cả những cách nghĩ riêng, những học thuyết, những rập khuôn, và sẽ hiểu biết sâu rộng hơn công việc sáng tạo mà Đức Chúa Trời đã sắm sẵn.

Không như những tạo vật của Đức Chúa Trời, những thứ do con người làm ra luôn có giới hạn và thiếu sót. Khi sự hiểu biết và nền văn minh của con người không ngừng phát triển, nhiều sản phẩm tốt hơn được ra đời, nhưng chúng luôn có những thiếu sót.

Một số người đã làm nên những hình tượng bằng vàng, bạc, đồng, hoặc đá, rồi gọi chúng là thần để mà quỳ lạy và cầu xin chúng ban ơn cho. Chúng chỉ là những hình tượng bằng gỗ, kim loại hoặc đá, chúng không biết thở, không biết nói, thậm chí không biết cử động mi mắt (Ha-ba-cúc 2:18-19).

Mặc dù tự cho mình là khôn sáng, ấy mà người ta chẳng thể phân biệt được thật giả, chỉ biết làm ra một vài hình tượng rồi gọi chúng là thần để mà thờ lạy (Rô-ma 1:22-25). Thật là dại dột và đáng xấu hổ làm sao!

Ấy vậy, nếu con người đã thờ lạy và phụng sự thần giả mạo, vì cớ họ không biết Đức Chúa Trời, họ nên hết lòng ăn năn điều nầy, trở lại thờ phượng Đức Chúa Trời Tự Hữu, và thi hành sứ mệnh với tư cách là con cái của Ngài.

Đức Chúa Trời là Đấng Toàn Tri và Toàn Năng

Đức Chúa Trời, Đấng Tạo Hóa, một thực thể hoàn hảo, là Đấng đã hiện hữu từ trước vô cùng, Ngài toàn tri và toàn năng, đã tạo dựng nên toàn vũ trụ. Kinh Thánh đã ghi lại vô số những dấu kỳ, phép lạ mà với sự hiểu biết và khả năng của con người thì không thể nào thực hiện nổi.

Những công việc đầy quyền phép của Đức Chúa Trời toàn tri và năng, là Đấng chẳng hề thay đổi đã từng xảy ra trong thời Tân

Ước cũng như Cựu Ước qua rất nhiều thánh đồ là những kẻ nhận lãnh được quyền năng Ngài.

Như Chúa Jêsus đã nói trong Giăng 4:48, *"Nếu các ngươi không thấy phép lạ và điềm lạ, thì các ngươi chẳng tin"* – người ta chẳng tin trừ khi họ nhìn thấy công việc của Đức Chúa Trời Toàn Năng.

Đức Chúa Trời Bày Tỏ Những Dấu Kỳ và Phép Lạ

Xuất Ê-díp-tô ký có ghi lại tường tận những dấu kỳ, phép lạ mà Đức Chúa Trời toàn tri và toàn năng đã thực hiện qua Môi-se khi Ngài dẫn dân sự Y-sơ-ra-ên khỏi Ê-díp-tô để vào xứ Ca-na-an.

Chẳng hạn, khi Đức Chúa Trời sai Môi-se đến với Pha-ra-ôn, vua xứ Ai Cập, Ngài dã giáng trên vua ấy cùng xứ người đến mười ôn dịch, Ngài rẽ nước Biển Đỏ, dẫn dân sự Y-sơ-ra-ên qua đất liền, quyét sạch đội quân hùng mạnh của Ai Cập trong dòng nước cuốn trôi.

Ngay sau cuộc Xuất hành, Ngài khiến nước chảy ra từ đá khi Môi-se đập cây gậy lên nó, nước đắng hóa ra nước ngọt, và manna ban xuống từ trời cho hàng triệu người không bận tâm gì đến thức ăn.

Về sau, trong Cựu Ước, chúng ta thấy Đức Chúa Trời ban quyền năngcho Ê-li phán lời tiên tri ba năm rưỡi hạn hán, và làm cho mưa trở lại qua lời cầu nguyện của ông, khiến kẻ chết sống lại.

Trong Tân Ước, Chúa Jêsus là Con Đức Chúa Trời, gọi La-xa-rơ sống lại sau khi đã chết bốn ngày, khiến người mù được sáng mắt, chữa lành đủ thứ bệnh tật, đau yếu và trục xuất đủ thứ ác linh trong dân chúng. Ngài đi bộ trên mặt nước, khiến sóng biển phải yên lặng.

Đức Chúa Trời đã thực hiện nhiều phép lạ phi thường qua sứ đồ Phao Lô, người bệnh chỉ cần đụng đến khăn tay hay vạc áo của ông đều được chữa lành, những ác linh phải xuất ra khỏi họ (Công vụ 19:11-12). Rất nhiều dấu lạ đồng hành với Phi-e-rơ, một trong những môn đệ yêu dấu của Chúa Jêsus. Người ta mang người bệnh ra đường, để nằm trên giường, trên chiếu hầu cho ít nhất thì bóng của Phi-e-rơ cũng có thể ngã trên họ khi ông đi ngang qua (Công vụ 5:15).

Vả lại, Đức Chúa Trời còn làm nhiều điều kỳ diệu và thực hiện nhiều dấu lạ qua Ê-tiên và Phi-líp được ghi lại trong Kinh Thánh. Ngài còn tiếp tục bày tỏ những điều đó qua hội thánh ngày nay.

Đức Chúa Trời Là Tác Giả
Của Kinh Thánh

Đức Chúa Trời là Thần Linh, Ngài vô hình, song luôn tự bày tỏ chính Ngài bằng nhiều cách. Đức Chúa Trời thường tự bày tỏ Ngài qua thiên nhiên, và đặc biệt qua lời chứng của những ai được chữa lành và được Ngài nhậm lời cầu nguyện. Ngài cũng tự bày tỏ qua từng chi tiết nhỏ được ghi trong Kinh Thánh.

Nhờ đó, qua Kinh Thánh, chúng ta có thể nhận biết được Đức Chúa Trời duy nhất và chân thật, tương giao với Ngài, nhận được sự cứu rỗi và sự sống đời đời qua việc nhận biết công việc

Ngài. Thêm vào đó, chúng ta có cuộc sống thành công và quy vinh hiển cho Đức Chúa Trời qua việc hiểu được tấm lòng Ngài, biết được cách yêu Ngài và để được Ngài yêu (2 Ti-mô-thê 3:15-17)

Toàn Bộ Kinh Thánh Đều Do Đức Chúa Trời Soi Dẫn

2 Phiero 1:21 có chép, *"Nhưng ấy là bởi Đức Thánh Linh cảm động mà người ta đã nói bởi Đức Chúa Trời."* và 2 Timôthê 3:16 có nói *"Cả Kinh Thánh đều là bởi Đức Chúa Trời soi dẫn."* Ấy là, Kinh Thánh Từ Sáng Thế đến Khải Huyền đều là Lời của Đức Chúa Trời, được viết ra bởi ý chỉ của Ngài.

Vậy nên, có rất nhiều phân đoạn như, "Đức Chúa Trời phán," "CHÚA phán" và "Giê-hô-va Đức Chúa Trời phán." Những điều nầy khẳng định rằng Kinh Thánh không phải lời của con người mà là của Đức Chúa Trời.

Kinh Thánh gồm 66 sách, 39 sách Cựu Ước, 27 sách Tân Ước. Số lượng người tham gia viết ước tính 34 người. Thời gian viết Kinh Thánh kéo dài từ 1500 trước Chúa đến năm 100 sau Chúa trong khoảng 1.600 năm. Thật kỳ diệu rằng Kinh Thánh có rất nhiều trước giả, nhưng tính trọn vẹn của nó được thấu triệt từ đầu đến cuối, câu nầy trùng khớp với những câu khác.

Vậy nên, Ê-sai 34:16 có nói rằng, *"Hãy tìm trong sách Đức Giê-hô-va và đọc lấy: trong những thú vật ấy chẳng một con nào thiếu, chẳng một con nào là không đủ đôi. Vì ấy là miệng Đức Giê-hô-va đã truyền, và thần Ngài đã nhóm chúng nó lại."*

Những điều đó có thể xảy ra vì tác giả chính của Kinh Thánh

là Đức Chúa Trời, vì Đức Thánh Linh ngự trị tấm lòng của những trước giả và đặt để các lời lại cùng nhau. Chúng ta nên biết rằng những trước giả Kinh Thánh chỉ là những người viết hộ cho Đức Chúa Trời, và tác giả chính của Kinh Thánh là Đức Chúa Trời.

Hãy lấy một ví dụ. Giả sử có một người mẹ lớn tuổi sống ở miền quê. Bà gởi một thư cho đứa con trai đang học ở thành thị. Bà là người không biết viết, nên bà chỉ đọc thông điệp muốn gởi cho đứa con trai lớn đang ở nhà chép lại. Khi đứa con đang học ở thành thị nhận thư, thì nghĩ đây là thư của mẹ, chứ không phải của anh là người đã viết hộ, cho dù chính chữ viết là của anh. Đây là điều rất giống với cách mà Kinh Thánh được chép.

Lá Thư Tình Đầy Phước Hạnh Của Đức Chúa Trời Và Những Hứa Ngôn Ngài

Kinh Thánh do những đầy tớ đầy dẫy Thánh Linh của Đức Chúa Trời viết ra nhằm bày tỏ chính Ngài.

Lời Đức Chúa Trời là lời sống và linh nghiệm (Giăng 6:63), nên hễ ai nghe và tin thì sẽ được sự sống đời đời, và linh hồn người đó sẽ tràn đầy sinh lực. Hễ ai tin và làm theo Lời Chúa sẽ được vui hưởng cuộc sống thịnh vượng và sẽ trở nên trọn vẹn theo gương Chúa Cứu Thế Jêsus.

Đức Chúa Trời đã đến thế gian trong thân thể con người để bày tỏ chính Ngài với nhân loại, thân thể ấy chính là Chúa Jêsus.

Phi-líp, một môn đồ của Chúa Jêsus, đã không biết điều nầy, nên ông đòi hỏi Chúa Jêsus chỉ cho ông thấy Đức Chúa Trời. Ông đã không nhận biết rằng Chúa Jêsus chính là Đức Chúa Trời hiện thân làm người, như thể câu thành ngữ, "Ngọn đèn đường không soi sáng được chân nó."

Giăng 14:8 với những câu sau chép lại cuộc đàm thoại giữa Phi-líp và Chúa Jêsus:

Phi-líp thưa rằng: Lạy Chúa xin chỉ Cha cho chúng tôi, thì đủ rồi. Đức Chúa Jêsus đáp rằng: Hỡi Phi-líp, ta ở cùng các ngươi đã lâu thay, mà ngươi chưa biết ta! Ai đã thấy ta, tức là đã thấy Cha. sao ngươi lại nói rằng: Xin chỉ Cha cho chúng tôi? Ngươi há không tin rằng ta ở trong Cha và Cha ở trong ta, hay sao? Những lời ta nói với các ngươi, chẳng phải tự ta nói; ấy là Cha ở trong ta, chính Ngài làm trọn việc riêng của Ngài. (Giăng 14:8-10)

Mặc dù Chúa Jêsus đã có những chứng cứ thuyết phục rằng Ngài và Đức Chúa Trời là một, qua những phép lạ mà nếu không bởi quyền năng của Đức Chúa Trời, thì không thể thực hiện được. Song, Phi-líp vẫn muốn Chúa Jêsus chỉ cho ông thấy Đức Chúa Cha. Chúa Jêsus bảo ông hãy tin những lời dạy của Ngài cùng những phép lạ đã xảy ra.

Đức Chúa Trời đã đến thế gian trong thân thể loài người để tự bày tỏ chính Ngài, và Đức Chúa Trời đã khiến Kinh Thánh được viết ra vì cớ theo lẽ thường, mắt của loài người không thể nhìn thấy được Ngài.

Vì vậy, chúng ta có thể nhận được ơn phước và sự nhậm lời từ những hứa ngôn mà Đức Chúa Trời đã dành cho chúng ta trong

Kinh Thánh khi chúng ta có được mối thông công quý báu với Đức Chúa Trời hằng sống, biết được ý chỉ và sự sắm sẵn của Ngài, có một đời sống vâng phục và làm theo Lời Ngài.

Mọi Lời Trong Kinh Thánh Là Thật

Những ghi chép mang tính lịch sử đem lại cho chúng ta những hiểu biết về con người hoặc những sự việc tại một thời điểm nào đó trong quá khứ. Lịch sử là một bảng liệt kê những thay đổi của các thời đại, cho chúng ta biết cụ thể về sự kiện, con người, hoặc những điều kiện sống của những thời kỳ đó.

Lịch sử nhân loại chứng minh rằng Kinh Thánh là thật. Chúng ta có thể tự nhận biết về tính lịch sử và tính hiện thực của Kinh Thánh, đặc biệt khi chúng ta xem xét kỹ những sự việc, con người, nơi chốn, cùng những phong tục được ghi lại trong Kinh Thánh.

Vì Cựu Ước đã ghi lại những sự kiện khách quan như những sự việc quan trọng hoặc tầm thường đã xảy ra đối với cá nhân, dân tộc, hoặc một bộ lạc từ thời đại A-đam và Ê-va, Y-sơ-ra-ên đã xem Cựu Ước như một tư liệu lịch sử đáng sợ của quốc gia họ và là một di sản đến hôm nay. Ngay cả những nhà sử học cũng thừa nhận rằng Kinh Thánh là một nguồn đáng tin cậy.

Lịch Sử Chứng Minh Sự Trung Thực Của Kinh Thánh

Trước hết, nhìn vào Kinh Thánh, chúng ta cùng nhau tìm

hiểu lịch sử Y-sơ–ra -ên để từ đó chứng minh rằng Lời Chúa trong Kinh Thánh là sự thật.

A-đam, tổ phụ của loài người đã phạm tội nghịch cùng Đức Chúa Trời, do vậy, hậu tự của ông, toàn bộ loài người nối tiếp đã đi vào con đường tội lỗi và không nhận biết Đức Chúa Trời, là Đấng Tạo Hóa của họ. Ngay sau đó, Đức Chúa Trời đã chọn một quốc gia để bày tỏ ý chỉ và sự hoạch định sẵn của Ngài qua quốc gia đó.

Đầu tiên, Đức Chúa Trời gọi Áp-ra-ham, người nổi bật nhất "có tấm lòng can trường," rồi tinh luyện ông, khiến ông trở nên tổ phụ của đức tin. Áp-ra-ham là cha của I-sác, I-sác cha của Gia-cốp, và Đức Chúa Trời đã gọi Gia-cốp "Y-sơ–ra -ên", từ mười hai con trai người sinh ra mười hai chi phái.

Khi Gia-cốp còn sống, Đức Chúa Trời đã đưa ông sang Ai cập, khiến ông lập quốc qua việc làm cho hậu tự của ông sinh sôi nảy nở thêm nhiều, rồi cuối cùng đưa họ qua xứ Ca-na-an.

Đức Chúa Trời ban luật pháp cho Môi-se trong thời gian ông ở đồng vắng, rèn luyện dân Israel sống theo Lời Ngài, dẫn dắt họ bằng chính Lời Ngài.

Sau khi sang xứ Ca-na-an, chỉ khi nào vâng giữ luật pháp, thì họ mới được thịnh vượng. Khi Y-sơ-ra-ên hầu việc thần tượng và làm điều ác, sức mạnh quốc gia của họ bị suy sụp và phải chịu thống khổ bởi giặc ngoại xâm. Dân Y-sơ-ra-ên bị cầm tù hoặc làm nô dịch. Khi họ ăn năn, quốc gia họ phục hồi. Chu kỳ nầy được lặp đi lặp lại nhiều lần.

Ấy vậy, qua lịch sử Y-sơ-ra-ên, Đức Chúa Trời bày tỏ cho nhân loại biết rằng, Ngài là Đức Chúa Trời hằng sống, Ngài điều khiển mọi sự bằng chính Lời Ngài.

Chúng ta cũng thấy rằng những lời tiên tri trong Kinh Thánh đã được ứng nghiệm và đang trên tiến trình ứng nghiệm. Ví dụ, trong Lu-ca 19:43-44, Chúa Jêsus nói đến sự sụp đổ của Giê-ru-sa-lem rằng:

Vì sẽ có ngày xảy đến cho mầy, vây chặt mầy bốn bề.
Họ sẽ hủy diệt hết thảy, mầy và con cái ở giữa mầy nữa.
Không để cho mầy hòn đá nầy trên hòn đá kia, vì mầy không biết lúc mình đã được thăm viếng.

Với những lời nầy, Chúa Jêsus nói đến thành Giê-ru-sa-lem sẽ sụp đổ như thế nào vì cớ tội lỗi ngày càng thêm của dân chúng. Lời tiên tri nầy được ứng nghiệm vào năm 70 sau công nguyên, khi tướng Titus của La-mã hạ lệnh cho xây đắp chiến hào để nghịch cùng Giê-ru-sa-lem, vây hãm nó, rất nhiều người trong thành bị giết. Sự kiện nầy xảy đến 40 năm sau ngày Chúa Jêsus phán lời tiên tri.

Lời Chúa Jêsus được chép lại trong Ma-thi-ơ 24:32 rằng: *"Hãy nghe lời ví dụ về cây vả, vừa lúc nhành non lá mới đâm, thì các ngươi biết mùa hạ tới gần."* Cây vả ở đây nói về quốc gia Y-sơ-ra-ên, dụ ngôn nầy cho biết rằng khi Y-sơ-ra-ên độc lập là lúc sự tái lâm của Chúa Jêsus sắp đến gần. Cuối cùng, lịch sử ghi nhận rằng Lời phán nầy của Chúa đã thành sự thật khi Y-sơ-ra-ên sụp đổ năm 70 sau công nguyên đã được tái thiết một cách lạ lùng vào ngày 14, tháng 5, năm 1948, 1.900 năm sau khi sụp đổ.

Sự Tiên Tri Trong Cựu Ước và Sự Ứng Nghiệm Của Nó Trong Tân Ước

Qua việc học biết những lời tiên tri trong Cựu Ước đã được ứng nghiệm trong thời Tân Ước như thế nào, chúng ta quả quyết rằng Lời Đức Chúa Trời được ghi lại trong Kinh Thánh là sự thật.

Luật pháp của Cựu Ước chưa phải là cách trọn vẹn để "giành được con cái chân thật của Chúa." Đây chỉ là hình bóng sự bày tỏ của Đức Chúa Trời. Do vậy, xuyên suốt toàn bộ Cựu Ước, Đức Chúa Trời đã hứa sẽ có một Đấng Cứu Thế hầu đến. Khi đến kỳ đã định, Ngài sai Chúa Chúa Cứu Thế Jêsus đến thế gian để giữ đúng hứa ngôn.

Một sự thật hiển nhiên rằng Chúa Jêsus đã đến thế gian hơn hai ngàn năm trước. Theo sự kiện giáng sinh của Chúa Jêsus, lịch sử Tây Phương phần lớn đã được chia làm hai dòng. "B.C." viết từ hai chữ *Before Christ*, có nghĩa là dòng lịch sử trước thời Chúa Jêsus, còn "A.D." viết từ chữ *Anno Domini* có nghĩa rằng "năm của Chúa chúng ta." Ngay cả lịch sử cũng chứng nhận sự giáng sinh của Chúa Jêsus.

Chúng ta hãy đọc Sáng thế 3:15,

Ta sẽ làm cho mầy cùng người nữ, dòng dõi mầy cùng dòng dõi người nữ nghịch thù nhau. Người giày đạp đầu mầy, còn mầy sẽ cắn gót chân người.

Lời tiên tri nầy nói về Chúa Cứu Thế của chúng ta, là hậu tự của người nữ, sẽ đến phá hủy quyền sự chết. "Người nữ" ở đây chỉ về Y-sơ-ra-ên. Trên thực tế, Chúa Jêsus đã đến thế gian với tư cách là con trai của Giô-sép, thuộc chi phái Giu-đa của Y-sơ-ra-ên (Lu-ca 1:26-32).

Ê-sai 7:14 có chép, *"Vậy nên, chính Chúa sẽ ban một điềm cho các ngươi: nầy, một gái đồng trinh sẽ chịu thai, sanh ra một trai sẽ đặt tên là Em-ma-nu-ên."* Điều nầy ngụ ý rằng Con Đức Chúa Trời sẽ được sai đến để chuộc tội loài người qua việc chịu thai bởi Đức Thánh Linh. Quả thật, Chúa Jêsus được sanh ra từ nữ đồng trinh Mary bởi Đức Thánh Linh (Ma-thi-ơ 1:18-25).

Chúa Jêsus được nói tiên tri rằng, Ngài sẽ sinh ra tại xứ Bết-lê-hem, như sách Mi-chê 5:1 có ghi:

Hỡi Bết-lê-hem Ép-ra-ta, ngươi ở trong hàng ngàn Giu-đa là nhỏ lắm, song từ nơi ngươi, sẽ ra cho một Đấng cai trị trong I-sơ-ra-ên; gốc tích của Ngài bởi từ đời xưa, từ trước vô cùng.

Ứng nghiệm Lời nầy, Chúa Jêsus được sinh ra tại Bết-lê-hem, Giu-đa trong thời vua Hê-rốt. Ngay cả lịch sử cũng tái xác nhận điều nầy.

Vụ tàn sát rất nhiều trẻ sơ sinh bởi tay vua Hê-rốt vào thời Chúa Jêsus ra đời (Giê-rê-mi 31:15; Ma-thi-ơ 2:16), Chúa Jêsus vào thành Giê-ru-sa-lem (Xa-ch-ri 9:9; Ma-thi-ơ 21:1-11), và Chúa Jêsus thăng thiên về trời (Thi-thiên 16:10; Công-vụ 1:19) đã được nói tiên tri và được ứng nghiệm một cách phù hợp.

Vả Lại, vụ phản bội của Giu-đa Ích-ca-ri-ốt, kẻ đã theo Chúa ba năm (Thi-thiên 41:9) vì ba mươi nén bạc (Xa-cha-ri 11:12), thảy đều được nói tiên tri và trở thành sự thật. Dường ấy, chúng ta có thể tin rằng Kinh Thánh quả thật là Lời Đức Chúa Trời, đặc biệt khi chúng ta thấy tất cả các lời tiên tri trong Cựu Ước đều được ứng nghiệm một cách chính xác.

Những Lời Tiên Tri Trong Kinh Thánh Chưa Được Ứng Nghiệm

Đức Chúa Trời khiến Chúa Jêsus trở nên Chúa Cứu Thế của chúng ta bằng cách làm trọn những lời tiên tri trong Cựu Ước đến các thời đại của TânƯớc. Mọi chi tiết nhỏ của sự nói tiên tri về Chúa Jêsus, dòng lịch sử của Y-sơ-ra-ên, lịch sử của nhân loại đã được hoàn thành không một sai sót. Qua việc quan sát kỹ lưỡng lịch sử thế giới, chúng ta nhận biết rằng tất cả những lời tiên tri trong Kinh Thánh đã trở thành sự thật và sẽ trở thành sự thật.

Những nhà tiên tri của hai thời kỳ Cựu và Tân Ước đã nói tiên tri về sự hưng thịnh và suy sụp quyền lực thế gian, sự phá huỷ và tái thiết của Giê-ru-sa-lem, cùng những công việc tương lai của những nhân vật quan trọng. Nhiều lời tiên tri trong Kinh Thánh đã được ứng nghiệm và đang được ứng nghiệm, Người ta chưa được nhìn thấy sự hiện đến lần thứ hai của Chúa Jêsus, Tiệc Cưới Chiên Con, Vương Quốc Ngàn Năm, sự Phán Xét trước Tòa Lớn và Trắng. Chúa đã sắm sẵn cho chúng ta một nơi như Ngài đã hứa (Giăng 14:2), rồi Ngài sẽ sớm đưa chúng ta đến nơi ở đời đời.

Thế giới mà chúng ta đang sống là một thế giới phải chịu thống khổ bởi đói kém, động đất, thời tiết thất thường, cùng những thảm họa khủng khiếp. Chúng ta không thể xem đây là những sự ngẫu nhiên, nhưng phải nhận biết rằng ngày Chúa Jêsus Tái Lâm đang đến gần (Ma-thi-ơ 24:3-14). Chúng ta sẽ có được sự cứu rỗi trọn vẹn bằng cách tỉnh thức và tự trang điểm mình như một nàng dâu xinh đẹp.

Chương 2

Đức Chúa Trời Tạo Dựng và Nuôi Dưỡng Loài Người

- Đức Chúa Trời Sáng Tạo Nên Loài Người
- Tại Sao Đức Chúa Trời Nuôi Dưỡng Loài Người?
- Đức Chúa Trời Phân Tách Rơm Rác Ra Khỏi Lúa Mì

Đức Chúa Trời dựng nên loài người như hình Ngài; Ngài dựng nên loài người giống như hình Đức Chúa Trời; Ngài dựng nên người nam cùng người nữ. Đức Chúa Trời ban phước cho loài người và phán rằng: Hãy sinh sản thêm nhiều, làm cho đầy dẫy đất; hãy làm cho đất phục tùng, hãy quản trị loài cá dưới biển, loài chim trên trời cùng các vật sống hành động trên mặt đất.

Sáng thế ký 1: 27-28

Ít nhất trong đời cũng có lần chúng ta hỏi những câu rất cơ bản như nguồn gốc, nơi đến, mục đích và ý nghĩa của cuộc sống, rồi chúng ta cố tìm lời giải đáp. Nhiều người cố gắng đủ cách để giải quyết những thắc mắc nầy nhưng chỉ luống công mà không tìm được một lời giải đáp nào chính đáng.

Những nhà hiền triết nổi tiếng thế giới như Confucius, Buddha, hay Socrate cũng đã gắng sức tìm giải đáp cho những điều cơ bản nầy. Confucius hướng đến đạo đức, quan điểm nầy nhấn mạnh rằng phẩm hạnh hoàn hảo được xem là đức hạnh lý tưởng và đã tu dưỡng được rất nhiều môn đệ. Buddha đã ăn năn sám hối trong một thời gian dài để thoát khỏi cảnh trần tục. Socrates theo đuổi chân lý theo cách riêng của mình đặng tìm kiếm sự hiểu biết thật.

Song, hết thảy họ đều không tìm được một giải pháp lâu dài và cơ bản, không đạt đến một chân lý đích thực, hay một sự sống vĩnh hằng. Vì cớ lẽ thật đã giấu kín khỏi thế gian từ trước buổi sáng thế, ấy là sự thiêng liêng không thể nhìn thấy hoặc đụng đến được. Chúng ta không thể tìm ra lời giải đáp rõ ràng về sự sống cho đến khi chúng ta hiểu thấu sự lo liệu của Đức Chúa Trời, Đấng Tạo Hóa và công cuộc nuôi dưỡng loài người.

Đức Chúa Trời
Sáng Tạo Nên Loài Người

Bí ẩn của việc tạo thành những cơ quan, những tế bào, cùng những sự nối kết của cơ thể con người là không thể nào đo lường được. Đức Chúa Trời tạo dựng nên loài người theo cách nầy, vì Ngài muốn có những con cái thật, để qua họ, Ngài có thể chia sẻ tình yêu đời đời và dư dật của mình. Vì mục đích nầy, Đức Chúa Trời đã tạo nên con người theo ảnh tượng Ngài, nuôi dưỡng họ và chuẩn bị sẵn nước thiên đàng.

Vậy, Đức Chúa Trời đã tạo dựng muôn vật trong vũ trụ và làm nên con người như thế nào?

Sáu Ngày Sáng Tạo của Đức Chúa Trời

Sáng thế 1 mô tả rất rõ tiến trình sáu ngày sáng tạo nên trái đất và bầu trời của Đức Chúa Trời. Chúa phán, *"Hãy có ánh sáng,"* (câu 3) thì có ánh sáng. Rồi Ngài phán, *"Những nước ở dưới trời phải tụ lại một nơi, và phải có chỗ khô cạn bày ra,"* (câu 9) thì có như vậy. Và nhiều thứ khác.

Như có lời chép trong sách Hê-bơ-rơ 11:3 rằng, *"Bởi đức tin, chúng ta biết rằng thế gian được làm nên bởi Đức Chúa Trời, đến nỗi những vật bày ra đó đều chẳng phải từ vật thấy được mà đến."*

Đức Chúa Trời đã dùng Lời Ngài để tạo dựng nên toàn vũ trụ.

Đức Chúa Trời tạo nên sự sáng trong ngày thứ nhất, tạo nên

khoảng không của bầu trời vào ngày thứ hai, vào ngày thứ ba, Ngài cho nước dưới bầu trời tụ lại một nơi, và Ngài gọi nơi khô cạn là "đất" và chỗ nước tụ lại là "biển." Ngài khiến đất sanh cây cỏ; cỏ kết hột giống, cây trái kết quả, tùy theo loại mà có hột giống trong mình trên đất. Vào ngày thứ tư, Ngài tạo nên mặt trời, mặt trăng, và các vì sao trong khoảng không của bầu trời, Ngài cho mặt trời cai trị ban ngày, mặt trăng cai trị ban đêm. Ngày thứ năm, Ngài tạo nên các loài sinh vật sống dưới biển, các vật sống hay động nhờ nước sanh ra nhiều, tuỳ theo loại, và các loài chim bay tuỳ theo loại. Ngày thứ sáu, Ngài tạo nên các vật sống, tức súc vật, côn trùng, thú rừng, đều tuỳ theo loại.

Con Người được Tạo Dựng theo Ảnh Tượng Đức Chúa Trời

Đức Chúa Trời, Đấng Tạo Hoá đã sắm sẵn một môi trường trong sáu ngày để con người có thể sống trong đó, rồi Ngài tạo dựng nên con người theo ảnh tượng Ngài. Ngài ban phước cho loài người làm chủ trên muôn loài, làm cho phục tùng và quản trị trên chúng.

Đức Chúa Trời dựng nên loài người như hình Ngài; Ngài dựng nên loài người giống như hình Đức Chúa Trời; Ngài dựng nên người nam cùng người nữ. Đức Chúa Trời ban phước cho loài người và phán rằng: Hãy sanh sản, thêm nhiều, làm cho đầy dẫy đất; hãy làm cho đất phục tùng, hãy quản trị loài cá dưới biển, loài chim trên trời cùng các vật sống hành động trên mặt đất.

(Sáng thế 1:27-28)

Vậy, Đức Chúa Trời đã tạo nên con người bằng cách nào?

Giê-hô-va Đức Chúa Trời bèn lấy bụi đất nén nên hình người, hà sinh khí vào lỗ mũi; thì người trở nên một loài sinh linh. (Sáng thế 2:7)

Trong câu nầy, bụi chỉ về đất sét. Một người thợ gốm tài năng, sử dụng đất sét hảo hạng, tạo nên món đồ sứ màu ngọc bích hay màu trắng có giá trị tuyệt vời. Ngược lại, vài thợ gốm khác đã làm nên những đồ sành, không tráng men, ngói lợp, hay gạch.

Giá trị của những món đồ bằng đất nung phụ thuộc chủ yếu vào người thợ làm ra nó, kỹ năng, loại đất sét, và loại sản phẩm. Khi Đức Chúa Trời Toàn Năng, Đấng Tạo Hóa tạo nên loài người theo ảnh tượng Ngài, Ngài đã làm nên nó một cách đẹp để làm sao!

Sau khi tạo nên loài người theo hình ảnh Ngài từ bụi đất, Đức Chúa Trời đã hà sinh khí vào lỗ mũi, và loài người trở nên loài có sinh linh. Sanh khí là sức mạnh, quyền năng, năng lực, và Linh thuộc về Đức Chúa Trời.

Đức Chúa Trời Hà Sanh Khí Vào Con Người

Khi chúng ta nghĩ đến sự tỏa sáng của một bóng đèn huỳnh quang, chúng ta có thể hiểu dễ dàng hơn về tiến trình con người được tạo nên như một loài có sinh linh. Nếu chúng ta muốn làm một bóng đèn huỳnh quang, trước hết, chúng ta phải làm một cái giống hệt, rồi tra vào ổ cắm. Tuy nhiên, cho đến khi bật công tắc nguồn điện thì đèn mới sáng.

Ti-vi trong nhà chúng ta cũng vậy. Khi chưa bật lên, chúng ta chẳng thấy gì trên màn hình cả, nhưng khi bật lên rồi, chúng ta có thể nghe, thấy rất nhiều âm thanh và hình ảnh khác nhau. Chỉ cần bật ti-vi lên, chúng ta có thể nhìn thấy được những hình ảnh trên màn hình nó. Tuy nhiên, đằng sau chiếc ti-vi, có rất nhiều bộ phận tinh tế được lắp ráp rất tỉ mỉ.

Cũng vậy, Đức Chúa Trời không chỉ tạo nên hình dạng con người, mà từ bụi đất Ngài còn tạo nên các bộ phận bên trong và xương cốt nữa. Ngài tạo nên những động mạch cho máu chạy qua, cùng một hệ thần kinh để hoàn thành các chức năng của nó một cách hoàn hảo.

Quyền năng Đức Chúa Trời có thể biến bụi đất thành làn da mịn màng nếu, hoặc khi Ngài muốn. Như cho một dòng điện chạy qua, Ngài hà sanh khí vào con người. Tức thì máu huyết trong nó bắt đầu lưu thông, rồi nó có thể thở và di chuyển.

Thêm vào đó, Đức Chúa Trời làm nên những đơn vị nhớ trong não bộ con người, con người thu nhận và nhớ những gì chúng nghe và cảm nhận trong não bộ. Những gì thu nhận và nhớ được trở thành sự hiểu biết, sự hiểu biết sinh ra những ý tưởng. Khi chúng ta sử dụng sự hiểu biết tích lũy được trong cuộc sống, chúng ta gọi đó là sự thông minh.

Loài người, mặc dù chỉ là một loài sinh vật, nhưng đã tăng trưởng sự khôn ngoan và hiểu biết, họ đã phát triển một nền văn minh khoa học tinh xảo. Đến nay, họ đã xem xét và khám phá về vũ trụ, làm ra những chiếc máy tính có thể chứa đựng một lượng thông tin khổng lồ và có thể tái hiện lại những điều đó. Do vậy, máy tính mang lại rất nhiều lợi ích cho con người, giống như Đức Chúa Trời đã tạo nên những bộ nhớ trong não bộ. Con người đã tiến xa hơn để tạo ra những chiếc máy tính có biệt danh là "Trí thông minh nhân tạo" có thể nhận diện ra chữ viết hoặc giọng nói của con người và có thể giao tiếp với những máy tính khác. Chúng sẽ ngày càng phát triển hơn.

Huống chi đối với Đức Chúa Trời Toàn năng, Đấng Tạo Hoá của chúng ta, thì dễ dàng hơn biết bao khi Ngài dùng bụi đất để tạo nên loài người, rồi hà hơi sống vào để làm cho nó trở nên loài sinh linh! Thật quá dễ dàng đối với Đức Chúa Trời là Đấng đã tạo nên sự vật từ hư không, nhưng cũng thật quá kỳ diệu và không thể lường được đối với loài người. (Thi-thiên 139: 13-14).

Tại Sao Đức Chúa Trời Nuôi Dưỡng Loài Người?

Chúa Jêsus truyền dạy chúng về sự sắm sẵn của Đức Chúa Trời qua rất nhiều dụ ngôn, với hiểu biết của mình, loài người không thể hiểu được sự thiêng liêng. Ngài đã dùng những việc thông thường qua những dụ ngôn hầu cho chúng ta có thể hiểu được.

Có rất nhiều dụ ngôn liên quan đến việc nuôi dưỡng. Ví dụ, những dụ ngôn nói về người gieo giống (Ma-thi-ơ 13:3-23; Mác 4:3-20; Lu-ca 8:4-15), dụ ngôn về hạt cải (Ma-thi-ơ 13:31-32; Mác: 3:30-32; Lu-ca 13:18-19), dụ ngôn về cỏ lùng trong ruộng lúa (Ma-thi-ơ 20: 1-16), và dụ ngôn về người làm thuê (Ma-thi-ơ 21:33-41; Mác 12:1-9; Lu-ca 20:9-16).

Những dụ ngôn nầy cho chúng ta biết rằng, như người nông dân làm đất và gieo hạt, chăm sóc chúng, rồi mùa vụ được sinh sôi, Đức Chúa Trời tạo dựng và nuôi dưỡng loài người trên đất nầy, Ngài sẽ phân tách rơm rác khỏi lúa mì.

Đức Chúa Trời Muốn Chia Sẻ Tình Yêu Chân Thật Với Con Cái Ngài

Đức Chúa Trời không chỉ có thần tánh mà còn có nhân tánh. Thần tánh nói lên tính toàn tri và toàn năng của Đức Chúa Trời, tự Ngài là Đấng Tạo Hóa, nhân tánh nói lên trí óc của con người. Đức Chúa Trời đã sáng tạo và cai trị trên toàn vũ trụ, lịch sử và sự sống của loài người. Ngài cũng vui mừng, giận dữ, buồn rầu và hài lòng, Ngài muốn chia sẻ tình yêu với con cái mình.

Rất nhiều lần Kinh Thánh cho chúng ta biết Đức Chúa Trời cũng có nhân cách như loài người, Đức Chúa Trời vui mừng và ban phước cho loài người, khi Ngài tạo nên chúng ta theo hình ảnh của Ngài, khi chúng ta làm những việc ngay thẳng, nhưng Ngài than vãn, ca thương trong giận dữ khi thấy con người phạm tội. Ngài muốn trò chuyện với con cái Ngài và ban phước cho chúng, điều nầy được bày tỏ qua lời Đức Chúa Trời.

Nếu Đức Chúa Trời chỉ có thần tánh, Ngài chẳng cần nghỉ ngơi sau sáu ngày sáng tạo vũ trụ, và cũng sẽ chẳng cần thông công với chúng ta, Ngài phán rằng, *"Hãy cầu nguyện luôn"* (1 Tê-sa-lô-ni-ca 5:17), và *"Hãy kêu cầu ta, ta sẽ trả lời cho; ta sẽ tỏ cho ngươi những việc lớn và khó, là những việc ngươi chưa từng biết. "* (Giê-rê-mi 33:3).

Đôi khi chúng ta muốn được ở một mình, nhưng dễ thường sẽ vui hơn với một người bạn đồng tâm tình để có thể cùng nhau chia sẻ tình cảm. Cùng thể ấy, Đức Chúa Trời tạo nên loài người theo hình ảnh Ngài vì Ngài muốn có ai đó để trao đổi tình cảm với. Ngài đang trưởng dưỡng tâm linh con người trên đất nầy vì muốn có những con cái thật là nhữmg kẻ có thể hiểu được tấm lòng và tình yêu Ngài với trọn lòng chúng.

Đức Chúa Trời Muốn Con Cái Ngài Vâng Phục Bằng Ý Chí Tự Do

Một số người có thể tự hỏi rằng tại sao Đức Chúa Trời đã sáng tạo nên loài người rồi phải nuôi dưỡng chúng trong khi đã có rất nhiều thiên sứ vâng phục và các cơ binh trên thiên đàng. Dẫu vậy, chúng không có nhân tánh, là điều rất quan trọng để chia sẻ tình cảm. Nói cách khác, chúng không có ý chí tự do trong việc tự chọn. Chúng chỉ biết làm theo như robot, chúng không biết vui mừng, giận dữ, buồn rầu, hay hài lòng như con người. Do đó, chúng không thể hết lòng chia sẻ tình cảm với Đức Chúa Trời được.

Ví như, chúng ta có hai đứa con. Trong đó, một đứa chỉ biết làm theo những yêu cầu của chúng ta mà chẳng hề bày tỏ cảm xúc, quan điểm, hay tình cảm, nó chỉ giống như một con robot đã được lập trình sẵn. Đứa kia thỉnh thoảng làm chúng ta buồn lòng, nhưng rồi sớm hối hận về hành vi của nó, bám víu vào chúng ta, tìm mọi cách bày tỏ tấm lòng của nó. Vậy, chúng ta sẽ yêu đứa nào nhiều hơn? Chắc hẳn là đứa sau.

Ví bằng có một con robot biết nấu ăn, lau nhà, và hầu việc chúng ta. Song, chúng ta cũng không yêu robot hơn con cái được. Không kể robot ấy làm việc chăm chỉ thế nào, hay giúp ích cho chúng ta đến dường nào, thì nó cũng không thể thay thế con cái chúng ta được.

Cũng vậy, Đức Chúa Trời yêu thích con người vâng phục Ngài cách vui vẻ bằng ý chí tự do của chúng với những nguyên do và cảm xúc, hơn là những thiên sứ cùng những cơ binh trên trời, hành động như những robot được lập trình sẵn. Ngài ban cho loài người ý chí tự do và Lời Ngài. Rồi Ngài chỉ dạy cho chúng về điều thiện, điều ác, đâu là con đường của sự cứu rỗi, và đâu là con đường dẫn đến sự chết. Ngài kiên nhẫn chờ đợi cho đến chừng chúng trở nên con cái thật của Ngài.

Đức Chúa Trời Dùng Sự ảnh Hưởng Của Cha Mẹ Để Nuôi Dưỡng Loài Người

Như có lời chép trong Sáng thế 6:5-6 rằng: *"Đức Giê-hô-va thấy sự hung ác của loài người trên mặt đất rất nhiều, và các ý tưởng của lòng họ chỉ là xấu xa luôn; thì tự trách đã dựng loài người trên mặt đất và buồn rầu luôn."*

Phải chăng Đức Chúa Trời không biết đến sự thể nầy khi Ngài dựng nên loài người sao? Vâng, Ngài biết rõ. Đức Chúa Trời toàn tri và toàn năng đã biết mọi sự từ trước vô cùng. Song, Ngài vẫn tạo nên loài người và nuôi dưỡng chúng.

Nếu là những bậc cha mẹ, có lẽ chúng ta hiểu điều nầy dễ dàng hơn. Sinh đẻ và nuôi dưỡng con cái là một công việc khổ nhọc làm sao! Trong khi người phụ nữ mang thai, phải chịu nhiều nỗi đau đớn kể cả những cơn buồn nôn trong chín tháng trường. Đến kỳ sinh con, những cơn đau ghê gớm xảy đến cho người. Cha mẹ phải ngày đêm cố gắng và làm việc khổ nhọc để nuôi nấng, dạy dỗ, và lo cho chúng có đồ ăn, đồ mặc. Bố mẹ lo lắng khi con cái về muộn. Khi chúng đau ốm, bố mẹ cảm thấy đau hơn cái đau chúng phải chịu.

Tại sao bố mẹ đã không kể đến những nỗi đau đớn và nỗ lực trong việc nuôi dưỡng con cái? Vì bố mẹ muốn có đối tượng để qua đó chia sẻ tình cảm, ấy là, ai cảm nhận được tình yêu của bố mẹ thì sẽ yêu mến bố mẹ mình hết lòng. Đối với những bậc cha mẹ, những nỗi đau như vậy đem lại hạnh phúc. Vả lại, nếu con cái giống hệt với cha mẹ, thì chúng mới dễ thương làm sao! Tất nhiên, không phải đứa con nào cũng biết vâng lời bố mẹ. Một số thì biết yêu thương tôn kính bố mẹ, nhưng số khác chỉ làm buồn lòng bố mẹ chúng.

Cũng vậy, thấu hiểu những nỗi khổ khi nuôi dưỡng con cái, những bậc cha mẹ không xem những điều nầy là khổ sở. Song, họ nỗ lực hết mình mong sao con cái chóng lớn và vui khỏe. Cũng vậy, Đức Chúa Trời biết rằng loài người sẽ bất tuân, trở nên hư đốn, và làm Ngài buồn lòng, nhưng Ngài cũng biết rằng sẽ có những đứa con chân thật để có thể chia sẻ tình yêu với Ngài. Do vậy, Đức Chúa Trời đã tạo nên loài người và sẵn lòng nuôi dưỡng chúng.

Đức Chúa Trời Muốn Được Vinh Hiển Qua Con Cái Chân Thật Của Mình

Đức Chúa Trời nuôi dưỡng linh hồn loài người trên đất nầy

không chỉ để có được những con cái chân thật, mà còn để được vinh hiển qua chúng. Những thiên sứ và các cơ binh trên trời đã tôn vinh Đức Chúa Trời rất nhiều. Tuy nhiên, những gì Ngài thật sự muốn là có được con cái chân thật mà Ngài nuôi dưỡng, tôn vinh Ngài với trọn cả tấm lòng.

Đức Chúa Trời phán qua Ê-sai 43:7 rằng *"Những kẻ xưng bằng tên ta, ta đã dựng nên họ vì vinh quang ta, ta đã tạo thành và nên họ,"* và Ngài phán dạy chúng ta qua 1Cô-rinh-tô 10:31, *"Vậy, anh em hoặc ăn, hoặc uống, hay làm sự chi khác, hãy vì sự vinh hiển của Đức Chúa Trời mà làm."*

Đức Chúa Trời là Đấng Tạo Hóa, Yêu Thương và Công Chính. Ngài đã phó con một của Ngài để cứu chúng ta, Ngài cũng sắm sẵn thiên đàng và sự sống đời đời cho chúng ta. Ngài vượt quá sự xứng đáng được tôn vinh. Và lại, Ngài muốn những kẻ tôn vinh Ngài cũng được vinh hiển.

Chúng ta hãy trở nên con cái chân thật của Đức Chúa Trời là những kẻ có thể chia sẻ tình yêu muôn đời của Ngài qua sự hiểu biết nguyên do Ngài muốn được vinh hiển qua những con cái thuộc linh do chính Ngài trưởng dưỡng.

Đức Chúa Trời Phân Tách Rơm Rác Ra Khỏi Lúa Mì

Để có vụ mùa dư dật, nhà nông cày xới đất đai. Đức Chúa Trời nuôi dưỡng linh hồn con người trên đất nầy nhằm có được những con cái chân thật, là những kẻ không chỉ biết yêu mến và tôn vinh Ngài hết lòng mà còn chia sẻ tình yêu với Ngài nơi thiên đàng vĩnh hằng.

Luôn có cả lúa mì và rơm rác trong vụ mùa, nên người nông dân thường phân tách chúng khỏi lúa mì, đem lúa mì cất vào kho, đốt chúng trong lửa. Cùng thể ấy, Đức Chúa Trời sẽ phân tách rơm rác khỏi lúa mì vào cuối kỳ nuôi dưỡng linh hồn nhân loại:

Tay Ngài cầm nìa mà dê thật sạch sân lúa mình, và Ngài sẽ chứa lúa vào kho, còn rơm rạ thì đốt trong lửa chẳng hề tắt. (Ma-thi-ơ 3:12)

Vậy nên, chúng ta phải tin chắc rằng Đức Chúa Trời nuôi dưỡng linh hồn con người trên đất nầy, khi đến kỳ, Ngài sẽ gom lúa, tức là con cái thật lại để đưa vào nước thiên đàng, hưởng sự sống đời đời, nhưng Ngài sẽ đốt rơm rác trong lửa hỏa ngục chẳng hề tắt.

Ấy vậy, chúng ta hãy suy nghĩ sâu xa, trước mặt Chúa, hạng người nào là lúa mì, hạng người nào là rơm rác, thiên đàng và hỏa ngục là những nơi như thế nào?

Lúa Mì Và Rơm Rạ

Lúa mì tượng trưng cho những ai tin nhận Chúa Cứu Thế Jêsus, đi trong lẽ thật và chia sẻ tình yêu với Đức Chúa Trời. Họ là con cái sự sáng, những kẻ khôi phục lại ảnh tượng bị đánh mất của Đức Chúa Trời, và vâng phục theo mạng lệnh Ngài.

Ngược lại, rơm rạ đại diện cho những kẻ chẳng tin nhận Chúa Cứu Thế Jêsus, hoặc những kẻ chỉ tin ngoài môi miệng, nhưng sống theo tư dục xấu xa của mình và cách xa Lời Chúa. 1 Ti-mô-thê 2:4 mô tả Đức Chúa Trời chúng ta như một người *"Muốn cho mọi người được cứu rỗi và hiểu biết lẽ thật."* Thật vậy, Đức Chúa Trời muốn tất cả con người đều là lúa mì và được vào nước thiên đàng. Ngài đang cố làm cho chúng ta nhận biết điều nầy bằng nhiều cách để đưa chúng ta đến với sự cứu rỗi. Tuy thế, một số người đã phạm giới ý chỉ và sự lo liệu của Ngài mà làm theo ý chí tự do riêng của mình. Những người nầy trước mặt Chúa chẳng hơn kém gì súc vật vì họ đã mất giá trị con người.

Người nông dân đốt rơm rạ trong lửa hoặc dùng làm phân, vì cả hai thứ rơm rạ và lúa mì nếu cất chung vào kho, thì lúa mì sẽ bị mục nát. Do vậy, Đức Chúa Trời sẽ không để rơm rạ vào nước thiên đàng là nơi dành cho lúa mì. Không như súc vật, con người có linh hồn bất diệt, vì khi tạo nên loài người, Đức Chúa Trời đã hà sanh khí vào chúng. Vậy nên, Ngài sẽ không thể phá hủy lúa mì hoặc để chúng ở chung với những thứ vô giá trị.

Ắt hẳn, Đức Chúa Trời sẽ gom lúa mì lại để đem vào nước thiên đàng và ban cho chúng sự vui mừng với niềm hạnh phúc đời đời. Ngài sẽ đốt rơm rạ trong lửa hừng hỏa ngục chẳng hề tắt, đó là điều không thể tránh khỏi. Chúng ta phải ghi nhớ điều nầy hầu cho không bị ném vào lửa hỏa ngục.

Sự Xinh Đẹp nơi Thiên Đàng và sự Kinh Khủng của Hỏa Ngục

Một mặt, thiên đàng là nơi tuyệt đẹp đến nỗi không thể có một sự gì ở thế gian có thể sánh được. Như hoa cỏ ở thế gian rồi sẽ chóng tàn, nhưng ở thiên đàng, mọi thứ chẳng hề tàn phai, vì mọi thứ ở thiên đàng đều là vĩnh hằng. những con đường được lát vàng ròng, trong suốt như thủy tinh, dòng sông sự sống tỏa sáng và trong như pha lê chảy qua, nhà cửa được làm bằng đủ loại đá quý rực rỡ. Mọi thứ ở đây xinh đẹp đến sững sờ *(Xin xem Thiên Đàng I & II)*.

Mặt khác, hỏa ngục là nơi có sâu bọ chẳng hề chết và lửa hừng chẳng hề tắt. Mọi thứ ở đây đều chìm trong lửa (Mác 9:48-49). Hơn thế, hồ lửa diêm sinh ở hỏa ngục có sức nóng gấp bảy lần hồ lửa nầy (Khải-huyền 20: 10,15). Những người không được cứu phải sống nơi hồ lửa hừng hoặc hồ lửa diêm sinh chẳng hề tắt. Thật kinh khiếp biết dường nào cho những kẻ phải chịu sống đời đời ở nơi nầy (Xin xem *Hỏa Ngục*)!

Vậy nên, Chúa Jêsus phán dạy, *"Thà rằng một tay mà vào sự sống, còn hơn đủ hai tay mà sa xuống địa ngục, trong lửa chẳng hề tắt."* (Mác 9:43).

Tại sao Đức Chúa Trời của tình yêu lại dựng nên cả hai nơi, địa ngục kinh khiếp và thiên đàng xinh đẹp? Nếu những kẻ ác được phép vào nơi của những kẻ nhơn từ và đáng yêu trước mặt Chúa, điều nầy sẽ gây đau đớn cho người nhân lành và thiên đàng sẽ bị vấy bẩn bởi những kẻ ác. Tóm lại, Đức Chúa Trời dựng nên hỏa ngục vì Ngài yêu mến nhân loại và chỉ muốn trao cho con cái Ngài điều tốt nhất.

Sự Phán Xét Trước Ngai Trắng và Lớn

Như người nông dân gieo hạt và thu hoạch vụ mùa hàng năm, Đức Chúa Trời nuôi dưỡng linh hồn con người từ khi

Ađam bị đuổi khỏi vườn Ê-đen và Ngài vẫn tiếp tục cho đến Khi Chúa Jêsus tái lâm.

Đức Chúa Trời đã bày tỏ ý chỉ của Ngài cho các bậc tổ phụ đức tin như Nô-ê, Áp-ra-ham, Môi-se, Giăng Báp-tít, Phi-e-rơ, và sứ đồ Phao-lô. Ngày nay Ngài vẫn đang nuôi dưỡng linh hồn nhân loại, là những mục sư, giáo sĩ, những đầy tớ của Ngài. Song, như sự phải xảy đến, sự cuối cùng tiếp theo sau sự khởi đầu. Sự nuôi dưỡng linh hồn nhân loại cũng sẽ chẳng kéo dài mãi mãi.

2 Phi-e-rơ 3:8 khuyên giục chúng ta *"Chớ nên quên rằng ở trước mặt Chúa một ngày như ngàn năm, ngàn năm như một ngày."* Như Đức Chúa Trời nghỉ ngơi vào ngày thứ bảy, sau sáu ngày sáng tạo vũ trụ, sự hiện đến của Chúa Jêsus mở ra một Thiên Niên Kỷ Mới, thời kỳ Sa-bát sẽ đến sau sáu ngàn năm kể từ sự kiện bất tuân của Ađam. Sau đó, qua sự phán xét trước tòa lớn và trắng, Đức Chúa Trời sẽ đem lúa mì vào nước thiên đàng, quăng rơm rạ vào lửa hỏa ngục.

Vậy nên, nhân danh Chúa Cứu Thế Jêsus tôi cầu nguyện cho anh em, hầu cho chúng ta hiểu thấu được sự trù liệu và tình yêu của Đức Chúa Trời qua việc nuôi dưỡng linh hồn nhân loại, sống một cuộc đời phước hạnh, tôn vinh danh Ngài cùng với hy vọng tha thiết về nước thiên đàng.

Chương 3

Cây Biết Điều Thiện và Điều Ác

- A-đam và Ê-va trong vườn Ê-đen
- A-đam Bất Tuân Và Làm Theo Ý Riêng
- Tiền Công Của Tội Lỗi Là Sự Chết
- Tại Sao Đức Chúa Trời Đã Dựng
  Nên Cây Tri Thức Trong Vườn Êđen?

Giê-hô-va Đức Chúa Trời đem người ở vào cảnh vườn Ê-đen để trồng và giữ vườn. Rồi, Giê-hô-va Đức Chúa Trời phán dạy rằng: Ngươi được tự do ăn hoa quả các thứ cây trong vườn; nhưng về cây biết điều thiện và điều ác thì chớ hề ăn đến, vì một mai ngươi ăn, chắc sẽ chết.

Sáng thế 2:15-17

Những người không hiểu tình yêu lớn lao của Đức Chúa Trời, Đấng Tạo Hóa và sự trù liệu sâu nhiệm của Ngài nhằm trưởng dưỡng con cái chân thật, có thể thắc mắc rằng, "Tại sao Đức Chúa Trời đã dựng nên cây biết điều thiện và điều ác trong vườn Ê-đen?" "Cớ sao Ngài lại để cho con người đầu tiên phải sa vào đường chết?" Họ nghĩ, nếu Đức Chúa Trời không đặt cây nầy ở đây, thì con người sẽ không phải chết mà vui hưởng sự sống phước hạnh đời đời tại vườn Ê-đen nầy.

Một số khác thì nói, "Đức Chúa Trời có thể đã không biết trước Ađam sẽ ăn trái cây biết điều thiện và điều ác", vì họ không tin vào sự toàn tri và toàn năng của Đức Chúa Trời. Phải chăng Ngài đã thiển cận trong lòng khi đặt cây đó trong vườn Ê-đen mà chẳng hề nghĩ rằng Ađam sẽ bất tuân sao? Hay Đức Chúa Trời muốn dẫn loài người vào con đường chết? Ắt hẳn là không!

Vậy thì, tại sao Ngài đặt cây biết điều thiện và điều ác ngay giữa vườn Ê-đen? Tại sao Ađam đã bất tuân mệnh lệnh Đức Chúa Trời và sa vào đường chết?

A-đam và Ê-va trong vườn Ê-đen

Đức Chúa Trời tạo nên loài người từ bụi đất rồi hà sanh khí vào lỗ mũi nó, loài người trở thành một loài có sinh linh (Sáng thế 2:7). Một loài có sinh linh, tức là một loài có linh hồn, khi mới được tạo nên, nó chẳng có một loại tri thức nào. Chúng ta hãy xem một ví dụ đơn giản nầy, một đứa bé mới sinh chẳng có sự khôn ngoan cũng chẳng có tri thức. Đứa bé ấy có một bộ nhớ trong não nó. Nhưng chưa hề được nghe, thấy hoặc được dạy dỗ một điều gì. Vì vậy, nó chỉ biết hành động theo bản năng.

Cũng vậy, khi mới trở thành một loài có sinh linh, A-đam cũng chẳng có trí khôn hoặc tri thức nào, chỉ giống như đứa trẻ sơ sinh.

A-đam Học Biết Tri Thức Cuộc Sống Từ Đức Chúa Trời

Đức Chúa Trời đặt khu vườn Ê-đen ở phía đông, Ngài cho A-đam sống ở đó, và lần lượt ban cho A-đam tri thức cuộc sống và lẽ thật, rồi Ngài đồng hành với ông hầu cho Ngài có thể sử dụng A-đam để cai quản vườn nầy.

Sáng thế ký 2:19 có chép rằng, *"Giê-hô-va Đức Chúa Trời nắn nên các loài thú đồng, các loài chim trời, rồi dẫn đến trước mặt A-đam đặng thử xem người đặt tên chúng nó làm sao, hầu cho tên nào A-đam đặt cho mỗi vật sống, đều thành tên riêng cho nó."* A-đam được trang bị tri thức cuộc sống đủ để cai quản trên muôn vật.

Song, Đức Chúa Trời thấy A-đam ở một mình thì không tốt. Vậy, Ngài khiến cho A-đam ngủ thiếp đi, lấy một xương sườn, rồi lắp thịt thế vào, đặng làm nên một người giúp đỡ cho ông. Đức Chúa Trời tạo ra một người nữ từ một xương sườn Ngài đã lấy từ người nam, rồi đưa đến cùng người. Đức Chúa Trời cho người nam sống chung với vợ mình, và họ trở nên một thịt. (Sáng thế ký 2:20-22).

Sự nầy không phải A-đam cảm thấy cô đơn, nhưng vì Đức Chúa Trời đã trải qua tình trạng trống vắng trong một thời gian dài từ trước vô cùng và đã hiểu được tâm trạng cô đơn là thể nào. Tình yêu lớn lao và ân huệ của Đức Chúa Trời khiến Ngài làm cho A-đam một người giúp đỡ, và Ngài đã biết trước mọi sự về A-đam, ban phước cho vợ chồng người được sinh sản thêm nhiều, thịnh vượng và làm đầy dẫy đất.

Cuộc Sống Trường Thọ của A-đam tại vườn Ê-đen

Vậy, A-đam cùng Ê-va vợ người sống được bao lâu tại vườn Ê-đen? Kinh Thánh không nói rõ điều nầy, nhưng chúng ta nên biết rằng họ đã sống ở đó lâu hơn nhiều người tưởng.

Kinh Thánh chỉ nói về sự thật nầy chỉ trong vài câu. Do vậy, nhiều người nghĩ rằng A-đam đã ăn trái cấm và bị sa vào sự chết chẳng bao lâu sau khi Đức Chúa Trời đặt ông sống trong vườn Ê-đen. Một vài người hỏi, "Kinh Thánh nói đến lịch sử nhân loại là sáu ngàn năm, nhưng làm thế nào để ta có thể giải thích về những vật hóa thạch có tuổi hàng mấy trăm ngàn năm trước?"

Lịch sử giáo hóa nhân loại được nói đến trong Kinh Thánh là 6.000 năm, bắt đầu từ lúc A-đam và Ê-va bị đuổi ra khỏi vườn Ê-đen. Nó không kể đến thời gian khá lâu mà họ đã sống trong vườn Ê-đen. Trải qua một thời gian khá lâu, có rất nhiều sự thay đổi về địa chất và địa lý như sự phản ứng của vỏ trái đất cùng rất nhiều chu trình sinh sản và tuyệt chủng đã xảy ra. Như đã có nói đến trong chương 1, có rất nhiều vật hóa thạch đã nói lên sự thật nẩy.

Khi Đức Chúa Trời ban phước cho A-đam cùng vợ người như đã được chép trong Sáng thế ký 1:28, A-đam – con người đầu tiên trước khi bị rủa sả, đã đồng đi cùng Đức Chúa Trời và sanh đẻ rất nhiều con cái trong thời gian dài, làm đầy dẫy vườn Ê-đen. Với tư cách là chủ của tất cả tạo vật, A-đam chinh phục và cai quản trái đất cũng như quản trị vườn Ê-đen.

A-đam Bất Tuân Và Làm Theo Ý Riêng

Đức Chúa Trời ban cho A-đam và Ê-va mỗi người có ý chí tự do riêng, cho phép họ vui hưởng sự dư dật cùng lạc thú trong vườn Ê-đen. Song, Đức Chúa Trời cấm một điều, Ngài cấm họ ăn trái cây biết điều thiện và điều ác.

Ví bằng A-đam thấu hiểu tấm lòng sâu thẳm của Đức Chúa Trời và thật lòng yêu Ngài, ông đã không ăn trái cấm vì chính ông đã biết mệnh lệnh của Đức Chúa Trời. Song, ông đã không làm theo mệnh lệnh rất rõ ràng nẩy vì cớ ông đã chẳng thật lòng yêu Chúa.

Đức Chúa Trời đã đặt cây biết điều thiện và điều ác trong vườn Ê-đen, thiết lập một luật pháp nghiêm ngặt giữa Đức Chúa Trời và loài người. Ngài cho con người có quyền tự do trong việc vâng giữ mệnh lệnh Ngài. Ấy là vì Ngài muốn có những con cái thật, là những kẻ sẽ vâng phục Ngài tự đáy lòng.

A-đam Xao Lãng Lời Đức Chúa Trời

Trong Kinh Thánh, Đức Chúa Trời thường hứa ban phước cho những ai vâng giữ hết thảy những điều răn Ngài và để tâm đến Lời Ngài (Phục-truyền 15:4-6, 28:1-14). Song, ai là kẻ có thể vâng giữ toàn bộ các điều răn ấy? Ngay cả Kinh Thánh cũng thừa nhận rằng chỉ có vài người trên thế gian nầy có thể.

Đức Chúa Trời ắt hẳn đã dạy dỗ A-đam, con người đầu tiên rằng, người sẽ được vui hưởng phước hạnh và cuộc sống đời đời cho đến chừng nào người còn vâng phục Ngài, nhưng nếu bất tuân thì sẽ gặt lấy sự chết đời đời. Đức Chúa Trời đã cảnh báo người về việc ăn trái cây biết điều thiện và điều ác.

Vả lại, A-đam cùng Ê-va không để ý đến mệnh lệnh của Đức Chúa Trời, để rồi họ đã ăn trái cấm. Sa-tan cố quấy rầy kế hoạch nuôi dưỡng con cái thuộc linh chân thật của Đức Chúa Trời ngay từ lúc ban đầu. Cuối cùng, Sa-tan cũng đã thành công trong việc cám dỗ họ ăn trái cây đó qua con rắn, con vật xảo quyệt hơn tất cả những thú vật khác (Sáng thế ký 3:1). A-đam và Ê-va đã bất tuân mệnh lệnh của Đức Chúa Trời. Vậy thì, cớ sao A-đam đã bất tuân mệnh lệnh Chúa, mặc dù ông là một loài có sinh linh và đã được Đức Chúa Trời dạy dỗ lẽ thật cho?

Trong Sáng thế ký 2:15, ta thấy Đức Chúa Trời cho A-đam cai quản và trông nom vườn Ê-đen. A-đam nhận lãnh năng lực và thẩm quyền từ Đức Chúa Trời để cai quản và bảo vệ vườn đó. Đức Chúa Trời cho A-đam canh giữ kẻo Sa-tan và ma quỷ sẽ lẻn vào. Ấy vậy, Sa-tan đã không thất bại trong việc bày biểu một con rắn đến cám dỗ A-đam và Ê-va. Làm sao lại có thể xảy ra điều nầy?

Tóm lại, Sa-tan là một ác linh có quyền trên vương quốc ở không trung. Sa-tan không có hình hài. Trong Ê-phê-sô 2:2, Sa-tan được nói đến như một *"Vua cầm quyền chốn không trung, tức là thần hiện đang hành động trong các con bạn nghịch."*

Vì cớ Sa-tan giống như sóng ra-đi-ô bay lơ lửng trên không trung, Sa-tan có thể bày biểu con rắn trong vườn Ê-đen đến cám dỗ A-đam và Ê-va. Sáng thế ký bày tỏ một điều được lặp đi lặp lại nhiều lần trong một cụm từ đặc biệt, cuối mỗi ngày sáng tạo, Kinh Thánh có chép, "Đức Chúa Trời thấy điều đó là tốt lành." Nhưng cụm từ nầy không được nhắc đến lần thứ hai khi Ngài tạo nên khoảng không.

Một lần nữa, Ê-phê-sô 2:2 từng nói, *"Đều là những sự anh em xưa đã học đòi, theo thói quen đời nầy, vâng phục vua cầm quyền chốn không trung, tức là thần hiện đương hành động trong các con bạn nghịch."* Đức Chúa Trời đã biết rằng các hung thần sẽ cầm quyền chốn không trung.

Ê-va Sa Vào Chước Cám Dỗ Của Con Rắn

Con rắn chỉ là một trong những loài thú đồng, làm sao nó có thể cám dỗ được bà Ê-va nghịch lại mệnh lệnh Đức Chúa Trời? Trong vườn Ê-đen, loài người có thể trò chuyện với tất cả các sinh vật sống như hoa cỏ, chim chóc, cây cối, thú vật . . . Ê-va cũng có thể trò chuyện được với con rắn. Ban đầu, con người và rắn có mối giao hảo tốt đẹp, không như ngày nay. Chúng thật nhẵn nhụi, sạch sẽ, dài dặc, tròn trĩnh và khôn ngoan, được Ê-va yêu quý. Chúng biết làm bà hài lòng. Giống như những con chó được chủ chúng yêu quý vì chúng thông minh, và đi theo tốt hơn những loài vật khác. Song, nhiều người nói rằng, "Rắn thật là kinh khủng, độc dữ, và kinh tởm." Hầu như bổn tính của con người là không thích rắn, vì nó đã lừa phỉnh con người đầu tiên, A-đam và Ê-va vợ người bất tuân mệnh lệnh Chúa để đẩy họ sa vào đường chết.

Để hiểu bản tính của loài rắn, ta phải hiểu bản chất của loại đất ban đầu. Mỗi loại đất đều có thành phần và tỉ lệ hợp chất tạo thành khác nhau. Tùy vào những nguyên tố được thêm vào cho đất, mà đất đó có thể trở nên tốt hoặc xấu. Khi Đức Chúa Trời tạo nên tất cả các loài thú đồng và chim trời, Ngài chọn từng loại đất phù hợp cho mỗi loài động vật (Sáng thế ký 2:19).

Đức Chúa Trời không tạo nên loài rắn có tính xảo quyệt ngay lúc ban đầu. Ngài khiến nó đủ khôn ngoan để được con người yêu mến. Song loài rắn trở nên xảo quyệt khi bản tính độc ác thâm nhập vào nó. Nếu con rắn không nghe theo lời Sa-tan nhưng chỉ làm theo ý Chúa, nó sẽ thành một loài vật khôn ngoan và tốt đẹp. Song vì đã nghe và làm theo lời Sa-tan, nó đã trở nên một loài vật xảo quyệt lừa phỉnh Ê-va đi vào đường chết.

Vì Cớ Ê-va Sửa Lời Chúa

Con rắn biết Đức Chúa Trời đã phán dạy cùng A-đam rằng: *...ngươi không được ăn cây đó. Khi ngươi ăn cây biết điều thiện và điều ác nầy, ngươi chắc phải chết.*" (Sáng thế ký 2:16-17). Vậy nên, nó hỏi bà Ê-va một cách ranh mãnh rằng, *"Thật chăng Đức Giê-hô-va đã nói, 'Ngươi không được ăn bất kỳ cây nào trong vườn sao?"* (Sáng thế ký 3:1)

Bà Ê-va đã trả lời con rắn ra sao?

Người nữ đáp rằng: chúng ta được ăn trái các cây trong vườn, song về phần trái của cây mọc giữa vườn, Đức Chúa Trời có phán rằng: Hai ngươi chẳng nên ăn đến và cũng chẳng nên đá động đến, e khi hai ngươi phải chết chăng. (Sáng thế ký 3:2-3).

Đức Chúa Trời đã trao cho A-đam một cảnh báo rõ ràng: *"Ngươi không được ăn cây đó. Khi ngươi ăn, ngươi chắc phải chết."* (Sáng thế ký 2:17). Ngài nhấn mạnh rằng họ sẽ chẳng bao giờ còn sống được nếu họ ăn cây đó. Thế nhưng, Ê-va đáp lời không rõ ràng. Bà chỉ ngờ ngợ rằng, "E ngươi phải chết chăng." Bà bỏ qua từ "chắc." Nói cách khác, bà muốn nói rằng, "Nếu ngươi ăn trái cấm, ngươi có thể chết hoặc cũng có thể không."

Bà đã không ghi nhớ mệnh lệnh Chúa đã phán dạy trong tâm trí và có một chút nghi ngờ Lời Ngài. Sau khi con rắn nghe bà trả lời cách ngờ ngợ và có vẻ nghi ngờ, nó bèn cám dỗ bà một cách không lối thoát. Nó bóp méo mệnh lệnh Chúa. Con rắn bảo cùng người nữ mà rằng, "Ngươi chắc sẽ chẳng chết đâu." Nó bắt đầu sửa đổi mệnh lệnh Chúa và xui giục người: *"Vì Đức Chúa Trời biết rằng hễ ngày nào hai ngươi ăn trái cây đó, mắt mình mở ra, sẽ như Đức Chúa Trời, biết điều thiện và điều ác."* (Sáng thế ký 3:5). Nó lại cám dỗ bà lần nữa, khuấy động sự tò mò của bà càng thêm hơn.

Ê-va Bội Nghịch, Làm Theo Ý Riêng

Sau khi Sa-tan mớm vào lòng bà Ê-va những tham vọng tội lỗi qua tư tưởng sai trật của người, thế rồi, cây đó dường như khác với những gì bà đã biết về nó. Sáng thế ký 3:6 có chép, *"Người nữ thấy trái của cây đó bộ ăn ngon, lại đẹp mắt và quý để mở trí khôn, bèn hái ăn, rồi trao cho chồng đứng gần mình, chồng cũng ăn nữa."*

Lẽ ra, bà đã thẳng thừng và dứt khoát tống khứ sự cám dỗ của con rắn. Nhưng những thèm khát của con người tội lỗi, sự tham mê của mắt, kiêu ngạo của đời đã thiêu nuốt bà, đẩy bà đến con đường phạm tội phản nghịch.

Một số người hỏi, "Chẳng phải vì trong A-đan và Ê-va đã sẵn có 'bản năng tội lỗi' nên họ đã ăn trái cây biết điều thiện và điều ác sao?" Trước khi phản nghịch, trong họ chỉ có sự nhơn lành, mà không có một bản tính tội lỗi nào. Họ chỉ có ý chí tự do, cái mà bởi nó họ có thể ăn hoặc không ăn trái cấm, để rồi phản nghịch lại mệnh lệnh của Đức Chúa Trời.

Sau một thời gian, họ thờ ơ với Lời dạy của Chúa. Sa-tan cám dỗ họ qua con rắn, khiến họ phó mình vào sự cám dỗ. Do đó, bị nhiễm phải tội lỗi và khiến xúc phạm đến mệnh lệnh mà Đức Chúa Trời đã thiết lập.

Điều đó giống với trường hợp những đứa trẻ lớn lên trong tội lỗi. Ngay cả một đứa trẻ xấu xa, thì lời lẽ của nó cũng không phải luôn luôn xấu từ lúc mới sinh. Đầu tiên, nó bắt chước những lời thô lỗ và nguyền rủa từ những đứa trẻ khác mà chẳng hề biết những điều đó có nghĩa gì. Hoặc nó có thể hùa theo đứa nầy để đánh đập đứa kia rồi nhìn xem chúng khóc lóc. Thế rồi tiếp tục đánh đập những đứa khác rồi sự độc ác hình thành và lớn lên trong nó.

Cũng vậy, ban đầu A-đam chẳng hề có bản năng tội lỗi nào. Khi người bất tuân mệnh lệnh Chúa mà ăn trái cây đó bởi ý riêng, tội lỗi được thai nghén và sự ác hình thành trong người.

Tiền Công Của Tội Lỗi Là Sự Chết

Như Đức Chúa Trời đã phán cùng A-đam, "Ngươi không được ăn trái cây biết điều thiện và điều ác. Khi ngươi ăn, ngươi chắc phải chết," A-đam và Ê-va phải chết sau khi ăn trái cây đó. Như có nói trong Gia-cơ 1:15, *"Đoạn, lòng tư dục cưu mang sanh ra tội ác, tội ác đã trọn sanh ra sự chết."*

Rô-ma 6:23 dạy chúng ta về Thánh luật nói đến hậu quả của tội lỗi, *"Tiền công của tội lỗi là sự chết."* Chúng ta hãy xem, vì cớ bất tuân mà sự chết đã đến với ông bà A-đam và Ê-va như thế nào.

Sự Chết Tâm Linh

Đức Chúa Trời đã phán dạy rõ ràng cùng A-đam rằng, "Ngươi chắc sẽ chết khi ngươi ăn trái cây biết điều thiện và điều ác." Song, họ chẳng chết ngay sau khi bất tuân. Họ sống rất lâu và sinh đẻ nhiều con cái. Vậy thì, sự 'chết' mà Đức Chúa Trời đã cảnh báo là gì?

Ngài không có ý nói đến sự chết về thể xác, mà là sự chết về linh hồn. Loài người được tạo ra với một tâm linh có thể trò chuyện được với Đức Chúa Trời, phần hồn ở trong, lệ thuộc vào phần linh, Phần thể xác là nơi ở của linh và hồn. 1 Tê-sa-lô-ni-ca 5:23 nói rằng con người được tạo thành bởi linh, hồn, và thể xác. Khi A-đam và Ê-va bất tuân mệnh lệnh Chúa, tâm linh họ là chủ của con người, liền bị chết.

Đức Chúa Trời là vô tội và không tì vết, là Đấng Thánh Khiết ngự trong sự sáng, không ai có thể đến gần được, do vậy tội nhân không thể ở chung với Ngài. A-đam có thể trò chuyện cùng Ngài khi ông là một loài có sinh linh, nhưng sau khi linh hồn bị chết vì cớ tội lỗi, ông không còn có thể trò chuyện được với Đức Chúa Trời nữa.

Bắt Đầu Một Cuộc Đời Đau Khổ

Vườn Ê-đen là một nơi sung túc và xinh đẹp, không có lo lắng, bồn chồn, ở đó, A-đam và Ê-va có thể ăn cây sự sống và sẽ sống đời đời. Nhưng họ đã bị đuổi khỏi vườn Ê-đen sau khi phạm tội. Từ đó họ bắt đầu một cuộc sống đầy nan đề và khổ cực.

Người nữ phải chịu đau đớn bội phần khi thai nghén. Sự dục vọng người xu hướng về chồng, và chồng cai trị trên người. Còn người nam, thì trọn những ngày đời phải vất vả làm lụng trên đất đã bị rủa sả mới có cái ăn (Sáng thế ký 3:16-17).

Đức Chúa Trời phán cùng A-đam trong Sáng thế ký 3:18-19, *"Đất sẽ sanh chông gai và cây tật lê, và ngươi sẽ ăn rau của đồng ruộng; ngươi sẽ làm đổ mồ hôi trán mới có mà ăn, cho đến ngày nào ngươi trở về đất, là nơi có ngươi ra, vì ngươi là bụi, ngươi sẽ trở về bụi."* Qua những câu nầy, Đức Chúa Trời nói rằng con người phải trở lại với một nắm bụi đất.

Vì cớ A-đam, tổ phụ loài người phạm tội bất tuân, và linh hồn ông phải bị chết, toàn thể hậu tự ông đều là tội nhân và phải sa vào đường chết.

Rô-ma 5:12 có chép về di sản lưu truyền của A-đam: *"Cho nên, như bởi một người mà tội lỗi vào trong thế gian, lại bởi tội lỗi mà có sự chết, thì sự chết đã trải qua trên hết thảy mọi người như vậy, vì mọi người đều phạm tội."*

Mọi Người Sinh Ra Đều Có Nguyên Tội

Đức Chúa Trời cho con người sinh sản thêm nhiều qua mần sống mà Ngài đã ban cho khi họ được tạo nên. Con người được hình thành bởi sự kết hợp giữa một tinh trùng và một trứng mà Đức Chúa Trời đã ban cho mỗi người nam và người nữ, chúng là mần sống. Vì tinh trùng hoặc trứng có mang tính cách của bố mẹ nó, đứa bé được thai nghén bởi sự kết hợp giữa tinh trùng và trứng, sẽ giống diện mạo, tính cách, sở trường, thói quen, những điều ưa thích, thái độ . . . của bố mẹ.

Dường ấy, bản tính tội lỗi của A-đam, tổ phụ loài người, đã truyền lại cho hậu tự sau khi ông phạm tội. Điều nầy được gọi là "nguyên tội." Hậu tự ra từ A-đam đều có nguyên tội. Vậy nên, tất cả con người sinh ra đều là tội nhân.

Mấy kẻ chẳng tin phàn nàn rằng, "Tôi chưa hề phạm tội, thì làm sao tôi là tội nhân được?" Một số khác thì hỏi rằng, "Làm sao mà tội lỗi của A-đam có thể truyền đến cho tôi được?"

Chúng ta hãy lấy ví dụ một đứa trẻ. Người mẹ có con trẻ chưa đầy một tuổi, đương lúc còn cho bú. Bà cho một con trẻ khác bú trước mặt con mình. Dường như sẽ xảy ra một điều rằng, đứa bé đó sẽ trở nên buồn bực và cố đẩy đứa kia ra. Nếu người mẹ vẫn tiếp tục cho đứa trẻ kia bú, hoặc đứa kia không chịu ngừng bú, thì con ruột của bà sẽ đánh đập, hoặc xô đẩy người mẹ hay đứa trẻ kia. Nếu người mẹ vẫn tiếp tục cho đứa kia bú, thì con ruột của bà sẽ khóc oà lên.

Cho dù chẳng có ai dạy cho đứa trẻ biết ganh tị, ghen ghét, thù hằn, tham lam, hay đánh nhau, đứa trẻ vẫn có những thứ xấu xa đó trong đầu từ lúc lọt lòng. Thực tế nầy cho thấy rằng con người sinh ra với nguyên tội là di sản thừa kế từ bố mẹ chúng.

Huống chi là mỗi người tự phạm tội trong cuộc đời mình? Chúng ta phải hiểu rằng không chỉ những hành vi tội lỗi mà còn mọi thứ ác tưởng trong đầu đều là tội lỗi trước mặt Đức Chúa Trời là bản thân của sự sáng. Đức Chúa Trời biết rõ và xem xét ý tưởng xấu xa trong tâm trí con người như thù ghét, tham lam, đoán xét, cùng nhiều thứ khác.

Vậy nên, Kinh Thánh cho chúng ta biết rằng, trước mặt Đức Chúa Trời chẳng một người nào được xem là công bình bởi luật pháp, vì mọi người đều phạm tội, thiếu mất sự vinh hiển của Đức Chúa Trời (Rô-ma 3:20, 23).

Không Chỉ Con Người, Mà Muôn Vật Đều Bị Rủa Sả

Khi A-đam, ông chủ muôn vật, phạm tội và bị rủa sả, đất và mọi sinh vật sống, loài thú đồng và chim trời đều bị rủa sả cùng người. Từ đó, những côn trùng độc hại như ruồi, muỗi lây truyền đủ thứ bệnh tật đã bắt đầu xuất hiện.

Đất bắt đầu sanh gai góc và cây tật lê, con người phải làm

lụng đổ mồ hôi trán để có đồ ăn. Con người còn phải chịu áp lực đối diện với nước mắt, buồn rầu, đau đớn, bệnh tật, chết chóc cùng nhiều thứ tương tự, vì cớ họ đã bị rủa sả trên đất nầy.

Vậy nên, Rô-ma 8:20-22 có chép, *"Vì muôn vật đã bị bắt phục sự hư không, chẳng phải tự ý mình, bèn là bởi Đấng bắt phục. Muôn vật mong rằng mình cũng sẽ được giải cứu khỏi làm tôi sự hư nát, đặng dự phần trong sự tự do vinh hiển của con cái Đức Chúa Trời. Vì chúng ta biết rằng muôn vật đều than thở và chịu khó nhọc cho đến ngày nay."*

Vậy, phần con rắn bị rủa sả như thế nào? Sáng thế ký 3:14, Đức Chúa Trời nói cùng con rắn xảo quyệt đã cám dỗ con người phạm tội rằng, *"Vì mầy đã làm điều như vậy, mầy sẽ bị rủa sả trong vòng các loài súc vật, các loài thú đồng, mầy sẽ bò bằng bụng và ăn bụi đất trọn cả đời."* Tuy nhiên, loài rắn không ăn đất mà chỉ ăn những động vật sống, như chim chóc, ếch nhái, chuột, bọ. Đức Chúa Trời phán rõ ràng, "Mầy phải ăn bụi đất trọn cả đời." Chúng ta hiểu câu nầy như thế nào?

"Bụi đất" ở đây tượng trưng cho "con người là loài được làm ra từ bụi đất" (Sáng thế ký 2:7), còn "rắn" đại diện cho kẻ thù chúng ta là Sa-tan và ma quỷ (Khải Huyền 20:2). "Con rắn ăn bụi đất trọn đời" nghĩa là ăn nuốt con người là những kẻ không sống bởi lời Chúa mà hướng lòng về sự tối tăm.

Ngay cả con cái của Đức Chúa Trời cũng phải đối diện với nan đề và những khó khăn mà Sa-tan và ma quỷ mang đến khi họ phạm tội nghịch lại ý Chúa. Ngày nay, Sa-tan và ma quỷ rình mò như sư tử rống để tìm kiếm những ai chúng có thể ăn nuốt được (1Phi-e-rơ 5:8). Nếu chúng tìm được kẻ nào, chúng sẽ bắt nó làm nô lệ sự rủa sả bởi tội lỗi, đưa người đó vào con đường huỷ diệt. Nếu có thể, chúng cố gắng cám dỗ con cái của Đức Chúa Trời nữa.

Sa-tan và ma quỷ cám dỗ những kẻ nói rằng, "Tôi tin Đức Chúa Trời," nhưng thiếu sự hiểu biết Lời Chúa, chúng sẽ dẫn họ vào con đường chết. Thường, Sa-tan và ma quỷ cố gắng cám dỗ chúng ta qua những người thân, như vợ hoặc chồng, bạn bè, người bà con – chúng đã cám dỗ bà Ê-va qua con rắn, một trong những con vật yêu quý nhất của bà.

Ví dụ, người phối ngẫu hoặc bạn bè chúng ta có thể hỏi rằng, "Chẳng lẽ anh tham gia một buổi thờ phượng vào sáng Chủ Nhật chưa đủ sao? Sao anh lúc nào cũng cố dự luôn cả lễ tối nữa vậy?" hay "Sao ngày nào cũng thấy anh cố gắng nhóm lại?"

"Đức Chúa Trời biết rõ những điều thầm kín trong lòng anh vì Ngài toàn tri và toàn năng. Liệu anh có cần phải kêu la trong lời cầu nguyện như thế không?"

Đức Chúa Trời khuyên dạy chúng ta nhớ ngày Sa-bát và giữ nó đặng làm nên ngày thánh (Xuất Ê-díp-tô 20:8), hãy nhân danh Chúa mà nhóm lại với nhau (Hê-bơ-rơ 10:25), và hãy kêu cầu trong sự cầu nguyện (Giê-rê-mi 33:3). Sa-tan không thể cám dỗ cũng không thể bắt tội những ai luôn ở trong Lời Chúa (Ma-thi-ơ 7:24-25).

Như có lời khuyên dạy trong Ê-phê-sô 6:11 rằng, *"Hãy mang lấy mọi khí giới của Đức Chúa Trời, để được đứng vững mà địch cùng mưu kế của ma quỷ,"* Chúng ta phải tự trang bị cho mình Lời Đức Chúa Trời, bởi đức tin, chúng ta mạnh dạn tống khứ kẻ thù là Sa-tan và ma quỷ.

Tại Sao Đức Chúa Trời Đã Dựng Nên Cây Tri Thức Trong Vườn Ếđen?

Đức Chúa Trời đã dựng nên cây biết điều thiện và điều ác trong vườn Ê-đen không phải để đưa loài người đến sự huỷ diệt mà nhằm đem đến cho con người một nguồn hạnh phúc thật sự. Không hiểu được kế hoạch sâu xa của Ngài, nhiều người nhầm lẫn tình yêu và sự công chính của Đức Chúa Trời và thậm chí không tin Chúa nữa. Họ sống cuộc đời tối tăm, tẻ nhạt không tìm ra chân lý cho đời.

Vậy, tại sao Đức Chúa Trời đã dựng cây biết điều thiện và điều ác trong vườn Ê-đen, và tại sao điều nầy là nguồn phước lớn cho chúng ta?

A-đam và Ê-va Đã Không Biết Được Đâu Là Hạnh Phúc Thật.

Sự sung túc và xinh đẹp của vườn Ê-đen vượt quá sự hiểu biết của chúng ta. Đức Chúa Trời làm cho cây cối mọc lên từ đất. Chúng vừa đẹp mắt vừa dùng làm thức ăn rất tốt. Ở giữa vườn có cây sự sống và cây biết điều thiện, điều ác (Sáng thế ký 2:9).

Tại sao Đức Chúa Trời đã dựng nên cây biết điều thiện và điều ác ở giữa vườn cùng với cây sự sống để cho trông có vẻ đẹp mắt? Đức Chúa Trời chẳng hề có ý đưa họ vào con đường hủy diệt bằng cách cám dỗ họ ăn trái cây đó. Có sự trù liệu củaNgài, nhằm cho chúng ta hiểu được tính tương đối qua cây biết điều thiện và điều ác để trở nên con cái thuộc linh chân thật, là những kẻ hiểu thấu được tấm lòng Đức Chúa Trời.

Trong khi con người kinh nghiệm được nước mắt, buồn lo, nghèo khó, hay bệnh tật, họ có thể nghĩ rằng A-đam và Ê-va ắt hẳn đã vô cùng hạnh phúc trong vườn Ê-đen vì họ chẳng hề biết đến nước mắt, buồn lo, nghèo khó, hay bệnh tật của thế gian nầy. Vậy mà, những người sống trong vườn Ê-đen chẳng biết được thế nào là hạnh phúc thật, cũng như tình yêu chân thật, vì họ chưa từng kinh nghiệm được tính tương đối của sự việc.

Chúng ta thử xem một ví dụ về hai đứa trẻ. Một đứa sinh ra và lớn lên trong cảnh nghèo khổ, còn đứa kia sinh ra trong cảnh sung túc và vui sướng. Nếu chúng ta cho mỗi đứa một món đồ chơi đắc tiền, hãy xem chúng sẽ có cách phản ứng như thế nào?

Một mặt, đứa trẻ lớn lên trong sự dư dật sẽ chẳng tỏ ra biết ơn vì nó không có cảm nhận gì về giá trị của món đồ chơi. Mặt khác, đứa trẻ lớn lên trong cảnh nghèo khó sẽ tỏ lòng biết ơn và xem món đồ chơi đó như của rất quý báu.

Hạnh Phúc Thật Sự Chỉ Đến Qua Sự Tương Đối

Đồng một thể ấy, những người kinh nghiệm được sự tương đối của tự do hay sung túc sẽ biết vui hưởng được niềm hạnh phúc thật sự hay tự do thật. Không giống vườn Ê-đen, ở thế gian nầy có rất nhiều sự tương đối. Nếu chúng ta muốn biết giá trị thật của bất kỳ một điều gì, chúng ta phải kinh nghiệm về những điều tương đối của nó. Chúng ta không thể nhận ra giá trị thật của một sự vật cách trọn vẹn cho đến khi chúng ta kinh nghiệm được những mặt đối lập của nó.

Ví dụ, nếu chúng ta muốn biết chân giá trị của hạnh phúc thật, chúng ta phải kinh nghiệm về sự bất hạnh. Nếu chúng muốn biết chân giá trị của tình yêu thật, chúng ta phải kinh nghiệm về hận thù. Chúng ta sẽ không nhận ra sự quý báu của sức khỏe mình một cách đầy đủ cho đến khi chúng ta trải qua sự đau đớn của bệnh tật hoặc sự yếu mỏn. Chúng ta sẽ không nhận ra được giá trị của sự sống đời đời và sẽ chẳng biết ơn Chúa, là Cha Thiên Thượng, Đấng sắm sẵn cho chúng ta thiên đàng phước hạnh cho đến khi chúng ta hiểu và biết rằng sự chết và hỏa ngục là điều chắc chắn có thật.

Con người đầu tiên, A-đam đã vui hưởng bất cứ vật gì ông muốn, ông có quyền cai quản trên muôn loài tại vườn Ê-đen. Ông có mọi thứ mà không cần làm lụng cực nhọc hay đổ mồ hôi trán. Vì vậy, ông không bày tỏ lòng biết ơn Đức Chúa Trời là Đấng ban cho ông mọi sự, cũng chẳng hề biết đến ân điển và tình yêu của Ngài.

Về sau, Ađam đã bội nghịch Đức Chúa Trời qua hành động ăn trái cấm. Lúc bấy giờ, người là một loài có sinh linh, nhưng sau khi phạm tội, tâm linh người bị chết và trở nên một con người xác thịt.Ông cùng vợ bị đuổi khỏi vườn Ê-đen rồi đến sống trên đất nầy. Ông bắt đầu chịu đựng những gì ông chưa hề biết đến khi còn ở vườn Ê-đen: nước mắt, buồn rầu, bệnh tật, đau đớn, bất hạnh, chết chóc, cùng những thứ như vậy. Cuối cùng, người đã trải qua tất cả những gì trái ngược với sự sung sướng ở vườn Ê-đen.

Trong tiến trình đó, A-đam và Ê-va có thể hiểu và cảm nhận được thế nào là hạnh phúc, thế nào là bất hạnh, giá trị của tự do và sung túc mà Đức Chúa Trời đã ban cho họ tại vườn Ê-đen là thể nào.

Cuộc sống sẽ là vô nghĩa nếu chúng ta chẳng hề biết hạnh phúc và bất hạnh là thế nào. Cho dù bây giờ chúng ta đang gặp khó khăn, cuộc sống chúng ta sẽ giá trị và ý nghĩa hơn nhiều nếu về sau chúng ta cảm nhận được chân giá trị của sự hạnh phúc. Ví dụ, mặc dù bố mẹ biết rằng con cái của họ sẽ phải chịu khổ trong việc học hành, họ vẫn cho chúng đến trường. Vì yêu con cái mình, bố mẹ sẽ sẵn sàng giúp đỡ con cái học hành chăm chỉ, hoặc kinh nghiệm nhiều điều tốt đẹp. Cũng như tấm lòng của Đức Chúa Trời, người Cha Thiên Thượng Đấng đã đưa con người đến thế gian nầy và nuôi dưỡng họ như những con cái yêu dấu qua đủ các nếm trải.

Dường ấy, Đức Chúa Trời đã đặt cây biết điều thiện và điều ác trong vườn Ê-đen, Ngài không ngăn cản A-đam và Ê-va khỏi việc ăn trái nó bởi ý chí tự do họ. Ngài đã dự bị sẵn mọi sự hầu cho con người có thể nếm trải mọi sự vui mừng, giận hờn, buồn rầu, và sự hài lòng trong thế gian nầy để trở nên con cái chân thật của Ngài qua công cuộc trưởng dưỡng nhân loại.

Qua những trải nghiệm gian khó, từ sự nầy qua sự khác, cuối cùng, họ có thể hiểu được chân giá trị và ý nghĩa của những điều nầy tự đáy lòng mình.

Vì sẽ hiểu và cảm nhận được chân giá trị của hạnh phúc qua công cuộc trưởng dưỡng nhân loại, con cái Đức Chúa Trời sẽ không bội nghịch Ngài lần nữa, sẽ không như A-đam đã từng phạm phải tại vườn Ê-đen mà không kể đến thời gian là bao lâu. Vả lại, họ sẽ yêu Chúa ngày càng hơn, họ sẽ được đầy dẫy sự vui mừng với lòng biết ơn và dâng lên sự vinh hiển càng thêm hơn cho Ngài.

Niềm Hạnh Phúc Đích Thực Nơi Thiên Đàng

Con cái Đức Chúa Trời, những kẻ đã trải qua nước mắt, buồn rầu, đau đớn, bệnh tật, chết chóc cùng nhiều thứ khác trên thế gian nầy, sẽ vào nước thiên đàng vĩnh hằng và vui hưởng hạnh phúc đời đời trong tình yêu, sự vui mừng, và lòng biết ơn. Họ sẽ cảm nhận được sự vui mừng của niềm hạnh phúc trọn vẹn nơi thiên đàng.

Ở thế giới phàm tục nầy, mọi thứ đều phải mục nát và qua đi, nhưng ở nước thiên đàng, không có sự hư nát, chết chóc, nước mắt, và sầu lo. Trên đời nầy, vàng được xem là thứ có giá trị cao nhất, nhưng tất cả các con đường ở Giê-ru-sa-lem Mới trên thiên đàng đều được làm bằng vàng ròng. Nhà cửa trên thiên đàng được làm bằng kim cương và đá quý. Mọi thứ ở đây thật xinh đẹp và tuyệt vời!

Cho đến khi tôi gặp Chúa, tôi đã tưởng vàng hay đá quý là những thứ có giá trị cao nhất, song, từ lúc học biết về nước thiên đàng vĩnh hằng, tôi bắt đầu nhận biết mọi thứ trên thế gian nầy đều là hư không hoặc chẳng có giá trị gì. Cuộc sống trên thế gian nầy chỉ là một khoảnh khắc so với cuộc sống nơi thiên đàng. Khi chúng ta thật sự tin và hy vọng về nước thiên đàng vĩnh hằng, chúng ta sẽ chẳng tham mê những gì thuộc thế gian nầy. Thay vì, chúng ta chỉ luôn nghĩ làm sao để thêm một linh hồn nữa được cứu, hoặc nghĩ đến việc truyền bá Phúc Âm đến cho mọi người trên thế gian nầy. Chúng ta sẽ đầu tư cho phần thưởng nơi thiên đàng bằng cách dâng lên Chúa những gì tốt nhất của chúng ta với trọn cả tấm lòng, chẳng hề tranh thủ tích góp cho bản thân những thứ thuộc về thế gian nầy.

Sứ đồ Phao-lô đã có thể kết thúc con đường gian khó của mình với sự vui mừng và cảm tạ, vì trong khải tượng, Đức Chúa Trời đã cho ông thấy nước thiên đàng thứ ba. Ông đã phải chịu đựng những thử thách gay go khốc liệt khi được sai đến với dân ngoại. Đức Chúa Trời đã chỉ cho ông thấy nước thiên đàng cực kỳ xinh đẹp và khích lệ ông giữ vững cuộc đua cho đến cuối cùng trong niềm hy vọng về nước thiên đàng. Ông bị đánh đập, hành hạ dã man, ném đá, bị bỏ tù liên tục, bị đổ huyết trong khi rao giảng phúc âm của Chúa. Bất chấp mọi sự, Phao-lô biết rằng, vì những điều nầy, ông sẽ được phần thưởng rất lớn, vượt quá sự suy tưởng nơi thiên đàng. Cuối cùng, tất cả sự gian khó của ông đều vì những phước hạnh lớn lao nơi thiên đàng.

Các thánh nhân không đem lòng ham muốn đời nầy. Họ chỉ mong muốn về nước thiên đàng. Thế gian nầy chỉ là một giây phút trước mặt Chúa, nhưng cuộc sống nơi thiên đàng là vĩnh hằng, không có nước mắt, buồn rầu, khổ sở, hay chết chóc. Nên họ có thể luôn sống trong vui mừng và hy vọng về phần thưởng lớn mà Đức Chúa Trời sẽ ban cho tùy theo những gì họ đã làm hay gieo ra.

Trong danh Chúa Cứu Thế Jêsus, tôi cầu nguyện cho anh chị em hiểu được tình yêu lớn lao và sự trù liệu của Đức Chúa Trời là Đấng Tạo Hóa hầu cho anh chị em tự sửa soạn mình để vào nước thiên đàng là nơi chúng ta sẽ vui hưởng sự sống đời đời, niềm hạnh phúc đích thực trong một thiên đàng xinh đẹp lộng lẫy và huy hoàng.

Chương 4

Sự Kín Giấu Từ Trước Vô Cùng

- Thẩm Quyền A-đam Đã Trao Tay Ma Quỷ
- Luật Chuộc Lại Đất
- Sự Kín Giấu Từ Trước Vô Cùng
- Chúa Jêsus Hội Đủ Điều Kiện Luật Pháp

Dầu vậy chúng tôi giảng sự khôn ngoan cho những kẻ trọn vẹn, song chẳng phải sự khôn ngoan thuộc về đời nầy, cũng không phải của các người cai quản đời nầy, là kẻ sẽ bị hư mất. Chúng tôi giảng sự khôn của Đức Chúa Trời, là sự mầu nhiệm kín giấu, mà từ trước các đời, Đức Chúa Trời đã định sẵn cho sự vinh hiển chúng ta. Trong những người cai quản đời nầy, chẳng ai từng biết sự đó; bởi chưng, nếu đã biết thì họ chẳng đóng đinh Chúa vinh hiển trên cây thập tự đâu.

1 Cô-rinh-tô 2:6-8

A-đam và Ê-va bị con rắn cám dỗ tại vườn Ê-đen, hai ngươi
bất tuân mệnh lệnh Đức Chúa Trời, đã ăn trái cây biết điều
thiện và điều ác vì trong trí họ có sự thèm khát muốn được như
Đức Chúa Trời. Kết quả, họ cùng tất cả hậu tự đều trở thành tội
nhân.

Từ phía quan điểm của loài người, chúng ta thấy A-đam và
Ê-va phải chịu khốn khổ vì bị đuổi ra khỏi vườn Ê-đen và phải đi
vào đường chết. Song, từ phương diện thiêng liêng, đây là một
ơn phước lạ lùng của Đức Chúa Trời vì họ sẽ có cơ hội để vui
hưởng sự cứu rỗi, sự sống đời đời cùng với những phước hạnh
thiêng liêng qua Chúa Cứu Thế Jêsus.

Qua cuộc trưởng dưỡng nhân loại, lẽ mầu nhiệm đã được
giấu kín từ trước vô cùng vì sự vinh hiển của chúng ta đã được
bày tỏ và con đường cứu rỗi rộng mở cho mọi dân tộc. Chúng ta
hãy nhìn sâu vào lẽ huyền nhiệm đã được giấu kín từ trước vô
cùng và con đường cứu rỗi đã được mở ra như thế nào?

Thẩm Quyền A-đam
Đã Trao Tay Ma Quỷ

Trong Lu-ca 4:5-6, chúng ta thấy ma quỷ đến cám dỗ Chúa
Jêsus sau khi Ngài đã xong bốn mươi ngày kiêng ăn:

Ma quỷ đem Ngài lên, cho xem mọi nước thế gian trong giây phút; và nói rằng: Ta sẽ cho ngươi hết thảy quyền phép và sự vinh hiển của các nước đó; vì đã giao cho ta hết, ta muốn cho ai tuỳ ý ta.

Ma quỷ nói rằng nó sẽ trao quyền cho Chúa Jêsus vì nó đã được người khác trao cho quyền nầy. Tại sao Đức Chúa Trời là Đấng có quyền trên muôn vật, lại để cho mọi thẩm quyền bị rơi vào tay ma quỷ?

Sáng thế ký 1:28 có chép, *"Đức Chúa Trời ban phước cho loài người và phán rằng: Hãy sinh sản, thêm nhiều, làm cho đầy dẫy đất; hãy làm cho đất phục tùng, hãy quản trị các loài cá dưới biển, loài chim trên trời cùng các vật sống hành động trên mặt đất."*

A-dam đã nhận thẩm quyền và năng quyền từ Đức Chúa Trời để quản trị trên muôn loài. Người là chủ của muôn loài trong một thời gian lâu, vợ chồng người bị con rắn xảo quyệt phỉnh dỗ ăn trái cây biết điều thiện và điều ác. Người đã phạm tội phản nghịch Đức Chúa Trời.

Rô-ma 6:16 có nói rằng, *"Anh em há chẳng biết rằng nếu anh em nộp mình làm tôi mọi đặng vâng phục kẻ nào, thì là tôi mọi của kẻ mình vâng phục, hoặc của tội lỗi đến sự chết, hoặc của sự vâng phục để được nên công bình sao?"* Chúng ta làm nô lệ cho tội lỗi hay sự công bình. Nếu chúng ta phạm tội, chúng ta là nô lệ của tội lỗi và sẽ bị đùa vào sự chết. Nếu chúng ta làm theo lời của sự công bình, vì là nô lệ của sự công bình, chúng ta sẽ được vào nước thiên đàng.

A-đam phạm tội phản nghịch Đức Chúa Trời và trở nên nô

lệ của tội lỗi. Do vậy, người không còn toàn bộ thẩm quyền và năng quyền mà Đức Chúa Trời đã ban cho nữa. Người đã phải trao thẩm quyền và năng quyền là những gì mình có cho ma quỷ, để rồi đương nhiên trở thành nô lệ của chủ nó. Tóm lại, A-đam đã trao thẩm quyền và năng quyền mà Đức Chúa Trời đã ban cho mình vào tay ma quỷ, vì người đã phạm tội và trở thành nô lệ của tội lỗi.

Sự phản nghịch của A-đam đã đưa toàn bộ loài người đến chỗ phạm tội. Người cùng tất cả hậu tự mình phải phục dịch ma quỷ như những kẻ nô lệ và phải bị kết tội chết.

Luật Chuộc Lại Đất

Con người phải làm gì để thoát khỏi Sa-tan và ma quỷ, để được cứu khỏi tội lỗi và sự chết? Một số người nói rằng, "Đức Chúa Trời tha thứ cho mọi người một cách vô điều kiện vì Đức Chúa Trời là tình yêu. Ngài giàu lòng thương xót và nhân từ." Song, 1 Cô-rinh-tô 14:40 nói rằng, *"Nhưng mọi việc đều nên làm cho phải phép và theo thứ tự."* Đức Chúa Trời làm mọi việc một cách có trật tự theo đúng luật thiêng liêng. Đức Chúa Trời không làm điều gì nghịch với Thánh luật vì Ngài là Đức Chúa Trời công chính và công bình.

Trong Thánh luật nói về sự phạt tội, có chép rằng, *"Tiền công của tội lỗi là sự chết."* Cũng có luật để cứu chuộc tội nhân. Điều luật thiêng liêng nầy sẽ được áp dụng để phục hồi thẩm quyền cho A-đam, là thẩm quyền đã bị rơi vào tay ma quỷ.

Vậy, luật cứu chuộc tội nhân là gì? Đó là luật chuộc lại đất được ghi trong Cựu Ước. Từ trước vô cùng, Đức Chúa Trời, Cha thiên thượng đã chuẩn bị sẵn một phương cách kín giấu của việc cứu rỗi nhân loại theo luật nầy.

Luật Chuộc Lại Đất

Đây là điều răn của Đức Chúa Trời ban cho dân Y-sơ-ra-ên trong sách Lê-vi Ký 25:23-25:

> *Đất không được đoạn mãi, vì đất thuộc về ta, các người ở cùng ta như kẻ khách ngoại bang và kẻ kiều ngụ. Trong khắp xứ mà các ngươi được làm sản nghiệp, hãy cho phép chuộc đất lại. Nếu anh em ngươi trở nên nghèo, và bán một phần sản nghiệp mình, thì người bà con gần có quyền chuộc lại, phải đến chuộc phần đất anh em mình đã bán.*

Mọi đất đai đều thuộc về Đức Chúa Trời và không được bán đoạn mãi. Nếu có người vì túng thiếu mà bán đất mình, Đức Chúa Trời cho phép người bà con gần nhất của họ đến chuộc lại. Đây là luật chuộc lại đất.

Dân Y-sơ-ra-ên soạn thảo một giao kèo xác nhận đất đai dựa theo luật chuộc lại đất, khi mua bán, không được đoạn mãi.

Người bán và người mua viết giao kèo xác nhận nội dung chi tiết của miếng đất hầu cho người bán hay người bà con gần nhất của người bán đất có thể chuộc lại sau một thời gian. Họ sao ra một bản và đóng ấn trên cả hai bản giao kèo trước mặt hai hoặc ba nhân chứng. Một bản giao kèo được niêm phong và cất trong nhà kho của đền thánh. Bản kia cất trong phòng trước, được để trống và không niêm phong. Luật chuộc lại đất cho phép người bán đất và người bà con gần nhất có thể chuộc lại đất bất cứ lúc nào.

Luật Chuộc Lại Đất Và Sự Cứu Rỗi Nhân Loại

Tại sao Đức Chúa Trời chuẩn bị trước phương cách cứu rỗi nhân loại dựa theo luật chuộc lại đất? Sáng thế 3:19 và 23 chứng tỏ rằng luật chuộc lại đất có liên quan đến sự cứu rỗi nhân loại:

Ngươi sẽ đổ mồ hôi trán mới có mà ăn, cho đến ngày nào ngươi trở về đất, là nơi có ngươi ra; vì ngươi là bụi, ngươi sẽ trở về bụi. (Sáng thế ký 3:19)

Giê-hô-va Đức Chúa Trời bèn đuổi loài người ra khỏi vườn Ê-đen đặng cày cấy đất, là nơi có người ra (Sáng thế ký 3:23)

Đức Chúa Trời phán cùng A-đam khi ông bội nghịch, "Ngươi ra từ bụi đất và ngươi sẽ trở lại bụi đất." Ở đây, "đất" tượng trưng cho con người là kẻ đã được tạo nên từ bụi đất. Do vậy, con người trở về với đất sau khi chết.

Luật chuộc lại đất thể hiện rằng tất cả đất đai đều thuộc về Đức Chúa Trời và không được bán đoạn mãi (Lê-vi Ký 25:23-25). Những câu nầy nói rằng tất cả con người được làm từ bụi của đất thuộc về Đức Chúa Trời và không được bán đoạn mãi.

Điều nầy cũng nói rằng thẩm quyền và năng quyền mà A-đam nhận từ Đức Chúa Trời tại vườn Ê-đen cũng không được bán đoạn mãi vì những sự đó thuộc về Đức Chúa Trời.

Thẩm quyền của A-đam bị rơi vào tay kẻ thù chúng ta là Sa-tan và ma quỷ, nhưng người có đủ tư cách cho việc chuộc lại thẩm quyền đã bị bán mất của A-đam có thể khôi phục lại điều đó. Cũng vậy, Đức Chúa Trời của sự công chính đã định sẵn một người cứu chuộc trọn vẹn theo điều luật của việc chuộc lại đất. Người chuộc lại đó là Chúa Cứu Thế của toàn nhân loại.

Sự Kín Giấu Từ Trước Vô Cùng

Từ trước vô cùng Đức Chúa Trời của tình yêu đã biết rằng A-đam sẽ phản nghịch Ngài và toàn bộ hậu tự của ông sẽ phải sa vào đường chết. Ngài đã sắm sẵn một phương cách cứu rỗi nhân loại trong sự huyền nhiệm và kín giấu cho đến kỳ định sẵn.

Ví bằng ma quỷ biết trước được đường lối của Đức Chúa Trời, nó sẽ ngăn trở việc giải quyết tội lỗi và sự chết của toàn nhân loại nhằm duy trì quyền đã chiếm được. 1 Cô-rinh-tô 2:7 nói rằng *"Chúng tôi giảng sự khôn ngoan của Đức Chúa Trời, là sự mầu nhiệm kín giấu, mà từ trước các đời, Đức Chúa Trời đã định sẵn cho sự vinh hiển của chúng ta."*

Chúa Cứu Thế Jêsus, Sự Khôn Ngoan Của Đức Chúa Trời

Rô-ma 5:18-19 nói rằng, *"Vậy, như bởi chỉ một tội mà sự*

đoán phạt rải khắp hết thảy mọi người thể nào, thì chỉ bởi một việc công bình mà xưng công bình, là sự ban sự sống, cũng rải khắp cho mọi người thể ấy. Vì như bởi sự không vâng phục của một người mà mọi người khác đều thành ra kẻ có tội, thì cũng một lẽ ấy, bởi sự vâng phục của một người mà mọi người khác sẽ đều thành ra công bình.

Mọi người sẽ thành ra công bình và được cứu qua sự vâng phục của một người, cũng như mọi người đều trở thành tội nhân và sa vào đường chết vì cớ sự bất tuân của một người.

Đồng một thể ấy, Đức Chúa Trời sai Chúa Cứu Thế Jêsus là Đấng mà Ngài đã chuẩn bị làm phương cách cứu rỗi mầu nhiệm, cho phép Chúa Jêsus chịu đóng đinh và sống lại. Từ đó, hễ ai tin nhận Ngài thì được cứu. Trong 1 Cô-rinh-tô 1:18, Đức Chúa Trời phán dạy chúng ta rằng *"Bởi vì lời giảng về thập tự giá, thì những người hư mất cho là điên dại; song về phần chúng ta, là kẻ được cứu chuộc, thì cho là quyền phép của Đức Chúa Trời."*

Đối với những kẻ cho rằng Con Đức Chúa Trời Toàn Năng bị phỉ báng và bị giết bởi tay những tạo vật của Ngài, thì điều nầy nghe có vẻ ngu dại. Tuy nhiên, kế hoạch "ngu dại" nầy của Đức Chúa Trời vượt quá kế hoạch khôn ngoan tột bậc của loài người, sự "yếu đuối" của Đức Chúa Trời vượt quá sức mạnh vô song của nhân loại (1 Cô-rinh-tô 1:24). Kinh Thánh khẳng định dứt khoát rằng không một người nào được xem là công chính trước mặt Chúa bởi việc tuân giữ luật pháp. Song, Đức Chúa Trời đã mở ra một phương cách cứu rỗi cho mọi người qua việc tin Chúa Cứu Thế Jêsus, đây là phương cách dễ hơn.

Tiền công của tội lỗi là sự chết. Vậy nên, không ai có thể được cứu nếu Chúa Jêsus đã không chết thay vì tội chúng ta. Chúa đã chết trên thập tự vì tội chúng ta và Ngài đã sống lại bởi quyền năng của Đức Chúa Trời. Dường như, Đức Chúa Trời đã sắm sẵn một phương cách yếu đuối hoặc có vẻ ngu dại và đã giấu kín trong một thời gian dài.

Đức Chúa Trời đã giấu kín Chúa Cứu Thế Jêsus và sự đóng đinh trên thập tự của Ngài trong sự kín nhiệm, vì nếu kẻ thù chúng ta là Sa-tan và ma quỷ biết được chúng sẽ ngăn trở con đường cứu rỗi của nhân loại. Ma quỷ sẽ chẳng bao giờ giết Chúa Jêsus trên thập tự nếu chúng biết Đức Chúa Trời đã sắm sẵn phương cách cứu rỗi qua thập tự để cứu chuộc loài người khỏi tội lỗi, giải thoát họ khỏi sự chết, và lấy lại thẩm quyền của A-đam từ tay ma quỷ.

Một lần nữa, chúng ta nhớ lại 1 Cô-rinh-tô 2:7-8: *"Chúng tôi giảng sự khôn của Đức Chúa Trời, là sự mầu nhiệm kín giấu, mà từ trước các đời, Đức Chúa trời đã định sẵn cho sự vinh hiển chúng ta. Trong những người cai quản đời nầy, chẳng ai từng biết sự đó; bởi chưng, nếu đã biết thì họ chẳng đóng đinh Chúa vinh hiển trên cây thập tự đâu."*

Chúa Jêsus Hội Đủ Điều Kiện Luật Pháp

Mọi bản giao kèo đều có những nguyên tắc của nó, công việc thiêng liêng cũng vậy, luật ấy tuyên bố rằng người chuộc lại phải có đủ tư cách để phục hồi thẩm quyền đã mất của A-đam từ tay ma quỷ chiếu theo điều luật của việc chuộc lại đất.

Ví dụ, có một người đang phải đối diện với nguy cơ vỡ nợ

trong công việc làm ăn. Ông ta mất khả năng thanh toán món nợ lớn của mình. Nếu có người anh em giàu có yêu mến ông, người ấy sẽ thanh toán món nợ ấy ngay.

Toàn bộ loài người đều là tội nhân từ khi A-đam sa ngã cần có một người cứu chuộc có đủ tư cách làm sạch tội họ. Vậy, người cứu chuộc phải có những phẩm cách nào? Tại sao Kinh Thánh nói chỉ có Chúa Cứu Thế Jêsus mới có đủ tư cách?

Thứ Nhất, Kẻ Cứu Chuộc Phải Là Một Con Người

Trong sách Lê-vi ký 25:25, nói rằng, *"Nếu anh em ngươi trở nên nghèo, và bán một phần sản nghiệp mình, thì người bà con gần có quyền chuộc lại, phải đến chuộc phần đất anh em người đã bán."* Luật chuộc lại đất nói rằng nếu có người trở nên nghèo và bán đi một phần sản nghiệp của mình, thì người bà con gần nhất của anh ta có thể chuộc lại phần đất đã bán.

1 Cô-rinh-tô 15: 21-22 có ghi, *"Vả, vì chưng bởi một người mà có sự chết, thì cũng bởi một người mà có sự sống lại của những kẻ chết. Như trong A-đam mọi người đều chết, thì cũng một lẽ ấy, trong Đấng Christ mọi người đều sẽ sống lại."* Phẩm cách đầu tiên của một Đấng Cứu Chuộc, người có quyền chuộc lại thẩm quyền của A-đam, phải là một con người. Thực tế nầy một lần nữa được mô tả chi tiết trong Khải Huyền 5:1-5 :

Rồi tôi thấy trong tay hữu Đấng ngồi trên ngôi một quyển sách viết cả trong lẫn ngoài, có đóng bảy cái ấn.

Tôi cũng thấy một vị thiên sứ mạnh mẽ cất tiếng lớn kêu rằng: Ai đáng mở quyển sách nầy và tháo những ấn nầy? Dầu trên trời, dưới đất, bên dưới đất, không ai có thể mở quyển sách ấy hoặc nhìn xem nó nữa. Vì không ai đáng mở quyển sách ấy hoặc nhìn xem nó nữa, nên tôi khóc dầm dề. Bấy giờ một người trong các trưởng lão nói với tôi rằng: Chớ khóc, kìa sư tử của chi phái Gui-đa, tức là Chồi của vua Đa-vít, đã thắng, thì có thể mở quyển sách ấy và tháo bảy ấn ra.

"Một quyển sách viết cả trong lẫn ngoài, có đóng bảy ấn" cho biết rằng đây là bản giao kèo được lập ra giữa Đức Chúa Trời và ma quỷ khi A-đam bội nghịch Ngài và trở thành tội nhân. Sứ đồ Giăng đã không thể tìm thấy ai ở trên trời hay dưới đất, hoặc bên dưới đất xứng đáng tháo các ấn và mở sách.

Vì rằng những thiên sứ trên thiên đàng không phải con người, còn tất cả con người trên đất đều là tội nhân, là hậu tự của A-đam, và bên dưới đất, chỉ có những ác linh thuộc về ma quỷ là những linh hồn chết bị sa vào hoả ngục.

Lúc đó, một trong các trưởng lão nói với Giăng rằng, "Chớ khóc! Kìa, sư tử của chi phái Giu-đa, tức là Chồi của vua Đa-vít, đã thắng, thì có thể mở quyển sách ấy và tháo bảy ấn ra." "Chồi của Đa-vít ở đây nói đến Chúa Jêsus, người được sinh ra từ dòng dõi vua Đa-vít của chi phái Gui-đa (Công Vụ 13:22-23). Do đó, Chúa Jêsus có đủ phẩm cách cho điều kiện thứ nhất của luật chuộc lại đất.

Một số người nói rằng "Đức Chúa Trời là Tuyệt Đối. Chúa Jêsus ắt hẳn là Đức Chúa Trời vì Ngài là con Đức Chúa Trời. Ngài không bao giờ là một con người." Hãy xem Giăng 1:1, *"Ngôi Lời là Đức Chúa Trời,"* và Giăng 1:14, *"Ngôi Lời trở nên xác thịt, ở giữa chúng ta.''* Đức Chúa Trời, Ngài là Ngôi Lời, đã trở nên xác thịt và sống trên đất nầy giữa chúng ta.

Chính Chúa Jêsus có thực thể ban đầu là Đức Chúa Trời và là Đấng đã trở nên xác thịt giống con người. Trong thực thể, Ngài là Ngôi Lời và là con Đức Chúa Trời. Ngài có nhân tánh và thần tánh. Tuy nhiên, Ngài đã được sinh ra và lớn lên trong hình thể loài người. Sự kiện Chúa Jêsus ra đời đã chia đôi dòng lịch sử nhân loại: B.C., *trước Chúa*, và A.D., *Anno Domini*. Chính điều nầy chứng tỏ rằng Chúa Jêsus đã trở thành xác thịt và đến thế gian nầy. Sự sinh ra, lớn lên, và chịu đóng đinh của Chúa Jêsus là những chi tiết rõ ràng của sự thật nầy.

Chúa Jêsus, do vậy, là một con người có đủ phẩm cách của một Đấng Cứu Chuộc.

Thứ Hai, Ngài Phải Là Hậu Tự Của A-đam

Một con nợ không thể trả nợ thay cho người khác được. Chỉ có người không thiếu nợ mới có thể giúp người khác làm điều đó. Tương tự, người cứu chuộc nhân loại ra khỏi tội lỗi và sự chết phải là con người không chỗ chê trách và không tì vết. Hết thảy loài người là hậu tự của A-đam, đều là tội nhân, vì tổ phụ đầu tiên của loài người là A-đam đã phạm tội. Không một ai trong hậu tự của ông có đủ phẩm cách làm kẻ cứu chuộc cho tất cả loài người vì chính họ là tội nhân. Ngay cả một người quyền thế nhất thế gian cũng không thể chịu trách nhiệm về tội lỗi cho những kẻ khác.

Chúa Jêsus đáp ứng được phẩm cách nầy chăng?

Ma-thi-ơ 1:18-21 nói về sự kiện ra đời của Chúa Jêsus. Ngài

được hoài thai bởi Đức Thánh Linh, không phải qua sự kết hợp của người nam và người nữ. Những câu sau đây cho biết rằng:

Sự giáng sanh của Đức Chúa Jêsus Christ đã xảy ra như vầy: Khi Mary, mẹ Ngài, đã hứa gả cho Giô-sép, song chưa ăn ở cùng nhau, thì người đã chịu thai bởi Đức Thánh Linh. Giô-sép, chồng người là người có nghĩa, chẳng muốn cho người mang xấu, bèn toan đem để nhẹm. Song đang ngẫm nghĩ về việc ấy, thì thiên sứ của Chúa hiện đến cùng Giô-sép trong giấc chim bao, mà phán rằng: Hỡi Giô-sép, con cháu Đa-vít, ngươi chớ ngại lấy Mary làm vợ, vì con mà người chịu thai đó là bởi Đức Thánh Linh. Người sẽ sanh một trai, ngươi khá đặt tên là JÊSUS, vì chính con trai ấy sẽ cứu dân mình ra khỏi tội.

Chúa Jêsus là dòng dõi của Đa-vít theo gia phả của Ngài (Ma-thi-ơ 1; Lu-ca 3:23-37). Song, Ngài đã được hoài thai bởi Đức Thánh Linh trước khi Mary ăn ở cùng Giô-sép. Dường ấy, chẳng hề có tội lỗi nào ở trong Ngài.

Mọi người sinh ra đều có nguyên tội vì họ kế thừa bản năng tội lỗi từ bố mẹ. Nói cách khác, sau khi A-đam phạm tội, ông đã truyền lại bản năng tội lỗi cho tất cả hậu tự mình. Ấy là tội lỗi mà loài người kế thừa cho đến ngày hôm nay, tội đó gọi là "nguyên tội." Vì vậy, hết thảy hậu tự của A-đam đều là tội nhân nên không thể cứu chuộc được bất kỳ người nào.

Ấy vậy, Giê-hô-va Đức Chúa Trời đã trù liệu trước Con Ngài

là Chúa Jêsus được hoài thai bởi Đức Thánh Linh trong dạ của nữ đồng trinh Mary. Nhờ đó, Chúa Jêsus trở thành xác thịt và đến với thế gian, nhưng không phải là con cháu của A-đam.

Thứ Ba, Ngài Phải Có Quyền Năng Thắng Hơn Ma Quỷ

Một lần nữa, Lê-vi Ký 25:26-27 cho chúng ta biết rằng:

Nếu người nào không có ai được quyền chuộc lại, nhưng tự lo cho có chi chuộc lại đirợc, thì phải tính từ năm đã bán bồi số trội cho chủ mua, rồi người sẽ được nhận sản nghiệp mình lại.

Tóm lại, người chuộc đất phải có đủ thẩm quyền chuộc lại đất đã bán.

Một người nghèo dù có hết lòng mong muốn cũng chẳng thể trả nợ thế cho bạn mình được. Cũng vậy, Đấng Cứu Chuộc phải vô tội mới có thể cứu được toàn nhân loại ra khỏi tội lỗi. Vô tội là một sức mạnh trong lĩnh vực thuộc linh.

Đấng Cứu Chuộc phải có quyền năng thắng hơn kẻ thù là Sa-tan và ma quỷ để phục hồi lại thẩm quyền đã mất của A-đam. Đó là, Đấng Cứu Chuộc phải là Đấng không có nguyên tội cũng không có kỉ tội là tội do chính mình gây ra. Chỉ có Đấng Cứu Chuộc vô tội mới có thể giải phóng hết thảy loài người ra khỏi quyền lực tối tăm, chiến thắng Sa-tan cùng ma quỷ nó.

Chúa Jêsus là Đấng vô tội chăng? Chúa Jêsus không có nguyên tội vì Ngài được hoài thai bởi Đức Thánh Linh. Ngài làm theo luật Chúa cách Trọn vẹn vì Ngài sinh trưởng trong gia đình có bố mẹ là những người kính sợ Chúa. Ngài đã làm trọn luật pháp bởi tình yêu thương. Ngài được cắt bì vào ngày thứ tám sau khi sinh (Lu-ca 2:21). Ngài chẳng hề tự mình phạm tội, chỉ làm theo ý chỉ Đức Chúa Cha cho đến khi Ngài chịu đóng đinh trên thập tự vào tuổi 33 (1 Phi-e-rơ 2:22-24; Hê-bơ-rơ 7:26).

Chúa Jêsus có thể đánh bại ma quỷ để cứu chuộc hết thảy loài người vì Ngài là kẻ vô tội. Sự "Vô tội" của Ngài được bày tỏ qua rất nhiều công việc quyền năng. Ngài đuổi quỷ, khiến kẻ mù được sáng, kẻ điếc được nghe, kẻ què được đi,và chữa lành vô số những bệnh tật bất trị. Bão tố phải yên lặng, cuồng phong phải ngừng thổi khi Ngài quở gió và phán cùng biển rằng, *"Hãy yên đi! Hãy lặng đi!"* (Ma-thi-ơ 4:39)

Cuối Cùng, Ngài Phải Có Một Tình Yêu Tận Hiến

Cho dù là một người giàu cũng không thể chuộc lại được đất nếu anh ta không yêu thương người đã bán đất. Cũng lẽ đó, Đấng Cứu Chuộc phải có tình yêu dành cho tội nhân và tận hiến cuộc đời mình để giải quyết vấn đề tội lỗi dứt khoát một lần đủ cả.

Trong Ru-tơ 4:1-6, Bô-ô biết rõ tình cảnh nghèo khó của Na-ô-mi và bảo cùng người bà con gần nhất của nàng – người có quyền chuộc lại đất nếu anh ta muốn. Song, người từ chối mà rằng, *"Vậy, tôi không chuộc lại e phải hủy hoại sản nghiệp của mình. Xin anh hãy chuộc đất đó đi; tôi không thể."* (v 6). Ông ta không chuộc lại đất cho Na-ô-mi và Ru-tơ cho dù ông đủ giàu để làm việc đó, vì người không có tình yêu tận hiến. Cuối cùng, Bô-ô, người bà con gần kế theo – người chuộc lại đất, đã làm việc nầy vì ở ông có một tình yêu tận hiến.

Bô-ô trở thành người chuộc đất hợp pháp và cưới Ru-tơ vì tình yêu thúc giục lòng người làm sự ấy. Bô-ô và Ru-tơ là tổ phụ vua Đa-vít, đã được ghi lại trong gia phả Chúa Jêsus.

Chúa Jêsus đã chịu đóng đinh bởi tình yêu thương.Ngài là Ngôi Lời trở thành xác thịt đã đến với thế gian. Ngài không phải dòng dõi của A-đam vì được hoài thai bởi Đức Thánh Linh. Nên bổn tánh Ngài là vô tội. Nhờ đó Ngài có năng quyền cứu chuộc hết thảy loài người ra khỏi tội lỗi.

Dầu vậy, nếu không có tình yêu thiêng liêng và tận hiến, Ngài không thể trở thành Đấng Cứu Chuộc, cho dù Ngài có đủ ba phẩm cách kia. Ngài phải chịu án chết thay cho tội nhân là những kẻ bị kết án chết hầu cho Ngài có thể cứu chuộc được hết thảy họ ra khỏi tội lỗi.

Ngài phải chịu cư xử như những kẻ tội trọng và nguy hiểm, phải chịu treo trên cây gỗ gớm ghiếc. Ngài phải chịu lăng mạ, phỉ báng, hết thảy huyết và nước trong thân thể Ngài phải đổ ra để cứu nhân loại. Ngài đã trả giá rất cao với sự tận hiến rất lớn.

Chúng ta không thể tìm thấy bất kỳ ở đâu trong lịch sử nhân loại có một vì vua nào đã chịu chết thay cho những thần dân độc ác và ngu ngốc của mình. Chúa Jêsus là Con một của Đức Chúa Trời Toàn Năng, Vua trên muôn vua, Chúa trên muôn chúa, và là chủ tể của muôn loài. Với tình yêu lớn lao, cao cả, không chỗ chê trách, Chúa Jêsus đã chịu treo trên cây thập tự và đổ huyết cho đến chết. Thật là một tình yêu không thể đo lường được mà Ngài đã dành cho chúng ta!

Cả cuộc đời Chúa Jêsus chỉ làm những công việc thiện lành. Ngài tha thứ cho tội nhân, chữa lành đủ thứ bệnh tật cho con người, phóng thích nhiều người ra khỏi bàn tay ma quỷ, ban tin lành của sự bình an, vui mừng và yêu thương, trao cho mọi người niềm hy vọng đích thực về nước thiên đàng và sự cứu rỗi. Vượt trên tất cả, Ngài đã phó mạng sống mình cho tội nhân. Rô-ma 5:7-8 có chép, *"Và, họa mới có kẻ chết vì người nghĩa; dễ thường cũng có kẻ bằng lòng chết vì người lành. Nhưng Đức Chúa Trời tỏ lòng yêu thương Ngài đối với chúng ta, khi chúng ta còn là người có tội, thì Đấng Christ vì chúng ta chịu chết."* Đức Chúa Cha phó con một, là con duy nhất, Chúa Jêsus cho chúng ta là những kẻ chẳng có sự công chính, cũng chẳng có sự nhơn lành nào, và Đấng ấy đã phải chịu treo trên cây thập tự, chịu chết tại đó. Đây là cách để Ngài bày tỏ tình yêu lớn lao đối với nhân loại.

Trong danh Chúa, tôi cầu nguyện để anh chị em hiểu rằng chúng ta được cứu chỉ nhờ danh Chúa Cứu Thế Jêsus, ngoài Ngài ra không còn danh nào khác. Chúng ta được quyền làm con cái của Đức Chúa Trời bằng cách tin nhận Chúa Cứu Thế Jêsus và luôn vui sống đắc thắng trong sự đảm bảo được cứu rỗi.

Chương 5

Tại Sao Chúa Jêsus Là Cứu Chúa Duy Nhất Của Chúng Ta?

- Sự Cứu Rỗi Được Trù Liệu Qua
  Chúa Cứu Thế Jêsus
- Tại Sao Chúa Jêsu Phải Chịu Treo
  Trên Cây Gỗ?
- Ngoài Danh "Chúa Cứu Thế Jêsus"
  Trong Thế Gian Nầy Không
  Còn Danh Nào Khác

Jêsus nầy là hòn đá bị các ông xây nhà bỏ ra, rồi trở nên hòn đá góc nhà. Chẳng có sự cứu rỗi trong đấng nào khác; vì ở dưới trời, chẳng có danh nào khác ban cho loài người, để chúng ta phải nhờ đó mà được cứu.

Công vụ 4:11-12

Chúng ta sẽ yêu Chúa với trọn cả tấm lòng khi nhận biết được sự trù liệu sâu nhiệm và chu toàn cho công cuộc trưởng dưỡng nhân loại của Ngài. Và lại, khi chúng ta nhận biết về sự sắm sẵn phương cách cứu rỗi qua Chúa Cứu Thế Jêsus, chúng ta càng tôn cao tình yêu và sự khôn sáng của Ngài hơn.

Vậy, sự tiên liệu của phương cách cứu rỗi đã được giấu kín từ trước vô cùng, được làm trọn qua Chúa Cứu Thế Jêsus như thế nào? Trước đây tôi đã nói cùng anh em rằng Đức Chúa Trời của sự công chính đã sắm sẵn một người có đủ tư cách cho việc cứu chuộc hết thảy loài người theo thánh luật và rằng dưới trời nầy không ai ngoài Chúa Jêsus có đủ phẩm cách đó.

Chúa Jêsus là con người duy nhất không thuộc hậu tự A-đam, vì Ngài được hoài thai bởi Đức Thánh Linh và đến thế gian trong thân thể loài người. Và lại, Ngài có năng quyền và tình yêu thương để cứu chuộc nhân loại. Ngài mở đường cứu rỗi cho toàn nhân loại bằng cách chịu thập hình.

Ấy vậy, có lời chép trong Công-vụ 4:12 rằng, *"Chẳng có sự cứu rỗi trong đấng nào khác; vì ở dưới trời, chẳng có danh nào khác ban cho loài người, để chúng ta phải nhờ đó mà được cứu."* Hễ ai tin nhận Chúa Cứu Thế Jêsus thì được tha tội và được cứu. Người ấy sẽ bước ra khỏi bóng tối để vào sự sáng, nhận lãnh quyền phép và ơn phước của con cái Đức Chúa Trời.

Chúng ta hãy biết tại sao mình phải tin Chúa Jêsus là Đấng

chịu đóng đinh trên thập tự hầu cho chúng ta được cứu, được nhận lãnh thẩm quyền và ơn phước của con cái Đức Chúa Trời.

Sự Cứu Rỗi Được Trù Liệu
Qua Chúa Cứu Thế Jêsus

Đức Chúa Trời đã sắm sẵn phương cách cứu rỗi từ trước vô cùng. Sáng Thế đã nói tiên tri về Chúa Jêsus và sự huyền nhiệm của phương cách cứu rỗi nhân loại qua thập tự.

Sáng thế ký 3:14-15 có chép:

> *Giê-hô-va Đức Chúa Trời bèn phán cùng rắn rằng: Vì mầy đã làm điều như vậy, mầy sẽ bị rủa sả trong vòng các loài súc vật, các loài thú đồng, mầy sẽ bò bằng bụng và ăn bụi đất trọn cả đời. Ta sẽ làm cho mầy cùng người nữ, dòng dõi mầy cùng dòng dõi người nữ nghịch thù nhau. Người sẽ giày đạp đầu mầy, còn mầy sẽ cắn gót chân người.*

Như chúng ta đã biết, về ý nghĩa thuộc linh, "rắn" chỉ về kẻ thù Sa-tan và "ăn bụi đất" tượng trưng cho kẻ thù Sa-tan cai trị trên con người là kẻ được tạo ra từ bụi đất. Đồng thời, "người nữ" chỉ về "Y-sơ-ra-ên" và "dòng dõi của bà" nói đến Chúa Cứu Thế Jêsus. Cụm từ "Con rắn sẽ cắn gót chân người" ngụ ý đến Chúa Jêsus sẽ chịu đóng đinh trên cây thập tự, và "dòng dõi người nữ sẽ giày đạp đầu con rắn" nói rằng Chúa Jêsus sẽ phá đổ đồn luỹ của kẻ thù là Sa-tan và ma quỷ bằng cách Ngài sống lại từ kẻ chết.

Kẻ Thù Là Sa-Tan Đã Không Thể Nhận Ra Kế Hoạch Của Đức Chúa Trời

Đức Chúa Trời đã giấu kín sự tiên liệu phương cách cứu rỗi nầy trong sự huyền nhiệm, nên kẻ thù là Sa-tan không thể biết và nắm bắt được sự khôn ngoan của Ngài.

Vì tưởng rằng nó có thể nắm giữ được thẩm quyền mà mình đoạt được từ A-đam, người đã bội nghịch Đức Chúa Trờimột cách vĩnh viễn, kẻ thù Sa-tan ra sức trừ khử dòng dõi người nữ trước khi nó bị giày đạp. Song, Sa-tan đã không biết được dòng dõi người nữ là ai. Bởi đó, nó đã ra sức trừ khử những tiên tri là những con người được Đức Chúa Trời yêu mến từ thời Cựu Ước.

Khi Môi-se mới sinh ra đời, Sa-tan đã dùng tay Pha-ra-ôn là vua Ai-cập giết hết các bé trai do người nữ Hê-bơ-rơ sinh ra (Xuất Ê-díp-tô ký 1:15-22). Khi Chúa Jêsus được hoài thai bởi Đức Thánh Linh để đến thế gian trong thân thể con người, Kẻ thù Sa-tan đã dùng tay Vua Hê-rốt làm điều tương tự.

Song, vì đã biết trước mưu đồ của Sa-tan, một thiên sứ của Đức Chúa Trời hiện đến với Giô-sép trong giấc chiêm bao, bảo người đưa Con Trẻ cùng mẹ Ngài sang Ai-cập. Đức Chúa Trời đã để họ sống ở đó cho đến kỳ vua Hê-rốt băng hà.

Đức Chúa Trời Cho Phép Xảy Ra Việc Đóng Đinh Chúa Jêsus Trên Thập Tự

Đức Chúa Jêsus lớn lên trong sự gìn giữ của Đức Chúa Trời, Ngài bắt đầu chức vụ năm 30 tuổi, qua xứ Ga-li-lê, giảng dạy trong nhà hội, chữa lành tất cả bệnh tật trong dân chúng, gọi người chết sống lại, và rao giảng phúc âm cho người nghèo (Ma-thi-ơ 4:23, 11:5).

Trong khi đó, kẻ thù Sa-tan một lần nữa, lập kế hoạch nhờ tay các thầy tế lễ cả, các thầy thông giáo và người Pha-ri-si để tìm cách giết Chúa Jêsus. Song, như chúng ta được biết qua Kinh Thánh, một kẻ ác thậm chí không thể đụng vào Chúa Jêsus được vì tất cả các sự kiện xảy đến trong cuộc đời Ngài đều nằm trong sự trù liệu trước của Đức Chúa Trời.

Đức Chúa Trời cho phép kẻ thù Sa-tan đóng đinh Chúa Jêsus chỉ sau ba năm chức vụ của Ngài. Chúa Jêsus phải chịu đội mão gai, chịu đau đớn và thống khổ tột cùng với những cơn đau khi đinh đóng xuyên qua tay và chân, Ngài đã chịu chết.

Đóng đinh trên thập tự là một cách hành hình dã man nhất. Kẻ thù Sa-tan vô cùng sung sướng khi đã giết được Chúa Jêsus bằng cách nầy. Sa-tan reo mừng chiến thắng vì nó tưởng sẽ tiếp tục cai trị thế gian, không có ai ngăn cản sự cai trị của nó. Song, có một sự trù liệu huyền nhiệm được giấu kín của Đức Chúa Trời.

Kẻ Thù Sa-Tan Đã Phạm Thánh Luật

Đức Chúa Trời là Đấng công chính, Ngài không sử dụng quyền tối cao của mình cách trái luật. Từ trước vô cùng Ngài đã trù liệu sẵn phương cách cứu rỗi nhân loại theo thánh luật.

Theo thánh luật, tiền công của tội lỗi là sự chết (Rô-ma 6:23), nếu vô tội, thì chẳng ai phải đối mặt với sự chết. Thế nhưng, Sa-tan đã đóng đinh Chúa Jêsus là người vô tội và thánh khiết (1 Phi-e-rơ 2:22-23). Bởi việc nầy, kẻ thù Sa-tan đã phạm thánh luật và bị mắc bẫy bởi trò gian trá của chính mình. Việc đóng đinh một con người vô tội đã trở thành công cụ cho phương cách cứu rỗi nhân loại mà Đức Chúa Trời đã hoạch định từ trước. Dòng dõi người nữ sẽ giày đạp đầu nó như đã được tiên tri từ trong buổi đầu sáng thế.

Nói chung, sức kháng cự của con rắn là rất lớn, cho dù bị đạp trên đầu hay đằng đuôi thì nó vẫn kháng cự lại, nhưng nó sẽ hết đường thoát khi bị nắm chặt ở đầu. Ấy vậy, có lời chép rằng, *"Ta sẽ làm cho mầy cùng người nữ, dòng dõi mầy cùng dòng dõi người nữ nghịch thù nhau. Người sẽ giày đạp đầu mầy, còn mầy sẽ cắn gót chân người."* Thánh ý của phân đoạn nầy nói rằng kẻ thù Sa-tan sẽ mất năng lực và thẩm quyền vì cớ Chúa Cứu Thế Jêsus. Con rắn cắn gót chân dòng dõi người nữ, ngụ ý rằng kẻ thù Sa-tan sẽ đóng đinh Chúa Jêsus, và điều nầy được ứng nghiệm như đã nói trong Sáng thế ký 3:15.

Con Đường Cứu Rỗi Qua Thập Hình Của Chúa Jêsus

Phương cách cứu rỗi mà Đức Chúa Trời giấu kín từ trước vô cùng đã được làm trọn khi Chúa Jêsus sống lại sau ba ngày kể từ lúc chịu đóng đinh.

Khoảng 6.000 năm trước, A-đam đã đánh mất thẩm quyền mà Đức Chúa Trời ban cho ông vào tay Sa-tan khi người phạm thánh luật bởi sự bất tuân (Lu-ca 4:6). Tuy nhiên, 4.000 năm sau, kẻ thù Sa-tan đã phải đi vào con đường hủy diệt vì cớ phạm thánh luật.

Vậy nên, kẻ thù Sa-tan đã phải phóng thích những ai tin nhận Chúa Jêsus làm Cứu Chúa họ và tin danh Ngài, họ được quyền trở nên con cái Đức Chúa Trời. Liệu Sa-tan có đóng đinh Chúa Jêsus nếu nó biết trước kế hoạch khôn ngoan nầy của Đức Chúa Trời? Không, chẳng bao giờ. Trong 1 Cô-rinh-tô 2:8, chúng ta được nhắc nhớ rằng: *"Trong những người cai quản đời nầy chẳng ai từng biết sự đó; bởi chưng, nếu đã biết thì họ đã không đóng đinh Chúa vinh hiển trên cây thập tự đâu."*

Ngày hôm nay, những người không hiểu lẽ thật nầy vẫn còn bâng khuâng rằng: "Tại sao Đức Chúa Trời Toàn Năng không thể bảo vệ Con Ngài khỏi chết? Tại sao Ngài để Con Ngài chết trên cây thập tự?" Song, khi hiểu hết được ý nghĩa của việc sắm sẵn về con đường thập tự, chúng ta sẽ hiểu được tại sao Chúa Jêsus đã chịu đóng đinh, và thể nào Ngài có thể trở thành Vua của muôn vua, Chúa của muôn chúa sau khi Ngài chiến thắng kẻ thù là Sa-tan và ma quỷ. Vậy nên, hễ ai tin nhận Chúa Jêsus là Cứu Chúa là Đấng đã chết trên thập tự và sống lại sau ba ngày để cứu chuộc loài người khỏi tội lỗi, có thể được xưng công chính và được cứu.

Tại Sao Chúa Jêsu Phải Chịu Treo Trên Cây Gỗ?

Đây là câu hỏi đặt ra khi nghĩ đến sự chết của Chúa. Tại sao phải là trên cây thập tự? Trong rất nhiều cách hành hình, Chúa Jêsus đã chịu chết trên cây thập tự. Theo Ga-la-ti 3:13-14, có ba nguyên nhân thiêng liêng để Chúa Jêsus đã phải chịu treo trên cây gỗ.

Thứ Nhất, Để Cứu Chúng Ta Khỏi Sự Rủa Sả Của Luật Pháp

Ga-la-ti 3:13 có chép, *"Đấng Christ đã chuộc chúng ta ra khỏi sự rủa sả của luật pháp, bởi Ngài đã nên sự rủa sả vì chúng ta,- vì có lời chép: Đáng rủa sả thay là kẻ bị treo trên cây gỗ."* Điều nầy nói rằng Chúa Jêsus đã cứu chúng ta khỏi sự rủa sả của luật pháp bằng cách chịu treo trên cây gỗ.

Tất cả loài người đều bị rủa sả và phải chịu chết theo luật định vì cớ sự bất tuân của con người đầu tiên, A-đam, như đã chép trong Rô-ma 6:23, *"tiền công của tội lỗi là sự chết."* Song, Đức Chúa Trời đã phó con một của Ngài cho nhân loại và để cho Con ấy chịu treo trên cây thập tự làm giá chuộc nhân loại ra khỏi sự rủa sả của luật pháp theo Phục Truyền 21:23).

Vả lại, Chúa Jêsus đã đổ huyết báu trên cây thập tự. Xem câu 11 và 14 chương 17 sách Lê-vi Ký:

Vì sanh mạng của xác thịt ở trong huyết; ta đã cho các ngươi huyết rưới trên bàn thờ đặng làm lễ chuộc tội cho linh hồn mình; vì nhờ sanh mạng mà huyết mới chuộc tội được.(câu 11).

Vì sanh mạng của mọi xác thịt, ấy là huyết nó...(câu 14)

Trước giả sách Lê-vi ký viết rằng sanh mạng ấy là huyết, vì

mọi loài sinh vật cần huyết để duy trì sự sống, nếu không có huyết, thì sự sống của nó sẽ kết thúc.

Song, khi người ta chết, xác thịt họ trở về với bụi đất, và linh hồn họ sẽ về thiên đàng hoặc địa ngục. Để có sự sống đời đời, chúng ta phải được tha tội hoàn toàn. Để có sự tha tội, phải có sự đổ huyết như đã nói trong Hê-bơ-rơ 9:22, *"Theo luật pháp thì hầu hết mọi vật đều nhờ huyết mà được sạch: không đổ huyết thì không có sự tha thứ."* Vì cớ nầy, con người ở thời Cựu Ước đã phải dâng huyết động vật làm của hiến tế khi họ phạm tội. Song, Chúa Jêsus đã đổ huyết báu Ngài một lần cho mọi người được tha tội và có sự sống đời đời, vì chính Ngài là Đấng không có nguyên tội, cũng không có kỷ tội.

Cũng vậy, nhờ huyết báu của Chúa Jêsus mà chúng ta nhận được sự sống đời đời. Vì Ngài đã chết thay để mở đường cho chúng ta trở nên con cái Đức Chúa Trời.

Thứ Hai, Để Ban Ra Phước Hạnh Của Áp-ra-ham

Nửa đầu của Ga-la-ti 3:14 nói rằng: *"Ngài đã cứu chuộc chúng ta hầu cho phước lành ban cho Áp-ra-ham nhờ Đức Chúa Jêsus Christ mà được rải khắp trên dân ngoại."* Đều nầy nói rằng Đức Chúa Trời không những rải phước Ngài đã ban cho Áp-ra-ham trên dân sự Y-sơ-ra-ên mà còn trên khắp dân ngoại là những ai được xưng công chính bởi việc xưng nhận Chúa Jêsus làm Cứu Chúa của mình.

Áp-ra-ham được gọi là "Tổ phụ đức tin" và là "bạn của Đức Chúa Trời", được sống trong ơn phước về đường con cái, sức khoẻ, sống lâu, giàu có ... Nguyên do Áp-ra-ham được ban phước cách dư dật đã có chép trong Sáng thế ký 22: 16-18:

Đức Giê-hô-va phán rằng: Vì ngươi đã làm điều đó, không tiếc con ngươi, tức con một người thì ta lấy chánh mình mà thề rằng sẽ ban phước cho ngươi, thêm dòng dõi ngươi nhiều như sao trên trời, đông như cát bờ biển, và dòng dõi đó sẽ chiếm được cửa thành quân nghịch. Bởi vì ngươi đã vâng theo lời dặn ta, nên các dân thế gian đều sẽ nhờ dòng dõi ngươi mà được phước.

Áp-ra-ham đã làm theo lời Chúa phán dặn, *"Hãy ra khỏi quê hương, vòng bà con và nhà cha ngươi, mà đi đến xứ ta sẽ chỉ cho."* (Sáng thế ký 12:1). Khi Chúa phán, thì ông làm theo mà không một lời than văn hay phàn nàn, *"Hãy bắt đứa con một yêu dấu, là I-sác, và đi đến xứ Mô-ri-a, nơi đó dâng đứa con làm của lễ thiêu ở trên một hòn núi kia mà ta sẽ chỉ cho."* (Sáng thế ký 22:2). Vì Áp-ra-ham tin Đức Chúa Trời là Đấng có thể khiến kẻ chết sống lại nên ông chẳng lo ngại (Hê-bơ-rơ 11:19). Nhờ có đức tin vững chắc như vậy, ông có thể trở thành nguồn phước và là tổ phụ của đức tin.

Vậy thì, con cái của Đức Chúa Trời là những kẻ tin nhận Chúa Jêsus làm Cứu Chúa của mình, nên có đức tin của Áp-ra-ham. Hầu cho chúng ta có thể làm rạng danh Chúa qua việc nhận lãnh tất cả những phước hạnh ở thế gian nầy.

Thứ Ba, Để Ban Cho Lời Hứa Về Đức Thánh Linh

Nửa thứ hai Ga-la-ti 3:14 nói rằng, *"Hầu cho chúng ta cậy*

đức tin mà nhận lãnh Đức Thánh Linh đã hứa cho." Điều nầy nói rằng hễ ai tin Chúa Jêsus đã chết trên cây thập tự cho toàn nhân loại thì được phóng thích khỏi sự rủa sả của luật pháp nhận lãnh Đức Thánh Linh đã hứa cho. Vả lại, hễ ai tin nhận Chúa Jêsus làm Cứu Chúa, thì nhận được quyền làm con cái của Đức Chúa Trời và Đức Thánh Linh là một ân điển và là bảo chứng (Găng 1:12; Rô-ma 8:16).

Khi nhận lãnh Đức Thánh Linh, chúng ta có thể gọi Đức Chúa Trời là: "Abba, là Cha" (Rô-ma 8:15), tên mình được ghi trong sách sự sống trên thiên đàng (Lu-ca 10:20), và chúng ta có quyền công dân nước ấy (Phi-líp 3:20). Ấy là vì Đức Thánh Linh là tấm lòng và sức mạnh của Đức Chúa Trời, dẫn chúng ta đến sự sống đời đời bởi việc giúp chúng ta hiểu thấu Lời Chúa và sống theo Lời Ngài bởi đức tin.

Song, chúng ta không chỉ được cứu khi chúng ta xưng nhận Chúa Jêsus làm Cứu Chúa mà còn tin trong lòng rằng Ngài đã bẻ gãy quyền của sự chết và đã sống lại. Rô-ma 10:9 đề cập tới điều nầy: "*Vậy nếu miệng ngươi xưng Đức Chúa Jêsus ra và lòng ngươi tin rằng Đức Chúa Trời đã khiến Ngài từ kẻ chết sống lại, thì ngươi sẽ được cứu.*"

Từ trước vô cùng, Đức Chúa Trời đã định sẵn một kế hoạch kỳ diệu để khiến những ai tin Chúa Jêsus làm Cứu Chúa trở nên hiệp một với Ngài và đưa họ đến sự cứu rỗi. Đây là kế hoạch rất đỗi kỳ diệu và mầu nhiệm. Nhân loại phải sa vào đường chết vì cớ con người đầu tiên phạm tội, theo thánh luật đã thể hiện rõ: "*Tiền công của tội lỗi là sự chết.*" Tuy nhiên, họ có thể được phóng thích khỏi sự rủa sả của luật pháp và được cứu bởi đức tin bởi cùng luật đó, vì cớ Sa-tan đã phạm luật thánh.

Bởi sự bất tuân, nhân loại đã phải chịu thống khổ với đau đớn, nan đề, và chết chóc mà kẻ thù là Sa-tan và ma quỷ đã mang đến khi họ trở thành nô lệ của tội lỗi. Thế nhưng, hễ ai tin nhận Chúa Jêsus làm Cứu Chúa và nhận lãnh Đức Thánh Linh thì nhận được sự cứu rỗi, sự sống đời đời, sự sống lại và ơn phước dư dật.

Đặc Ân Và Phước Hạnh Của Con Cái Đức Chúa Trời

Hễ ai mở lòng tin nhận Chúa Cứu Thế Jêsus thì sẽ được tha tội mình, nhận được quyền trở thành con cái của Đức Chúa Trời, và vui hưởng sự bình an, mừng vui trong lòng. Sự ấy chính là nhờ Chúa Jêsus đã cất hết tội lỗi chúng ta trong một lần cho tất cả bằng cách Ngài đã chịu đóng đinh. Như đã nói trong Thi Thiên 103:12, *"Phương đông xa cách phương tây bao nhiêu, thì Ngài đã đem sự vi phạm chúng tôi khỏi xa chúng tôi bấy nhiêu."* Điều nầy cũng có chép trong Hê-bơ-rơ 10: 17-18 rằng, *"Ta sẽ chẳng còn nhớ đến tội lỗi gian ác của chúng nó nữa. Bởi hễ có sự tha thứ thì không cần dâng của lễ vì tội lỗi nữa."*

Trên thế gian nầy chẳng có gì xứng để sánh với quyền được làm con cái của Đức Chúa Trời mà Ngài đã ban cho chúng ta bởi đức tin. Ở đời nầy, những kẻ được làm con cái của vua chúa hoặc tổng thống là những kẻ đầy quyền thế. Huống chi là được làm con cái của Đức Chúa Trời, Đấng Tạo Hóa cai quản cả vũ trụ, thế gian và lịch sử nhân loại, thì thật là một điều tuyệt vời biết dường nào!

Không phải chỉ cần nói ra miệng rằng, "Jêsus là Cứu Chúa" thì Đức Chúa Trời sẽ xem đó là đức tin thật. Chúng ta cần biết Chúa Cứu Thế Jêsus là ai, tại sao Ngài là Cứu Chúa duy nhất của chúng ta, với nền tảng hiểu biết nầy sẽ giúp chúng ta có được đức tin đích thực. Với đức tin thật, chúng ta có thể nhận biết sự trù liệu của Đức Chúa Trời được kín giấu qua thập tự và xưng nhận, "Chúa Cứu Thế là Chúa và là con của Đức Chúa Trời hằng sống." Hơn thế, chúng ta có thể sống theo ý Chúa. Nếu không có đức tin chân thật nầy, thì rất khó để chúng ta thật lòng và sống theo Lời Chúa. Dường ấy, Chúa Jêsus đã phán dạy chúng ta qua Ma-thi-ơ 7:21, *"Chẳng phải hễ những kẻ nói cùng ta rằng: Lạy Chúa, lạy Chúa thì đều được vào nước thiên đàng đâu; nhưng chỉ kẻ làm theo ý muốn của Cha ta ở trên trời mà thôi."* Chúa Jêsus đã công bố dứt khoát rằng chỉ những ai xưng nhận Chúa Jêsus là "Chúa", sống theo ý Chúa và làm theo Lời Ngài thì sẽ được cứu."

Ngoài Danh "Chúa Cứu Thế Jêsus" Trong Thế Gian Nầy Không Còn Danh Nào Khác

Công Vụ đoạn 4 khắc họa lại hình ảnh mà Phi-e-rơ và Giăng dạn dĩ làm chứng về danh Chúa Cứu Thế Jêsus trước mặt người Sa-đu-sê. Vì họ thật lòng tin rằng ở đời nầy ngoài danh "Chúa Cứu Thế Jêsus" không có danh nào khác để nhờ đó chúng ta được cứu, Phi-e-rơ, "đầy dẫy Thánh Linh," được ban quyền năng để công bố rằng: "Sự cứu rỗi không có ở bất kỳ kẻ nào khác, vì ở dưới trời nầy, không có danh nào khác để nhờ đó chúng ta được cứu."

Những ngụ ý thiêng liêng trong danh "Chúa Cứu Thế Jêsus" là gì? Và tại sao Đức Chúa Trời không ban cho chúng ta danh nào khác ngoài danh Chúa Cứu Thế Jêsus để nhờ đó chúng ta được cứu?

Sự Khác Nhau Giữa "JÊSUS" và "JÊSUS CHRIST"

Công Vụ 16:31 bảo chúng ta *"Hãy tin Đức Chúa Jêsus thì ngươi và cả nhà sẽ được cứu rỗi."* Lý do chúng ta phải nói "Đức Chúa Jêsus Christ"mà không phải đơn giản chỉ là "Jêsus", ấy là:

"Jêsus" chỉ về một con người là kẻ sẽ cứu dân Ngài ra khỏi tội, "Christ" là tiếng Hy-lạp, có nghĩa "Mê-si-a" trong tiếng Hê-bơ-rơ. Đây là *"người chịu xức dầu"* và từ nầy chỉ về Chúa Cứu Thế là Đấng Trung Bảo giữa Đức Chúa Trời và loài người."Jêsus" là danh chúa cứu thế tương lai, nhưng "Christ" là danh của Cứu Chúa là Đấng đã cứu chuộc loài người.

Trong thời Cựu Ước, Đức Chúa Trời xức dầu cho kẻ sắp lên ngôi vua, sẽ trở thành thầy tế lễ, hoặc nhà tiên tri bằng cách đổ dầu lên đầu kẻ được xức (Lê-vi ký 4:3; 1 Sa-mu-ên 10:1; 1 Các Vua 9:16). Dầu tượng trương cho Đức Thánh Linh. Vậy, xức dầu nghĩa là ban Đức Thánh Linh cho người được Chúa chọn.

Jêsus được xức dầu để làm Vua, thầy Tế, và làm Tiên Tri. Ngài đã đến thế gian trong hình thể con người để cứu hết thảy nhân loại theo sự trù liệu của Đức Chúa Trời và được định sẵn từ trước vô cùng. Ngài chịu đóng đinh để cứu chuộc và trở thành Cứu Chúa chúng ta bằng cách Ngài đã đã sống lại vào ngày thứ ba. Vì vậy, Ngài là Cứu Chúa, là Đấng đã làm trọn sự trù liệu cho phương cách cứu rỗi của Đức Chúa Trời. Dường ấy, Ngài là Đấng Christ.

Trước khi Chúa Jêsus chịu thập hình, chúng ta nói đến Ngài chỉ là "Jêsus." Song, sau khi Ngài chịu đóng đinh và sống lại, danh Ngài trở nên "Jêsus Christ," "Chúa Jêsus," hoặc "Chúa."

Chúng ta nên biết rằng có sự khác xa về quyền năng giữa "Jêsus" và "Jêsus Christ." Jêsus là tên gọi trước khi Ngài hoàn thành sự trù liệu cho phương cách cứu rỗi và kẻ thù Sa-tan chẳng mấy e sợ. Danh "Jêsus Christ," ngụ ý đến ba điều: huyết cứu chuộc chúng ta ra khỏi tội; sự sống lại bẻ gãy quyền của sự chết; và sự sống là vĩnh hằng. Trước danh nầy, kẻ thù Sa-tan phải khiếp sợ.

Nhiều người thờ ơ với sự thật nầy vì họ chẳng hiểu được sự khác nhau. Song, quả thật rằng công việc của Đức Chúa Trời và sự linh nghiệm sẽ khác nhau tùy vào danh mà chúng ta gọi (Công vụ 3:6).

Khi chúng ta cầu nguyện với Chúa trong danh Cứu Chúa Jêsus Christ của chúng ta và ghi nhớ điều nầy trong trí, chúng ta sẽ có một đời sống đắc thắng đầy dẫy sự đáp ứng dư dật và nhanh chóng từ Đức Chúa Trời toàn năng.

Sự Vâng Phục Hoàn Toàn Của Chúa Jêsus

Mặc dù Chúa Jêsus chính là Đức Chúa Trời trong bổn tính nguyên thủy, Ngài không coi việc đồng đẳng với Đức Chúa Trời là điều nên nắm giữ, cũng không lớn tiếng công bố bình đẳng với Đức Chúa Trời. Ngài tự hạ mình xuống địa vị thấp hèn của kẻ làm công và hiện thân trong hình thể loài người. Một đầy tớ ngay lành chẳng tự làm theo ý riêng mình. Người làm mọi việc theo ý của chủ thay vì ý riêng. Vâng phục ý chủ mình là bổn phận của đầy tớ, mặc dù điều đó có đúng theo ý mình hay không. Chúa Jêsus vâng theo ý chỉ của Đức Chúa Trời với tấm lòng của một đầy tớ ngay lành, nên Ngài đã hoàn thành được sứ mạng cứu rỗi nhân loại.

Đức Chúa Trời tôn vinh Chúa Jêsus, Đấng đã làm theo ý chỉ Ngài, và phán rằng "Vâng" "Được lắm," hãy ngồi nơi cao nhất và khiến cho muôn người xưng nhận Ngài là Chúa.

Cũng vì đó nên Đức Chúa Trời đã đem Ngài lên rất cao, và ban cho Ngài danh trên hết mọi danh, hầu cho nghe đến danh Đức Chúa Jêsus, mọi đầu gối trên trời dưới đất, bên dưới đất, thảy đều quỳ xuống, và mọi lưỡi thảy đều xưng Jêsus Christ là Chúa, mà tôn vinh Đức Chúa Trời là Đức Chúa Cha. (Phi-líp 2:9-11).

Danh "Chúa Jêsus" Bày Tỏ Quyền Năng Đức Chúa Trời

Điều nầy được nói đến trong Giăng 1:3, *"Muôn vật bởi Ngài làm nên, chẳng vật chi đã làm nên mà không bởi Ngài."* Mọi vật trên thế gian đều được dựng nên bởi Chúa Jêsus, Ngài có quyền trên mọi sự, vì Ngài là Đấng Tạo Hóa. Khi Chúa Jêsus, Con Đức Chúa Trời là Đấng Tạo Hóa truyền lệnh, những sự vật vô tri như bão tố, sóng biển phải vâng phục và yên lặng, khi Ngài rủa, thì cây vả phải chết ngay tức khắc.

Chúa Jêsus có quyền tha tội và cứu nhân loại ra khỏi án phạt của tội họ. Vì vậy, Ngài đã phán cùng người bại trong Ma-thi-ơ 9:2, *"Hỡi con, hãy vững lòng, tội lỗi con đã được tha."* và trong câu 6, *"Vả, hầu cho các ngươi biết Con người ở thế gian có quyền tha tội…"*

Vả lại, Chúa Jêsus có năng quyền chữa lành mọi thứ ốm đau và tàn tật, khiến kẻ chết sống lại. Giăng 11 mô tả lại cảnh La-xa-rơ bước ra từ hầm mộ trong khi tay chân còn buộc bằng vải liệm khi Chúa Jêsus lớn tiếng gọi, *"Hỡi La-xa-rơ, hãy ra!"* Mặc dù đã chết bốn ngày và đã có mùi, nhưng La-xa-rơ bước ra khỏi hầm mộ như một người khoẻ mạnh.

Cũng vậy, Chúa Jêsus sẽ ban cho chúng ta không cứ thứ gì chúng ta cầu xin bởi đức tin, vì Ngài có năng quyền kỳ diệu của Đức Chúa Trời.

Jêsus Christ, Tình Yêu Thương của Đức Chúa Trời

Như có lời trong 1 Giăng 4:10, *"Nầy, sự yêu thương ở tại đây: ấy chẳng phải chúng ta đã yêu thương Đức Chúa Trời, nhưng Ngài đã yêu thương chúng ta, và sai Con Ngài làm của lễ chuộc tội chúng ta."* Đức Chúa Trời bày tỏ một tình yêu kinh ngạc đối với chúng ta. Ngài ban Con một Ngài làm của lễ khi chúng ta còn là những tội nhân. Để mở đường cứu rỗi nhân loại, Đức Chúa Trời đã đau đớn vô cùng khi Chúa Jêsus, Con Ngài phải chịu đóng đinh và đổ huyết trên thập tự. Đức Chúa Trời yêu thương cảm thấy thế nào khi con một Ngài là Chúa Jêsus chịu đóng đinh? Ngài không thể ngồi nhìn từ trên ngai mình. Ma-thi-ơ 27:51-54 cho chúng ta thấy Đức Chúa Trời đã đau đớn đến dường nào khi Chúa Jêsus phải chịu đóng đinh.

Và nầy, cái màn trong đền thờ bị xé ra làm hai từ trên chí dưới, đất thì rúng động, đá lớn bể ra, mồ mả mở ra, và nhiều thây của các thánh qua đời được sống lại, các thánh đó ra khỏi mồ mả, đi vào thành thánh và hiện ra cho nhiều người thấy. Thầy đội và những lính cùng với người canh giữ Chúa Jêsus, thấy đất rúng động và những điều xảy đến, thì sợ lắm, mà nói rằng: 'Thật người nầy là con Đức Chúa Trời.'

Dường ấy, rõ ràng Chúa Jêsus chịu đóng đinh không phải vì tội của chính Ngài gây ra, bèn là bởi tình yêu lớn lao của Đức Chúa Trời để dẫn mọi người đến con đường cứu rỗi. Song, có rất nhiều người không tin hoặc không hiểu được tình yêu đáng kính phục mà Đức Chúa Trời đã dành cho chúng ta.

Sau sự bội nghịch của A-đam, loài người phải xa cách Đức Chúa Trời vì trong họ đầy dẫy bản năng tội lỗi. Tuy thế, Chúa Jêsus đã đến thế gian để trở thành Đấng Trung Bảo giữa Đức Chúa Trời và chúng ta hầu cho Ngài có thể ban Ê-ma-nu-ên ơn phước đến ở cùng chúng ta (Ma-thơ 1:23). Bởi sự đau đớn và thống khổ của Chúa Jêsus trên thập tự, chúng ta có được sự bình an và nghỉ ngơi thật sự.

Vì thế, tôi hy vọng anh chị em hiểu được tình yêu lớn lao của Đức Chúa Trời là Đấng đã phó con một Ngài làm của lễ chuộc tội chúng ta và ban cho chúng ta sự sống đời đời với tình yêu tận hiến, mặc dù là vô tội, song, Ngài đã chết thay để mở đường cứu rỗi cho chúng ta.

Chương 6

Sự Lo Liệu Trước
về Thập Tự

- Sinh Ra Trong Chuồng Ngựa
  và Được Đặt Nằm Trong Máng Cỏ
- Cuộc Đời Chúa Jêsus Trong Cảnh
  Nghèo Khó
- Ngài Chịu Đánh Đập và Đổ Huyết
- Ngài Chịu Đội Mão Gai
- Áo Ngoài Và Áo Trong Của Chúa Jêsus
- Ngài Chịu Đóng Đinh Xuyên
  Qua Tay Chân
- Không Một Ống Chân Nào Của
  Chúa Jêsus Bị Gãy Nhưng Ngài
  Bị Đâm Xuyên Qua Hông

Thật người đã mang sự đau ốm của chúng ta, đã gánh sự buồn bực của chúng ta; mà chúng ta lại tưởng rằng người đã bị Đức Chúa Trời đánh và đập, và làm cho khốn khổ. Nhưng người đã vì tội lỗi chúng ta mà bị vết, vì sự gian ác chúng ta mà bị thương, bởi sự sửa phạt người chịu chúng ta được bình an, bởi lằn roi người chúng ta được lành bịnh. Chúng ta thảy đều như chiên đi lạc, ai theo đường nấy: Đức Giê-hô-va đã làm cho hết thảy tội lỗi của chúng ta đều chất trên người.

Ê-sai 53:4-6

Trong kế hoạch của Đức Chúa Trời để có được những con cái chân thật, Chúa Jêsus đến thế gian trong thân thể loài người, chịu đau buồn với đủ thứ thống khổ, chịu chết trên cây thập tự, là những sự kiện quan trọng hàng đầu. Qua những sự kiệnnầy, Ngài đã hoàn thành phương cách cứu cứu rỗi dành cho nhân loại.

Sự trù liệu trước về thập tự giá của Đức Chúa Trời mang một ý nghĩa thiêng liêng sâu nhiệm. Jêsus, con độc sanh của Đức Chúa Trời đã từ bỏ sự vinh hiển trên thiên đàng, sinh ra trong chuồng gia súc, và trọn đời sống trong cảnh nghèo khó.

Vã lại, Ngài phải chịu đánh đập và đóng đinh xuyên qua tay chân, đội mão gai, hết thảy nước và huyết trong Ngài đổ ra khi ngọn giáo đâm qua hông. Mọi nỗi thống khổ Chúa Jêsus đã chịu chứa đựng tình yêu tràn đầy của Đức Chúa Trời.

Khi hiểu thấu ý nghĩa thiêng liêng của thập tự và những nỗi khổ mà Chúa Jêsus phải chịu, chúng ta cảm động vô cùng về tình yêu của Đức Chúa Trời, khiến chúng ta có một đức tin đích thực. Đồng thời, chúng ta cũng có được lời giải đáp cho những nan đề trong cuộc sống như sự nghèo khó, bịnh tật, cũng như nước thiên đàng vĩnh hằng.

Sinh Ra Trong Chuồng Ngựa và Được Đặt Nằm Trong Máng Cỏ

Chúa Jêsus, nguyên thủy là Đức Chúa Trời, chủ tể của muôn vật trên trời và dưới đất, Ngài là một thực thể huy hoàng nhất. Song, Ngài đã hiện thân làm người để đến thế gian, cứu chuộc loài người khỏi tội lỗi và dẫn dắt họ vào con đường cứu rỗi.

Chúa Jêsus, con một của Đức Chúa Trời Toàn Năng – Đấng Tạo Hóa. Vậy, tại sao Ngài không được sinh ra nơi sang trọng, hay ít nhất tại một căn phòng ấm cúng? Lẽ nào Đức Chúa Trời không thể để cho Ngài sinh ra một nơi tráng lệ sao? Tại sao Ngài lại phải sinh ra nơi chuồng ngựa và đặt nằm trong máng cỏ.

Điều nầy mang một ý nghĩa thiêng liêng sâu nhiệm. Chúng ta nên biết rằng Chúa Jêsus được sinh ra một cách huy hoàng nhất, thiêng liêng nhất. Dù con người không thể nhìn thấy bằng mắt thường, Đức Chúa Trời rất hài lòng với sự ra đời của Chúa Jêsus đến nỗi Ngài đã vây phủ chung quanh hài nhi Jêsus với những hào quang rực rỡ với sự hiện diện một cơ binh lớn của thiên đàng cùng những thiên thần. Chúng ta có thể cảm nhận được sự vui sướng của Ngài trong Lu-ca 2:14, *"Sáng danh Chúa trên các từng trời rất cao, bình an dưới đất, ân trạch cho loài người!"* Đức Chúa Trời cũng đã chuẩn bị sẵn những kẻ chăn chiên hiền lành cùng các vị đạo sĩ từ phương đông và đưa họ đến để thờ phượng hài nhi Jêsus.

Sự ngợi khen và thờ phượng xảy ra khắp nơi vì Chúa Jêsus sẽ mở đường cứu rỗi khi Ngài đến với thế gian, muôn ngàn người sẽ trở nên con cái của Đức Chúa Trời và được vào nước thiên đàng để vui hưởng sự sống đời đời, và Chúa Jêsus là Con Đức

Chúa Trời sẽ là Vua trên muôn vua, Chúa muôn chúa.

Sự Lo Liệu Trước Của Đức Chúa Trời Được Giấu Kín Trong Sự Giáng Sinh Của Chúa Jêsus

Khi Chúa Jêsus ra đời, Sê-sa Au-gút-tơ ra chiếu chỉ kiểm tra dân số trên toàn Đế Chế La Mã. Những người Do-thái ở dưới quyền cai trị của Đế quốc La Mã phải trở về quê để đăng ký theo thể chiếu chỉ của Sê-sa.

Giô-sép cùng vợ hứa hôn là Mary cũng phải từ thành Na-xa-rét xứ Ga-li-lê trở về thành Bết-lê-hem quê hương của Đa-vít, vì người thuộc về xứ sở và dòng dõi của Đa-vít. Mary đã đính hôn cùng Giô-sép và được hoài thai bởi Thánh Linh trước khi họ đến đó, rồi sinh con đầu lòng trong thời gian lưu ngụ.

Địa danh "Bết-lê-hem" nghĩa là sự giàu có, và đây từng là xứ sở Vua Đa-vít (1 Sa-mu-ên 16:1). Mi-chê 5:1 nói về thành Bết-lê-hem như sau: *"Hỡi Bết-lê-hem Ép-ra-ta, ngươi ở trong hàng ngàn Giu-đa là nhỏ lắm, song từ nơi ngươi sẽ sinh ra một Đấng cai trị trong I-sơ-ra-ên; gốc tích của Ngài bởi từ đời xưa, từ trước vô cùng."* Đó là lời tiên tri nói rằng Bết-lê-hem sẽ là nơi ra đời của Đấng Mê-si-a.

Lúc bấy giờ trong nhà quán chẳng còn chỗ cho Mary và Giô-sép, vì hàng ngàn người đã có mặt ở Bết-lê-hem để đăng ký. Tại nơi đây, Mary sinh hạ hài nhi nơi chuồng ngựa. Dùng khăn vải bọc Ngài và đặt nằm trong máng cỏ, chung với những vật chứa thức ăn gia súc.

Vậy, tại sao Chúa Jêsus, Đấng đã đến để trở thành Chúa Cứu Thế của nhân loại, đã ra đời tại một nơi thấp hèn đến vậy?

Để Cứu Chuộc Loài Người Như Súc Vật

Truyền Đạo 3:18 nói rằng, *"Ta lại nói trong lòng rằng: Phải như vậy, bởi vì Đức Chúa Trời muốn thử thách con loài người, và chỉ cho chúng biết rằng họ không hơn kém gì loài thú."* Khi loài người đánh mất ảnh tượng của Đức Chúa Trời, trước mặt Ngài, họ trở nên như loài thú. Con người đầu tiên là một loài sinh linh được dựng theo ảnh tượng Đức Chúa Trời. Con người cũng có bản tính linh thiên vì ở trong nó chỉ có lời của lẽ thật mà Đức Chúa Trời đã dạy cho.

Song, A-đam đã ăn trái cây biết điều thiện và điều ác, nghịch lại lời răn dạy của Đức Chúa Trời, do đó phần linh thiên bị chết và nó không còn trò chuyện được cùng Đức Chúa Trời nữa. Và lại, người cũng không còn là chủ của muôn loài. Kẻ thù là Sa-tan xúi giục A-đam đi theo bản năng tội lỗi, tấm lòng trong sáng và thành thật của người đã trở nên ô uế và giả dối.

Trong cuộc sống hàng ngày, nhiều khi chúng ta nghe những câu thành ngữ như, "Nó chẳng hơn một con thú." Qua những phương tiện truyền thông, chúng ta vẫn thường nghe về những con người chẳng có gì hơn thú vật. Vì lòng tư dục những món lợi cho riêng mình, họ sẵn sàng lừa gạt người lân cận, người quen, bạn bè, và cả người nhà mình nữa. Bố mẹ, con cái thù ghét nhau và đôi khi còn giết nhau nữa.

Loài người sẵn sàng làm ác vì phần trí của họ đã làm chủ từ khi tâm linh bị chết, vì cớ tội lỗi mình, loài người đã đánh mất ảnh tượng Đức Chúa Trời. Giống như thú vật, họ chỉ có thể xác và trí khôn, những người như vậy không thể vào nước thiên đàng hay gọi Đức Chúa Trời là là Cha – A-ba được. Chúa Jêsus ra đời trong chuồng súc vật để cứu chuộc loài người là những kẻ chẳng có gì hơn loài cầm thú.

Chúa Jêsus Là Linh Lương Đích Thực Của Chúng Ta

Chúa Jêsus được đặt nằm trong máng cỏ, vật chứa thức ăn cho ngựa, để trở thành linh lương đích thực cho con loài người là những kẻ chẳng có gì hơn loài cầm thú (Giăng 6:51).

Nói cách khác, quả thật là một sự trù liệu thiêng liêng để đưa dẫn loài người đến sự cứu rỗi trọn vẹn bằng cách làm cho họ có thể phục hồi ảnh tượng đã mất của Đức Chúa Trời và làm trọn bổn phận mình. Vậy, bổn phận trọn vẹn của loài người là gì? Truyền Đạo 12:13-14 giúp ta nhìn thấy điều nầy:

Chúng ta hãy nghe lời kết của lý thuyết nầy: Khá kính sợ Đức Chúa Trời và giữ các điều răn Ngài; ấy là trọn phận sự của ngươi. Vì Đức Chúa Trời sẽ đem đoán xét các công việc, đến nỗi việc kín nhiệm hơn hết, hoặc thiện hoặc ác cũng vậy.

"Kính sợ Đức Chúa Trời" có nghĩa là gì? Châm ngôn 8:13 nói rằng: *"Sự Kính sợ Đức Giê-hô-va ấy là ghét điều ác."* Vì thế, kính sợ Đức Chúa Trời ấy là không dung thứ điều ác, và quăng xa mọi thứ độc dữ trong lòng.

Nếu chúng ta thật sự kính sợ Đức Chúa Trời, chúng ta phải hết lòng loại bỏ mọi thứ độc ác, chiến cự lại tội ác và mang chúng đến chân thập tự. Như học sinh học hành chăm chỉ để đảm bảo một tương lai tốt đẹp, chúng ta phải hết lòng kính sợ Đức Chúa Trời và làm trọn trách nhiệm của con người để vui hưởng tình yêu và ơn phước Ngài.

Trong Kinh Thánh, chúng ta bắt gặp những lời răn dạy của Đức Chúa Trời truyền lại cho con cái Ngài như "Hãy làm điều nầy; chớ làm điều nọ; hãy vâng giữ điều nầy; và loại bỏ điều kia." Một mặt, Đức Chúa Trời khuyên bảo con cái của Ngài những điều nên làm, đó là "cầu nguyện, yêu thương, cảm tạ và nhiều điều tương tự." Mặt khác, Đức Chúa Trời răn dạy chúng ta tránh những việc dẫn đến sự chết như thù ghét, ngoại tình và say sưa.

Ngài cũng khuyên bảo chúng ta làm theo một số điều răn, như "Hãy giữ ngày Sa-bát đặng làm nên ngày thánh," "Hãy giữ lời hứa nguyện" và những điều tương tự. Đức Chúa Trời cũng thúc giục chúng ta loại bỏ những thứ có hại, và phán rằng, "Hãy tránh xa mọi thứ độc ác," "Quăng xa sự ham danh ra khỏi ngươi," . . . .

Ấy là trọn vẹn bổn phận loài người: Kính sợ Đức Chúa Trời và vâng giữ những điều răn Ngài. Đến ngày phán xét, Đức Chúa Trời sẽ đoán xét mỗi người tùy vào những công việc họ làm, mọi việc kín giấu hoặc thiện hay ác. Do đó khi chúng ta sống như loài thú, không thực hiện bổn phận trọn vẹn của con người, thì đến ngày phán xét của Chúa, việc sa vào hỏa ngục là điều không tránh khỏi.

Dường ấy, Chúa Jêsus đã ra đời nơi chuồng gia súc và được đặt nằm trong máng cỏ để cứu chuộc loài người là những kẻ chẳng hơn loài cầm thú và trở nên linh lương cho chúng ta.

Cuộc Đời Chúa Jêsus Trong Cảnh Nghèo Khó

Giăng 3:35 nói rằng, *"Cha yêu Con, và giao hết mọi vật trong tay Con."* Cô-lô-se 1:16, *"Vì muôn vật đã được dựng nên trong Ngài, bất luận trên trời, dưới đất, vật thấy được vật không thấy được, hoặc ngôi vua, hoặc quyền cai trị, hoặc chấp chính, hoặc cầm quyền, đều là bởi Ngài và vì Ngài mà được dựng nên cả."* Nói cách khác, Chúa Jêsus là Con một của Đức Chúa Trời là Đấng Tạo Hóa, và là Chúa của muôn vật trên trời cũng như dưới đất.

Tại sao Ngài đã đến thế gian trong cảnh nghèo hèn và sống cuộc đời nghèo khổ mặc dù Ngài chính là Đức Chúa Trời Toàn Năng và giàu có mọi bề?

Để Cứu Chuộc Loài Người Ra Khỏi Cảnh Nghèo Khó

2 Cô-rinh-tô 8:9 nói rằng, *"Vì anh em biết ơn của Đức Chúa Jêsus Christ chúng ta, Ngài vốn giàu, vì anh em mà tự làm nên nghèo, hầu cho bởi sự nghèo khó của Ngài, anh em được nên giàu."* Ơn phước và tình yêu thật đáng kinh ngạc của Đức Chúa Trời đã được bày tỏ trong lời nầy. Mặc dù Chúa Jêsus là Vua trên muôn vua, Chúa trên muôn chúa, và là Con một của Đức Chúa Trời, Đấng Tạo Hóa, đã lìa bỏ mọi vinh hiển nơi thiên đàng, đến thế gian, sống trong cảnh nghèo khó, chịu đựng khinh thị, ngược đãi của loài người để cứu chuộc nhân loại ra khỏi nghèo khó.

Ban đầu, Đức Chúa Trời tạo nên loài người, cho họ hưởng hoa quả mà không cần phải đổ mồ hôi, vui hưởng cuộc sống thịnh vượng không cần phải làm lụng vất vả. Song, sau khi con người đầu tiên là A-đam đã bội nghịch Lời Chúa và trở nên hư đốn, con người phải khó nhọc, đổ mồ hôi trán mới có cái để ăn. Vì cớ sự nầy mà con người phải sống trong cảnh thiếu thốn và nghèo khó.

Nghèo không phải là tội, nên huyết Chúa Jêsus đổ ra không phải để cứu chúng ta ra khỏi cảnh nghèo. Song, nghèo là một sự rủa sả xuất hiện sau sự bội nghịch của A-đam đối với Đức Chúa Trời, do vậy Chúa Jêsus đã sống trong cảnh nghèo khổ hầu cho chúng ta trở nên giàu có.

Một số người nói rằng cuộc đời nghèo khổ của Chúa Jêsus nói lên sự nghèo khó về tinh thần. Song, Chúa Jêsus được hoài thai bởi Đức Thánh Linh và là một với Đức Chúa Trời là Đức Chúa Cha, thì sẽ là sai trật khi nói Ngài nghèo khó về tinh thần.

Chúng ta nên ghi khắc trong tâm trí rằng Chúa Jêsus đã sống cuộc đời nghèo khó để cứu chuộc chúng ta ra khỏi nghèo khó, và hầu cho chúng ta có thể có một cuộc sống dư dật với lòng tạ ơn về tình yêu và ơn phước mà Đức Chúa Trời đã dành cho chúng ta.

Một số người cho rằng xin tiền bạc trong lời cầu nguyện là điều sai trật. Một số khác thì nghĩ rằng ta nên sống nghèo khổ để xứng đáng với một Cơ-đốc-nhân. Song, rõ ràng điều đó không phải ý Chúa.

Trong Kinh Thánh, chúng ta thấy rất nhiều lời nói đến ơn phước. Như Phục Truyền 28:2-6, nói rằng:

Nếu ngươi nghe theo tiếng phán của Giê-hô-va Đức Chúa Trời ngươi, nầy là mọi phước lành sẽ giáng xuống trên mình ngươi: Ngươi sẽ được phước trong thành, và được phước ngoài đồng ruộng. Bông trái của thân thể ngươi, hoa quả của đất ruộng ngươi, sản vật của sinh súc ngươi, luôn với đẻ của bò cái và chiên cái ngươi, đều sẽ được phước; cái giỏ và cái thùng nhồi bột của ngươi đều sẽ được phước! Ngươi sẽ được phước trong khi đi ra, và sẽ được phước trong khi vào.

3 Giăng 1:2 thúc giục chúng ta rằng, *"Hỡi kẻ rất yêu dấu, tôi cầu nguyện cho anh được thạnh vượng trong mọi sự, và được khoẻ mạnh phần xác anh cũng như đã được thạnh vượng về phần linh hồn anh vậy."* Trong thực tế, những người được chọn của Đức Chúa Trời như Áp-ra-ham, I-sác, Gi-cốp, Giô-sép, và Đa-ni-ên đều là những người sống cuộc đời giàu có thịnh vượng.

Để Sống Cuộc Đời Giàu Có

Trong sự công chính của Ngài, Đức Chúa Trời để cho chúng ta gặt hái những gì chúng ta gieo. Như cha mẹ chỉ muốn trao cho con cái mình những thứ tốt, Đức Chúa Trời yêu dấu của chúng ta sẽ ban cho chúng không cứ thứ gì chúng ta cầu xin bởi đức tin (Mác 11:24).

Đức Chúa Trời sẽ nhậm lời cầu nguyện và ban phước cho chúng ta, nhưng chúng ta sẽ chẳng thể nhận được điều gì nếu chúng ta không cầu xin hoặc khi chúng ta cầu xin mà chẳng hiểu sự mình cầu xin. Vì thế, nếu chúng ta cố gặt hái những gì chúng ta không gieo, tức là chúng ta đang chế giễu Đức Chúa Trời và nghịch cùng thánh luật.

Một số người nói rằng, "Tôi muốn gieo, nhưng không thể vì tôi nghèo quá." Song, Kinh Thánh cho chúng ta thấy có nhiều người rất nghèo nhưng đã hết lòng gieo ra, nên được ban phước cách dư dật.

Trong 1 Các Vua 17, chúng ta thấy nạn đói xảy đến trong xứ ba năm rưỡi. Trong khi nạn đói vẫn còn đang diễn ra, một bà hóa ở xứ Sa-rép-ta thuộc về Si-đôn đã làm một chiếc bánh nhỏ cho tiên tri Ê-li với một nắm bột trong tay và một chút dầu trong bình, đó là tất cả những gì còn lại của cả nhà bà. Đức Chúa Trời rất đẹp lòng khi thấy bà phục vụ đầy tớ Ngài nên đã ban phước cho bà dồi dào: Bột sẽ không hết trong vò, dầu sẽ không hết trong bình, cho đến ngày Đức Giê-hô-va giáng mưa xuống đất. (1 Các Vua 17:14).

Có lần vào thời Chúa Jêsus, một bà góa nghèo đã bỏ vào hộp tiền dâng của đền thờ hai đồng xu rất nhỏ, trị giá bằng một phần của đồng Penny. Tuy thế, Chúa Jêsus đã khen ngợi bà và nói rằng, bà góa nghèo đã dâng nhiều hơn hết so với những người khác. Vì bà đã dâng ra từ của ít ỏi mình và dâng hết những gì mình có, trong khi những kẻ khác chỉ dâng một phần trong số tài sản họ (Mác 12:42-44).

Tư tưởng chúng ta là rất quan trọng, nó khiến chúng ta dám dâng lên Chúa tất cả những gì ta có. Đức Chúa Trời không nhìn vào số lượng, mà Ngài ưa thích sự thơm thảo của tình yêu và đức tin chứa đựng trong của dâng và sẽ ban phước dư dật cho chúng ta.

Ngài Chịu Đánh Đập và Đổ Huyết

Trước khi đóng đinh, quân lính La Mã tìm đủ cách để nhạo báng và khinh thị Chúa Jêsus, chúng vả lên mặt và nhổ nước bọt vào Ngài, cùng nhiều trò khác. Chúng dùng roi da dài có gắn những mảnh chì hình móc câu lủng lẳng trên đầu để đánh Ngài. Vào thời bấy giờ, quân lính La Mã là lực lượng hùng mạnh đứng đầu thế giới, chúng có tính kỷ luật cao, thân hình tráng kiện. Sự đau đớn sẽ dữ dội biết dường nào khi chúng lột trần Ngài ra và quất bằng roi da! Khi đó da thịt Ngài bị xé rách, những chiếc xương lộ ra và máu tuôn tràn.

Để ứng nghiệm lời tiên tri của Ê-sai "Ta đã đưa lưng cho kẻ đánh ta," Chúa Jêus chẳng hề né tránh một ngọn roi nào (Ê-sai 50:6)

Chữa Lành Sự Đau Yếu Và Bệnh Tật

Vì sao Chúa Jêsus phải chịu đánh đập và đổ huyết? Bởi đâu mà Đức Chúa Trời lại để việc nầy xảy ra với Con Ngài? Ê-sai 53 nói về mục đích của việc chúa Jêsus chịu đau đớn và khốn khổ.

Nhưng người đã vì tội lỗi chúng ta mà bị vết, vì sự gian ác chúng ta mà bị thương, bởi sự sửa phạt người chịu chúng ta được bình an, bởi lằn roi người chúng ta được lành bịnh. Chúng ta thảy đều như chiên đi lạc, ai theo đường nấy: Đức Giê-hô-va đã làm cho hết thảy tội lỗi chúng ta đều chất trên người (Ê-sai 53: 5-6).

Chúa Jêsus bị đâm và chịu những trận đòn trí mạng vì sự quá phạm và những điều vô luân trái đạo của chúng ta. Ngài chịu sửa phạt, đánh đòn và đổ huyết cho chúng ta có sự bình an và giải thoát chúng ta khỏi đau yếu, bệnh tật.

Trong Ma-thi-ơ 9, khi Chúa Jêsus chữa lành người bại liệt đang nằm trên giường, trước hết, Ngài giải quyết nan đề tội lỗi của người bệnh và nói rằng, "Tội của ngươi đã được tha." Rồi sau mới phán cùng người rằng, "Hãy đứng dậy, vác giường ngươi về nhà."

Trong Giăng 5, sau khi Chúa Jêsus chữa lành người tàn tật đã ba mươi tám năm, Ngài phán cùng người rằng, *"Kìa ngươi đã lành rồi, đừng phạm tội nữa, e có sự gì càng xấu xa xảy đến cho ngươi chăng?"* (Giăng 5:14)

Kinh Thánh cho chúng ta biết rằng bệnh tật xảy đến là vì cớ tội lỗi của chúng ta. Do vậy, chúng ta cần đến ai đó để có thể giải quyết nan đề tội lỗi để giải thoát khỏi bệnh tật. Song, không có đổ huyết thì không có sự tha tội (Lê-vi ký 17:11).

Đó là lý do tại sao trong thời Cựu Ước, khi người ta phạm tội, thầy tế lễ giết một con súc vật làm của hiến tế chuộc tội. Nhưng, chúng ta không cần phải giết súc vật để làm của hiến tế chuộc tội nữa, vì Chúa Jêsus đã đến thế gian trong thân thể con người, huyết vô tội, không tì vết, và đầy quyền năng của Ngài đã đổ ra. Huyết thánh của Chúa Jêsus cứu chuộc hết thảy tội lỗi nhân loại trong quá khứ, hiện tại và ngay cả tương lai.

Để Cất Đi Sự Yếu Mỏn Và Bệnh Tật Chúng Ta

Khi đọc Ma-thi-ơ 8:17, ta biết được rằng, *"Vậy cho được*

ứng nghiệm lời của Đấng tiên tri Ê-sai đã nói rằng: Chính Ngài đã lấy tật nguyền của chúng ta, và gánh bịnh hoạn của chúng ta." Vậy, nếu chúng ta biết vì đâu Chúa Jêsus phải chịu đánh đòn và đổ huyết, tin cậy vào điều nầy, chúng ta không phải khốn khổ với những đau yếu và bệnh tật của mình nữa.

1 Phi-e-rơ 2:24 nói rằng, *"Nhân những lằn đòn của Ngài mà anh em đã được lành bịnh."* Thời hiện tại hoàn thành được sử dụng trong câu nầy, vì Chúa Jêsus đã cứu chuộc mọi tội lỗi của nhân loại.

Mặc dù khẳng định rằng mình tin vào thực tế Chúa Jêsus đã mang hết những đau yếu và bệnh tật, bởi Ngài đã chịu đòn roi và đổ huyết, tại sao một số trong chúng ta vẫn còn khốn khổ với bệnh tật?

Xuất Ê-díp-tô ký 15:26 chép rằng, *"Nếu ngươi chăm chỉ nghe lời Giê-hô-va Đức Chúa Trời ngươi, làm sự ngay thẳng trước mặt Ngài, lắng tai nghe các điều răn và giữ mọi luật lệ Ngài, thì ta chẳng giáng cho ngươi một trong những bịnh nào mà ta đã giáng cho xứ Ê-díp-tô ký, vì ta là Đức Giê-hô-va Đấng chữa bịnh cho ngươi."* Ấy là khi chúng ta làm sự ngay thẳng trước mặt Chúa, bệnh tật chẳng thể làm gì được chúng ta, vì mắt Đức Giê-hô-va như ngọn lửa hừng bảo vệ chúng ta khỏi chúng.

Chúng ta hãy lấy ví dụ về một đứa trẻ. Sau khi bị một đứa trẻ hàng xóm đánh đập, nó trở về vừa đi vừa khóc. Phản ứng và quan điểm của bố mẹ về việc nầy có thể rất khác nhau, tùy vào sự tin tưởng của họ.

Người nầy thì có thể dạy con họ rằng: "Tại sao cứ phải bị đánh hoài? Cứ bị đánh một thì con đánh trả lại gấp hai, ba lần."

Người khác có thể đến gặp bố mẹ đứa bé đã đánh con mình để trách cứ. Một số khác thì không làm vậy, bèn là rất ưu phiền và buồn bực trong lòng.

Song, Đức Chúa Trời dạy chúng ta lấy thiện thắng ác, yêu luôn kẻ thù mình, làm hòa với mọi người, Ngài bảo chúng ta, *"Nếu ai vả má bên hữu ngươi, hãy đưa má bên kia cho họ luôn"* (Ma-thi-ơ 5:39).

Vậy nên, nếu chúng ta làm sự ngay thẳng trước mặt Ngài, thì việc vâng giữ các điều răn và mạng lệnh Ngài là điều chẳng khó khăn. Khi chúng ta cầu nguyện luôn và làm việc hết mình, ơn điển và quyền năng Chúa sẽ ngự trên chúng ta.Với sự vùa giúp của Đức Thánh Linh, chúng ta có thể làm được mọi sự.

Nếu loại bỏ tội lỗi và làm sự ngay thẳng trước mặt Chúa, bệnh tật sẽ lánh xa chúng ta. Cho dù bệnh tật có xảy đến, Đức Chúa Trời là Đấng chữa lành, sẽ tha thứ tội lỗi và chữa lành hoàn toàn khi chúng ta nhận biết được những điều sai trật và hết lòng ăn năn trước mặt Chúa.

Mặc dù chúng ta xưng nhận ra môi miệng rằng Đức Chúa Trời là Đấng toàn năng, nhưng khi chúng ta phải đối diện với nan đề hay bệnh tật, chúng ta lại nhờ cậy thế gian, Chúa sẽ chẳng đẹp lòng vì hành động đó chứng tỏ rằng chúng ta không thật sự tin cậy Ngài là Đức Chúa Trời toàn năng (2 Sử Ký 16).

Ngài Chịu Đội Mão Gai

Vương miện và vương y là những thứ thuộc về vương triều. Mặc dù Chúa Jêsus là Con một của Đức Chúa Trời, là Vua trên mua vua, Chúa trên muôn chúa, Ngài đã phải mang một vương miện làm bằng những chiếc gai dài và sắc nhọn thay vì vương miện xinh đẹp bằng vàng, bạc, đá quý.

...và rồi (bọn lính) đương một cái mão gai mà đội trên đầu, và để một cây sậy trong tay hữu Ngài; rồi quỳ xuống trước mặt Ngài mà nhạo báng rằng: Lạy Vua của dân Giu-đa! Họ nhổ trên Ngài và lấy cây sậy đánh đầu Ngài và chúng cứ đánh nữa (Ma-thi-ơ 27:29-30).

Quân lính La Mã dùng gai bện thành một chiếc mũ quá nhỏ đối với Chúa, rồi đội chật cứng vào đầu Ngài. Đầu và tráng Ngài bị những chiếc gai nhọn đâm thủng, máu tuôn trên mặt Ngài. Vì đâu Đức Chúa Trời toàn năng đã để Con một của Ngài phải đội mão gai, khốn khổ với hình phạt đau đớn, và phải chịu đổ huyết?

Trước Tiên, Chúa Jêsus Đội Mão Gai Để Cứu Chuộc Chúng Ta Khỏi Những Tư Tưởng Tội Lỗi Trong Đầu.

Khi mới được Đức Chúa Trời tạo dựng nên, con người trò chuyện cùng Ngài và làm theo Lời Ngài, con người chẳng hề phạm tội vì họ luôn suy nghĩ theo ý Đức Chúa Trời và vâng phục Ngài.

Song, khi họ bị con rắn cám dỗ, và Sa-tan đã mớn tư tưởng nó vào đầu, thì họ liền phạm tội. Trước đó, con người chẳng hề nghĩ đến việc ăn trái cây biết điều thiện và điều ác. Sau khi bị cám dỗ, họ bèn đưa tay hái ăn vì trái ấy trông bộ ăn ngon và đẹp mắt, lại còn mở được trí khôn.

Cũng vậy, Sa-tan, kẻ đã xui giục con người đầu tiên là A-đam và Ê-va phản nghịch Đức Chúa Trời, hiện giờ đang hành động nhằm vào tư tưởng chúng ta, khiến cho phạm tội.

Trong não bộ con người, có những tế bào chịu trách nhiệm về trí nhớ. Từ khi mới ra đời, những gì chúng thấy, nghe, và học được đem vào những chiếc ngăn nhỏ gọi là tế bào trí nhớ đó với những cảm xúc riêng về những sự kiện đặc biệt, về những cá nhân, và những thông tin. Chúng ta gọi điều nầy là "sự hiểu biết." Những gì chúng ta gọi là "tư tưởng" là một tiến trình tái sinh sản của những hiểu biết được tích lũy qua hoạt động của trí khôn.

Con người lớn lên trong nhiều môi trường khác nhau. Những gì họ trông thấy, nghe, và học được đều khác nhau, và những gì được đem vào não bộ cũng khác nhau. Ngay cả khi những gì họ nghe, thấy, và học được đều giống nhau, mỗi một người đều có những cảm nhận riêng tại một thời điểm nào đó, và do vậy, dẫn đến điều không thể tránh khỏi là con người có những giá trị khác nhau.

Lời Đức Chúa Trời thường không phù hợp với những hiểu biết và lý thuyết riêng của chúng ta. Ví dụ, chúng ta có thể nghĩ rằng nếu muốn được tán tụng, chúng ta phải bằng mọi cách có thể để thắng hơn kẻ khác. Thế nhưng, Kinh Thánh dạy rằng, hễ ai hạ mình xuống, thì sẽ được tôn lên (Ma-thi-ơ 23:12).

Hầu hết người ta đều nghĩ rằng, việc ghét kẻ thù là lẽ đương nhiên, nhưng Chúa dạy chúng ta rằng, "Hãy yêu kẻ thù" và "nếu chúng khác thì cho uống, đói thì cho ăn."

Tư tưởng của Đức Chúa Trời là thiên thượng, nhưng tư

tưởng con người thì xác thịt. Kẻ thù Sa-tan mớm cho chúng ta những tư tưởng xác thịt hầu cho nó có thể xúi giục chúng ta xa cách Đức Chúa Trời, quấy phá không cho chúng ta có được niềm tin đích thực và xui chúng ta đi theo đường lối thế gian, cuối cùng dẫn đến phạm tội và nhận lấy sự chết đời đời.

Trong Ma-thi-ơ 16:21 và những câu sau, Chúa Jêsus giải bày cùng những môn đệ Ngài rằng, Ngài sẽ chịu khốn khổ nhiều điều, sẽ chết trên cây thập tự và sống lại vào ngày thứ ba. Nghe vậy, phi-e-rơ bèn đem Ngài riêng ra mà can rằng: Hỡi Chúa, xin đừng như vậy. Sự đó sẽ không xảy đến cho Chúa đâu." Nhưng Chúa Jêsus xây mặt lại mà nghiêm phán cùng Phi-e-rơ rằng, "Ớ Sa-tan, hãy lui ra đằng sau! Ngươi làm gương xấu cho ta; vì ngươi chẳng nghĩ việc Đức Chúa Trời, song nghĩ đến việc người ta." Khi Chúa Jêsus nghiêm phán, "Ớ Sa-tan, hãy lui ra sau", Ngài không có ý rằng Phi-e-rơ là Sa-tan, nhưng chính Sa-tan đã hành động trong trong tư tưởng Phi-e-rơ nhằm cản trở công việc Đức Chúa Trời.

Sự đó là vì Chúa Jêsus đã phải mang thập giá để cứu chuộc nhân loại, là công việc xứng hợp ý Chúa, nhưng Phi-e-rơ với tư tưởng xác thịt của con người, cố ngăn cản Ngài không cho thực thi ý chỉ Đức Chúa Trời.

Sứ Đồ Phao-lô có chép trong 2 Cô-rinh-tô 10:3-6 như sau:

Vì chúng tôi dầu sống trong xác thịt, chớ chẳng tranh chiến theo xác thịt. Vả, những khí giới mà chúng tôi dùng để chiến tranh là không phải thuộc về xác thịt đâu, bèn là bởi quyền năng của Đức Chúa Trời, có sức mạnh để đạp đổ các đồn lũy: Nhờ các khí giới đó chúng tôi đạp đổ các lý luận, mọi sự tự cao nổi lên nghịch cùng sự hiểu biết Đức Chúa Trời, và bắt hết các ý tưởng làm tôi vâng phục Đấng Christ. Cũng nhờ khí giới đó, chúng tôi sẵn sàng phạt mọi kẻ chẳng phục, khi anh em đã chịu lụy trọn rồi.

Chúng ta hãy đạp đổ những lý luận và sự cãi lẽ theo ý riêng mình, là những gì đã được xếp đặt để nghịch lại vương quốc Đức Chúa Trời. Hãy bắt hết các tư tưởng và làm vâng phục Đấng Christ, hầu cho có cuộc sống xứng hợp với lẽ thật, rồi chúng ta sẽ trở nên con người trung tín là con người chẳng thuộc thế gian nầy.

Chúng ta phải quăng xa tư tưởng báo thù gấp hai, ba lần những gì người khác gây cho mình để khỏi thất vọng, vì đây là tư tưởng xác thịt nghịch lại lẽ thật.

Thế thì, chúng ta phải từ bỏ hết thảy những tội lỗi sinh ra qua tư tưởng. Để giải quyết nan đề tội lỗi cách trọn vẹn, trước tiên chúng ta hãy từ bỏ sự thèm khát của con người tội lỗi, sự tham lam của mắt, sự kiêu ngạo của đời. Đây là những tư tưởng mà Sa-tan rất ưa thích.

Những thèm muốn của con người tội lỗi, đó là, những tư tưởng dấy lên trong trong trí, là những thèm khát nghịch với ý tưởng của Đức Chúa Trời. Ga-la-ti 5:19-21 liệt kê chúng như sau:

Các việc làm của xác thịt là rõ ràng lắm: Ấy là gian dâm, ô uế, luông tuồng, thờ hình tượng, phù phép, thù oán, tranh đấu, ghen ghét, buồn giận, cãi lẫy, bất bình, bè đảng, ganh gổ, say sưa, mê ăn uống, cùng các sự khác giốngnhư vậy. Tôi nói trước cho anh em như tôi đã nói rồi: Hễ ai phạm những việc thể ấy thì sẽ không được hưởng nước Đức Chúa Trời.

Ham muốn đích thực làm theo những gì Đức Chúa Trời răn bảo chúng ta, đó là phải từ bỏ sự thèm khát của con người tội lỗi. Sự tham mê của mắt, là những gì người ta xem thấy và nghe được có ảnh hưởng sâu đậm vào tâm trí họ, rồi người ta bắt đầu theo đuổi những thèm muốn dấy lên trong tâm trí mình. Khi người ta yêu mến thế gian và theo đuổi những tham mê của mắt, dường như chỉ có những khao khát nầy mới có giá trị, và chẳng có gì làm họ thỏa mãn được.

Trong tiến trình theo đuổi để làm thỏa mãn sự thèm khát của con người tội lỗi, và sự mê tham của mắt, một tâm trí khoe khoang dấy lên khi đạt được lạc thú trần gian. Điều nầy gọi là sự kiêu ngạo của đời.

Để cứu chuộc chúng ta ra khỏi mọi thứ vô luân, trái đạo, bất kính, và độc ác, Chúa Jêsus đã đội mão gai và đổ huyết. Vì chỉ có huyết vô tội, không tì vết của Chúa Jêsus mới có thể cứu chúng ta khỏi tội, Ngài cứu chuộc chúng ta khỏi mọi tội lỗi trong tư tưởng bằng cách Ngài phải chịu đội mão gai và chịu đổ huyết.

Thứ Hai, Chúa Jêsus Đội Mão Gai Hầu Cho Loài Người Có Thể Đội Vương Miện Xinh Đẹp Trên Thiên Đàng

Việc Ngài đội mão gai còn có một lý do khác đó là làm cho chúng ta có thể đội được vương miện tốt đẹp trên thiên đàng.

Như ngài đã cứu chuộc chúng ta khỏi cảnh nghèo khổ và ban sự giàu có cho chúng ta bằng cách Ngài chịu sống cuộc đời nghèo hèn, cũng vậy, Ngài đội mão gai là để chúng ta có được vương miện tốt đẹp hơn trên thiên đàng.

Có rất nhiều những vương miện đã sắm sẵn cho con cái Đức Chúa Trời trên thiên đàng. Những giải thưởng như huân chương vàng, bạc, hay đồng được trao cho những người thắng cuộc tuỳ vào thứ hạng trong một kỳ thế vận hội. Tương tự, có rất nhiều vương miện trên thiên đàng.

Đó là miện chẳng hề hư nát được mô tả trong 1 Cô-rinh-tô 9:25, *"Hết thảy những người đua tranh, tự mình chịu lấy mọi sự kiêng kỵ, họ chịu vậy để được mão triều thiên hay hư nát. Nhưng chúng ta chịu vậy để được mão triều thiên không hay hư nát."*

Những vương miện không hay hư nát được sắm sẵn cho con cái Đức Chúa Trời là những ai biết tranh chiến quăng xa tội lỗi khỏi đời sống mình. Vương miện vinh hiển dành cho ai đã quăng xa tội lỗi mình, sống xứng hợp theo lời của Đức Chúa Trời và sự vinh hiển Ngài (1 Phi-ee-rơ 5:4). Vương miện sự sống cũng được dành cho những ai hết lòng yêu mến Đức Chúa Trời, trung tín với Ngài cho đến cuối cùng, từ bỏ mọi điều ác và nên thánh (Gia-cơ 1:12; Khải-huyền 2:10).

Vương miện của sự công chính được trao cho những người như sứ đồ Phao-lô, là những người từ bỏ mọi tội lỗi mình và nên thánh, hơn nữa, làm trọn sứ mạng mình cách xứng hợp với ý chỉ Đức Chúa Trời (2 Ti-mô-thê 4:8).

Điều nầy cũng được mô tả trong Khải Huyền 4:4 rằng: *"Chung quanh ngôi lại có hai bốn ngôi; trên những ngôi ấy tôi thấy hai bốn trưởng lão ngồi, mặc áo trắng và đầu đội mão triều thiên vàng."* Vương miện vàng dành cho những ai đạt đến tầm vóc của một trưởng lão và đồng công với Chúa ở Giê-ru-sa-lem Mới.

"Trưởng lão" ở đây không phải nói đến những người thuộc hội thánh có tên gọi như vậy ở thế gian nầy, nhưng là những ai được Chúa công nhận là trưởng lão vì sự thánh khiết và trung tín của họ trọn đời trong nhà Chúa, là những người có đức tin như vàng chẳng hề thay đổi.

Đức Chúa Trời ban nhiều vương miện khác nhau cho con cái Ngài tùy vào công việc của họ, mức độ loại bỏ tội lỗi và hoàn thành sứ mệnh đối với Ngài. Con cái Đức Chúa Trời sẽ được cao trọng nơi thiên đàng và sẽ nhận lãnh những vương niệm tốt đẹp hơn ví bằng họ không nghĩ đến việc nuông chiều dục vọng của bản năng tội lỗi, sống xứng hợp với Lời Đức Chúa Trời (Rô-ma 13:13-14), tâm hồn của họ xứng hợp với những lẽ ấy khi họ ở trong sự soi dẫn của Đức Thánh Linh (Ga-la-ti 5:16), và nếu họ trung tín thực thi bốn phận và sứ mạng của mình!

Điều tương tự, Chúa Jêsus cứu chuộc chúng ta khỏi những tội lỗi xảy ra qua tư tưởng bằng cách Ngài đã mang lấy mão gai và chịu đổ huyết. Chúng ta vô cùng biết ơn điều nầy vì Ngài sắm sẵn những vương miện tốt đẹp trên thiên đàng để ban cho chúng ta tùy vào lượng đức tin và sứ mạng mà chúng ta hoàn thành!

Do vậy, chúng ta phải biết rằng có đủ tư cách để nhận lãnh những vương miện nầy là niềm vinh hiển biết dường nào. Chúng ta hãy đồng một tâm tình với Chúa trong việc loại bỏ mọi điều ác, làm tốt sứ mạng, giữ lòng trung tín trọn đời trong nhà Chúa. Tôi hy vọng chúng ta sẽ có thể nhận lãnh vương miện cao quý nhất nơi thiên đàng.

Áo Ngoài Và Áo Trong Của Chúa Jêsus

Chịu đội mão gai và đổ huyết khắp người vì những trận đòn dã man, Chúa Jêsus đến Gô-gô-tha, là nơi Ngài Chịu đóng đinh. Khi bọn lính đóng đinh Chúa, chúng lột hết áo Ngài và chia ra làm bốn phần cho mỗi đứa. Nhưng chúng không chia áo trong của Ngài mà chỉ bắt thăm.

Quân lính đã đóng đinh Đức Chúa Jêsus trên thập tự giá rồi, bèn lấy áo xống của Ngài chia làm bốn phần, mỗi tên chiếm một phần. Họ cũng lấy áo dài của Ngài, nhưng áo dài đó không có đường may, nguyên một tấm vải dệt ra, từ trên chí dưới. Vậy, họ nói với nhau rằng: Đừng xé áo nầy ra, song chúng ta hãy bắt thăm, ai trúng nấy được. Ấy để cho ứng nghiệm lời Kinh Thánh nầy: "Chúng đã chia nhau áo xống của ta, lại bắt thăm lấy áo dài ta" (Giăng 19:23-24).

Tại sao Lời Chúa nói rất chi tiết về áo ngoài và áo trong của Chúa Jêsus? Lịch sử Y-sơ-ra-ên từ năm 70 sau Chúa đã gắn sâu với ý nghĩa thiêng liêng của sự kiện nầy.

Chịu Trần Trụi Và Đóng Đinh

Theo Ma-thi-ơ 27:22-26, với đòi hỏi của dân chúng Y-sơ-ra-ên, những kẻ không nhận biết Chúa Jêsus là Đấng Mê-si-a, sau khi chịu phỉ báng, khinh miệt đủ điều, Chúa Jêsus phải chịu án đóng đinh bởiBôn-xơ Phi-lát.

Khi chịu đội mão gai, chịu phỉ báng và chịu nhục mạ, Ngài mang lấy thập giá đến Gô-gô-tha và chịu đóng đinh tại đó. Phi-lát hạ lệnh cho quân línhtreo trên đầu Ngài tấm bảng có sẵndòng chữ buộc tội *"NGƯỜI NẦY LÀ JÊSUS, VUA DÂN GIU ĐA"* (Ma-thi-ơ 27:37). Dòng chữ nầy được viết bằng tiếng Hê-bơ-rơ, La-tinh và Hi-lạp. Hê-bơ-rơ là ngôn ngữ truyền thống của dân Do Thái, tuyển dân của Đức Chúa Trời. La-tinh là ngôn ngữ chính thức của Đế quốc La Mã, là quốc gia hùng mạnh nhất vào thời bấy giờ, và tiếng Hy-lạp là ngôn ngữ có ảnh hưởng lớn đối với nền văn hóa thế giới. Vậy nên, tấm bảng với dòng chữ viết sẵn bằng ba thứ tiếng nói lên rằng cả thế giới đều nhận biết Chúa Jêsus quả thật là Vua dân Do Thái và là Vua của muôn vua.

Theo sách Giăng 19:21-22, sau khi đọc dòng chữ nầy, nhiều người Do Thái đến can ngăn Phi-lát, xin ông chữa lại thành, "Người nầy tự xưng là vua dân Do Thái." Nhưng Phi-lát bảo rằng, "Những gì ta viết, ta đã viết rồi," và cứ giữ nguyên như thế. Sự nầy có nghĩa rằng, chính Pilate cũng nhận biết Chúa Jêsus là vua dân Do Thái.

Như Phi-lát đã nhận biết Chúa Jêsus là vua dân Do Thái, Ngài quả thật là Con Đức Chúa Trời, Vua muôn vua, và là Chúa muôn chúa. Thế nhưng, trước mặt đám đông, Chúa Jêsus phải chịu trần trụi từ áo ngoài đến cả đồ lót trước khi chịu đóng đinh trên thập tự. Với cách ngược đãi nầy, Ngài phải chịu xấu hổ đến tan nát cõi lòng.

Chúng ta đang sống trong thế giới xấu xa, độc ác, quên hết bổn phận của con người. Để cứu chuộc chúng ta khỏi mọi điều xấu hổ, bẩn thỉu, độc ác, bất kính, suy đồi, Chúa Jêsus, Vua trên muôn vua đã phải chịu trần trụi không một mảnh vải che thân và phải chịu xấu hổ trước đám đông. Hiểu thấu được ý nghĩa thiêng liêng của sự nầy, chúng ta không thể cầm lòng được, chỉ biết tạ ơn luôn.

Áo Ngoài Của Chúa Jêsus Bị Chia Làm Bốn Phần

Quân lính La-mã lột trần Chúa Jêsus trước khi đóng đinh Ngài. Chúng chia tư áo ngoài và bắt thăm để lấy áo trong (áo dài).

Với hiểu biết thông thường, người ta cho rằng áo quần Chúa Jêsus chẳng có gì xinh đẹp và đáng giá. Vậy, tại sao quân linh La-mã đã phải chia áo xống Chúa ra làm bốn phần?

Phải chăng với sự hiểu xa biết rộng, chúng biết rằng Chúa Jêsus sẽ được tôn vinh là Đấng Mê-si-a, nên chúng muốn có một mảnh quần áo Chúa để làm của qúy rồi sau nầy trao lại cho con cháu chúng? Không, hẳn không phải vậy.

Thi Thiên 22:18 nói tiên tri rằng: *"Chúng chia nhau áo xống ta."* Đức Chúa Trời để cho quân lính La-mã lấy áo quần Ngài hầu cho ứng nghiệm điều nầy (Giăng 19:24).

Vậy, ngụ ý thiêng liêng ẩn chứa trong áo xống của Jêsus là gì? Tại sao chúng chia áo xống Chúa làm bốn phần, mỗi tên một phần? Tại sao chúng không chia áo dài bên trong của Chúa? Tại sao Đức Chúa Trời đã tiết lộ điều nầy cho được biết trước?

Vì Chúa Jêsus là vua dân Do Thái, quần áo của Chúa nói đến quốc gia Y-sơ-ra-ên hay dân chúng Do Thái. Khi quân La-mã chia tư quần áo đó, thì nó bị mất hình hài. Ấy là, quốc gia Y-sơ-ra-ên sẽ bị phá hủy, và rằng, tên của quốc gia nầy sẽ còn như những phần chia đó vẫn còn.

Sau cùng, những lời viết về quần áo của Ngài đã tiên tri rằng dân Do Thái sẽ bị tan lạc khắp nơi khi đất nước họ bị phá hủy. Lịch sử Y-sơ-ra-ên chứng minh rằng lời tiên tri nầy đã ứng nghiệm.

Trong vòng 40 năm sau cái chết của Chúa Jêsus trên thập tự giá, một tướng quân La-mã tên Titus đã cho phá huỷ thành Giê-ru-sa-lem. Đền thờ Đức Chúa Trời đã hoàn toàn bị phá hủy, không còn một hòn đá nào chồng lên một hòn đá nào. Từ khi quốc gia Y-sơ-ra-ên không còn nữa, dân Do Thái tan lạc khắp nơi, bị bắt bớ và bị giết chết. Điều nầy giải thích tại sao dân Do Thái sống tan lạc khắp nơi, ngay cả đến ngày nay.

Ma-thi-ơ 27:23 mô tả một cảnh tượng khủng khiếp khi Pilate công bố với đám đông độc ác rằng Chúa Jêsus vô tội, nhưng chúng đồng thanh la lớn để được đóng đinh Chúa Jêsus. Thấy vậy, Phi-lát lấy nước rửa tay và nói rằng ông không chịu trách nhiệm về cái chết vô tội của Chúa Jêsus, ông nói, "Ta không có tội về huyết của người nầy; điều đó mặc kệ các ngươi." Cả đám đông đều đáp, "Xin huyết người lại đổ trên đầu chúng tôi và con cháu chúng tôi."

Một hiện tượng khó quên rằng, lịch sử I-sơ-ra-ên cho thấy rất nhiều người Do Thái và con cháu họ bị đổ huyết như thế để đáp ứng lời yêu cầu của chúng với Bôn-xơ Phi-lát. Trong vòng bốn thập niên sau cái chết của Chúa Jêsus, có khoảng 1,1 triệu người

Do Thái bị giết.

Hơn thế, trong chiến tranh thế giới thứ II, Đức Quốc Xã đã giết khoảng sáu triệu dân Do Thái. Bộ phim có tựa đề "Schindler's List" mô tả lại cảnh bi thảm của dân Do Thái, không phân biệt già trẻ, nam nữ, tất cả đều bị lột trần và bị giết. Thậm chí một kẻ gian ác khi bị tử hình cũng được cho mặc đồ sạch sẽ, nhưng "Vua" dân Do Thái đã bị lột trần truồng trước lúc chịu thập hình.

Dân Do Thái đã không nhận biết Chúa Jêsus là Đấng Mê-si-a và lột trần Ngài ra để đóng đinh. Theo thể những gì họ đã lớn tiếng kêu lên, "Xin huyết người đổ trên đầu chúng tôi và con cái chúng tôi." Những sự thê thảm đã giáng xuống dân chúng Y-sơ-ra-ên hàng nhiều năm trường.

Chiếc Áo Dài Nguyên Một Tấm Vải Dệt Ra

Giăng 19:23 mô tả chiếc áo dài của Chúa Jêsus: *"Chiếc áo dài đó không có đường may, nguyên tấm vải dệt ra, từ trên chí dưới."* Ở đây, "không có đường may" nghĩa rằng áo dài Chúa không được khâu kết từ nhiều mảnh vải với nhau. Hầu hết chẳng ai thích quần áo họ làm dệt từ trên chí dưới hay từ dưới lên trên. Vậy, tại sao Kinh Thánh mô tả chi tiết về áo dài (đồ mặc trong) của Chúa Jêsus?

Kinh Thánh cho biết rằng tổ phụ của tất cả loài người là A-đam, Áp-ra-ham là tổ phụ của đức tin, Gia-cốp là tổ phụ của Y-sơ-ra-ên. Đức Chúa Trời cho chúng ta biết rằng tổ phụ của Y-sơ-ra-ên không phải Áp-ra-ham mà là Gia-cốp, vì mười hai chi tộc của Y-sơ-ra-ên xuất thân từ mười hai con trai Gia-cốp. Người sáng lập quốc gia Y-sơ-ra-ên là Gia-cốp, mặc dù tổ phụ đức tin là Áp-ra-ham.

Đức Chúa Trời cũng ban phước cho Gia-cốp trong sáng thế ký 35:10-11,

> *Tên người là Gia-cốp, sau nầy sẽ chẳng gọi là Gia-cốp nữa, nhưng sẽ đặt là Y-sơ-ra-ên. Đức Chúa Trời lại phán rằng: Ta là Đức Chúa Trời toàn năng; ngươi hãy sinh sản và thêm nhiều; một dân cho đến nhiều dân đều sẽ do nơi ngươi mà sanh, cùng các vua sẽ do nơi mình ngươi mà ra.*

Theo Lời Đức Chúa Trời đã được để cập trong những câu nầy, mười hai con trai Gia-cốp đã hình thành nên trụ cột Y-sơ-ra-ên và là một quốc gia thống nhất cho đến khi bị chia rẽ thành Y-sơ-ra-ên phía bắc Giu-đa phía nam vào thời Vua Rê-hô-bô-am. Về sau, Y-sơ-ra-ên ở miền Bắc đã cấu hiệp với dân ngoại, nhưng dân Giu-đa vẫn giữ được huyết thống. Ngày nay dân Giu-đa được gọi là dân Do Thái. Sự kiện về chiếc áo dài của Chúa Jêsus không có đường may, được dệt từ trên chí dưới liền một mảnh, nói rằng quốc gia Y-sơ-ra-ên vẫn giữ sự hợp nhất và đồng nhất của nó, là hậu tự của Gia-cốp cho đến ngày nay.

Bắt Thăm Lấy Áo Trong Chúa Jêsus Mà Không Phải Xé Ra

Chiếc áo trong là biểu tượng tấm lòng con người. Vì Chúa Jêsus là vua của Y-sơ-ra-ên, áo trong của Ngài ngụ ý nói đến tấm lòng của người Do Thái.

Dân Y-sơ-ra-ên, tuyển dân của Đức Chúa Trời qua tổ phụ đức tin của họ là Áp-ra-ham, người chỉ thờ phượng duy Đức Chúa Trời chân thật là Chúa của muôn loài. Sự kiện quân lính La-mã không chia áo trong của Chúa nói lên rằng tinh thần dân tộc Y-sơ-ra-ên là những kẻ thờ phượng Đức Chúa Trời đã được bảo tồn nguyên vẹn cho dù quốc gia hay chính thể của họ nhiều phen bị phá huỷ.

Thực ra, Kinh Thánh đã tiên tri rằng dân ngoại không thể tiêu diệt được tinh thần dân tộc Y-sơ-ra-ên với những gì đã ngấm sâu trong lòng họ. Nói cách khác, tấm lòng của họ đối với Đức Chúa Trời được duy trì bền vững, cho dù quốc gia họ đã bị dân ngoại phá hủy. Vì có tấm lòng kiên định, dân Y-sơ-ra-ên đã được Đức Chúa Trời chọn làm dân sự Ngài, sử dụng họ để thiết lập vương quốc và sự công chính Ngài.

Thậm chí ngày hôm nay, dân Y-sơ-ra-ên vẫn cố vâng giữ luật pháp Chúa với một tấm lòng không thay đổi. Vì là hậu tự của Gia-cốp là người có tấm lòng không dời đổi, dân Y-sơ-ra-ên đã khiến cả thế giới ngạc nhiên với sự kiện giành độc lập vào ngày 14, tháng 5 năm 1948, sau một thời gian mất nước khá lâu. Sau đó, họ đã phát triển thành một quốc gia tiến bộ và có thế lực trên thế giới, một lần nữa, họ đã thể hiện tinh thần dân tộc một cách tuyệt vời.

Như quân lính La-mã đã không thể chia cắt áo trong của Chúa Jêsus, một chiếc áo không có đường may, được dệt liền từ trên chí dưới, dân ngoại bang cũng không thể phá hủy tinh thần thờ phượng Đức Chúa Trời của dân tộc Y-sơ-ra-ên. Cuối cùng, dân tộc Y-sơ-ra-ên, là hậu tự của Gia - cốp đã xây dựng một quốc gia độc lập và hoàn thành ý chỉ của Đức Chúa Trời với tư cách là tuyển dân Ngài.

Kinh Thánh Nói Trước Về Thời Cuối Cùng Của Y-sơ-ra-ên

Như Đức Chúa Trời đã cho biết trước về lịch sử Y-sơ-ra-ên qua áo ngoài và áo trong của Chúa Jêsus, Ngài cũng cho chúng ta một ngụ ý về ngày tận thế. Ê-xê-chi-ên 38:8-9 có nói:

Sau nhiều ngày, ngươi đã lãnh mạng ra đi; trong những năm sau rốt ngươi sẽ đến trong một đất là đất đã được giải cứu khỏi gươm và nhóm lại từ giữa nhiều dân tộc; ngươi sẽ đến trên núi I-sơ-ra-ên, là nơi đổ nát đã lâu, nhưng nó đã được đem về từ giữa các dân, và chúng nó hết thảy sẽ ở yên. Ngươi sẽ sấn tới, sẽ đến như gió bão, như một đám mây trùm cả đất, ngươi, mọi đạo binh ngươi, và nhiều dân tộc với ngươi.

"Sau nhiều ngày" ở đây là giai đoạn từ khi Chúa Jêsus ra đời cho đến lúc Ngài Tái Lâm, và "trong những năm sau rốt" nói đến những ngày sau cùng gần với sự Tái Lâm của Ngài. "Núi Y-sơ-ra-ên" nói về Giê-ru-sa-lem, là một địa danh ngự tọa trên cao nguyên cách mực nước biển khoảng 760 mét.

Ấy vậy, có lời tiên tri rằng trong những năm sau rốt nhiều người sẽ nhóm lại từ nhiều quốc gia báo trước rằng dân Y-sơ-ra-ên sẽ trở về đất họ từ khắp nơi trên thế giới khi sự trở lại của Chúa Jêsus sắp đến gần.

Sự tiên đoán nầy đã trở thành sự thật khi đất nước Y-sơ-ra-ên bị Đế Quốc La-mã tiêu diệt vào năm 70 sau Chúa, rồi giành được độc lập năm 1948. Y-sơ-ra-ên đã bị đổ nát cho đến khi giành được độc lập, và trở thành một trong những quốc gia phát triển nhất thế giới.

Tân Ước cũng nói tiên tri về sự độc lập của Y-sơ-ra-ên. Trong Ma-thi-ơ 24:32-34, Chúa Jêsus phán rằng:

Hãy nghe lời ví dụ về cây vả, vừa lúc nhành non, lá mới đâm, thì các ngươi biết mùa hạ tới gần. Cũng vậy, khi các ngươi thấy mọi điều ấy, khá biết rằng con người gần đến, Ngài đương ở trước cửa. Quả thật, ta nói cùng các ngươi, dòng dõi nầy chẳng qua trước khi mọi điều kia chưa xảy đến.

Đây là sự đáp lời của Chúa Jêsus với các môn đệ khi họ hỏi Ngài về dấu hiệu ngày Chúa Tái Lâm và ngày sau rốt.

Cây vả ở trong phân đoạn nầy, nói về Y-sơ-ra-ên. Khi lá rụng và gió lạnh thổi đến, chúng ta biết rằng mùa đông đến gần. Cũng vậy, khi nhìn thấy cây vả với những nhành non, lá mới đâm, chúng ta biết rằng mùa hạ đến gần. Với dụ ngôn nầy, Chúa Jêsus tỏ cho biết rằng Y-sơ-ra-ên được tái thiết sau một thời gian dài từ khi bị phá huỷ, điều đó có nghĩa rằng, khi dân Irael giành được độc lập, thì ngày Chúa Jêsus Tái Lâm sắp đến gần.

Chúng ta không biết thời gian của "thế hệ nầy", trong thuật ngữ mà chúa Jêsus đề cập trong phân đoạn trên là bao lâu, nhưng chúng ta biết rằng những gì Ngài nói thì chắc chắn sẽ ứng nghiệm. Chúng ta đã chứng kiến Y-sơ-ra-ên độc lập, nên cũng rất dễ dàng hình dung sự hiện đến lần thứ hai của Chúa Jêsus đang đến gần.

Dấu Hiệu Ngày Sau Rốt

Trong Ma-thi-ơ 24, khi các môn đệ Ngài hỏi về dấu hiệu ngày sau rốt, Chúa Jêsus đã tỏ cho họ cách chi tiết. Nhưng Ngài không nói rõ ngày giờ, *"Về ngày giờ đó, chẳng có ai biết chi cả, thiên sứ trên trời hay là Con cũng vậy, song chỉ một mình Cha biết mà thôi"* (24:36).

Điều nầy chỉ nói rằng, Chúa Jêsus với tư cách là Con người là Đấng đã đến thế gian bằng xương thịt không biết rõ ngày cũng như giờ. Nó không có nghĩa rằng Chúa Jêsus là một trong Ba Ngôi Đức Chúa Trời, sau khi chịu đóng đinh, sống lại, và thăng thiên về trời, không biết về ngày giờ đó.

Về dấu hiệu ngày sau rốt, Chúa Jêsus nói rất nhiều điều và cảnh báo chúng ta, *"Lại vì cớ tội ác sẽ thêm nhiều, thì lòng yêu mến của phần nhiều người sẽ nguội dần. Nhưng kẻ nào bền chí cho đến cuối cùng, thì sẽ được cứu"* (Ma-thi-ơ 24:12-13).

Ngày nay, chúng ta có thể cảm nhận dễ dàng rằng tội ác đang thêm nhiều còn tình yêu thì nguội lạnh dần. Chúng ta khó tìm thấy một tấm lòng nồng ấm. Chúa Jêsus tỏ rõ trong câu 14, *"Tin lành nầy về nước Đức Chúa Trời sẽ được giảng ra khắp đất, để làm chứng cho muôn dân. Bấy giờ sự cuối cùng sẽ đến."* Phúc Âm đã được rao giảng đến tận cùng trái đất.

Vả lại, chúng ta đang sống trong một "thế giới thu nhỏ" mà mọi ngõ ngách của nó đều có thể đến được bằng giao thông đường bộ, hay truyền thông. Hiện tượng nầy cũng đã được tiên đoán trong Đa-ni-ên 12:4, *"Còn như ngươi, hỡi Đa-ni-ên, ngươi hãy đóng lại những lời nầy, và hãy đóng ấn sách nầy cho đến kỳ cuối cùng. Nhiều kẻ sẽ đi qua đi lại, và sự học thức sẽ thêm lên."* Trong điều kiện nầy, phúc âm đã được rao truyền nhanh chóng khắp toàn cầu.

Quả thật rằng, ngay cả khi phúc âm được rao truyền khắp đất, sẽ có một số người không tin nhận Chúa Jêsus vì lòng họ đã khép chặt. Hoặc có một số nơi xa xôi hạt giống phúc âm vẫn chưa được gieo đến.

Tất cả những lời tiên tri trong Cựu Ước đều đã ứng nghiệm, và hầu hết các lời tiên tri trong Tân Ước cũng đã ứng nghiệm. Cả Kinh Thánh đều do Đức Thánh Linh soi dẫn. Do đó, Lời Đức Chúa Trời là chính xác và chứa đựng sự thật. Một điều dù nhỏ nhặt nhất trong Lời Chúa cũng không thể thay đổi. Đức Chúa Trời đã và đang làm trọn Lời Ngài cùng những hứa ngôn, còn lại chỉ vài điều chưa được ứng nghiệm, kể cả Sự Hiện Đến Lần Hai của Chúa Cứu Thế Jêsus Christ chúng ta, Bảy Năm Đại Nạn, thời đại Ngàn Năm Mới, và sự Phán xét Lớn trước Ngai Trắng.

Ngài Chịu Đóng Đinh Xuyên Qua Tay Chân

Thập hình là một trong những cách hành hình dã man nhất dành cho những kẻ giết người hay phản nghịch. Hai tay của tử tội dang rộng trên cây thập tự gỗ. Kẻ đó bị đóng đinh cả hai tay và chân, rồi bị treo trên cây thập tự rất lâu cho đến chết. Kẻ tử tội phải chịu đau đớn dữ dội cho đến hơi thở cuối cùng. Chúa Jêsus, Con Đức Chúa Trời chỉ làm những điều thiện lành, Ngài chẳng hề có tiếng xấu hay tì vết gì khi sống trong thế gian. Vậy, tại sao Ngài phải chịu đóng đinh cả tay, chân và đổ huyết trên thập tự?

Nỗi Đau Khi Chịu Đóng Đinh Qua Tay Chân

Chúa Jêsus phải chịu án chết trên thập tự, Ngài đến Gô-gô-tha là nơi hành quyết kẻ tử tội. Một tên lính La-mã cầm một chiếc đinh sắc lớn, tên kia với chiếc búa trong tay và bắt đầu làm theo lệnh của đội trưởng, chúng đóng đinh tay và chân Ngài. Sau đó, chúng dựng thẳng cây thập tự lên. Chúng ta có thể hình dung nỗi đau đớn Ngài phải chịu là biết dường nào!

Chúa Jêsus vô tội phải chịu đau đớn khi những chiếc đinh đóng vào thân thể Ngài, khi trọng lượng thân thể Ngài kéo xuống, những chỗ bị đóng đinh rách toạc ra.

Với án chém đầu, kẻ tử tội chỉ đau trong chốc lát rồi kết thúc. Nhưng phải chết trên thập tự thì đau đớn khôn lường, phải bị treo, đổ huyết, và chịu thống khổ bởi tiến trình mất nước và kiệt sức dần cho đến chết.

Vả lại, vào một ngày nắng trong hoang mạc, đủ loại côn trùng và bọ kí sinh vây phủ kín chỗ bị rách để hút máu từ chỗ những vết thương đinh đóng nơi chân, tay. Tột đỉnh của sự thể nầy, những kẻ độc ác, xấu xa chỉ tay vào mặt Ngài, chúng nhổ vào Ngài, phỉ báng, nguyền rủa, và hàng dây tiếng chửi bới thoái mạ tuôn trên Ngài. Những kẻ khác khinh miệt Ngài bằng những lời chế nhạo, *"Hãy tự cứu mình đi! Hãy xuống khỏi thập tự, nếu ngươi là Con Đức Chúa Trời!"* (Ma-thi-ơ 27:39-43). Nỗi đau tột cùng bám lấy Chúa khi Ngài chịu đóng đinh. Nhưng, Ngài biết rõ rằng sự gánh chịu tội lỗi và rủa sả bằng cách chịu chết trên thập tự là để mở đường cứu rỗi nhân loại ra khỏi tội họ, cho họ có cơ hội trở thành con cái Đức Chúa Trời. Nhưng nỗi đau đớn thật sự của Ngài trên thập tự là, cho đến lúc đó vẫn còn một số người không nhận biết sự lo liệu phước hạnh nầy của Đức Chúa Trời, đó là những kẻ không được cứu, vẫn ở trong sự độc dữ mình. Điều nầy khiến Ngài đau đớn.

Những Tội Lỗi Phạm Bởi Tay Chân

Một khi ý tưởng tội lỗi được cưu mang trong lòng, nó bèn thúc chân tay tôi đi phạm tội. Vì có một thánh luật cho biết rằng tiền công của tội lỗi là sự chết, khi con người phạm tội, họ phải sa vào hỏa ngục và chịu khốn khổ ở đó đời đời.

Vậy nên, Chúa Jêsus bảo rằng, *"Lại nếu chân tay ngươi làm cho ngươi phạm tội, hãy chặt nó đi, thà rằng què chân mà vào sự sống, còn hơn đủ hai chân mà bị quăng vào địa ngục. Còn nếu mắt ngươi làm cho ngươi phạm tội, hãy móc nó đi, thà rằng chỉ một mắt mà vào nước Đức Chúa Trời, còn hơn đủ cả hai mắt mà bị quăng vào địa ngục"* (Mác 9:45-47).

Từ khi chào đời đến nay, chúng ta đã bao nhiêu lần phạm tội bằng tay chân? Trong cơn giận dữ, người nầy đánh người kia. Một số thì trộm cắp, có kẻ khuynh gia bại sản vì cờ bạc. Một số kẻ trở nên quá khích, chân chúng bèn chạy đến những nơi mà chúng chẳng nên tới. Vậy nên, nếu chân khiến ngươi phạm tội, nên chặt bỏ chúng để được vào nước thiên đàng, còn hơn là đủ hai chân mà bị quăng vào địa ngục.

Cũng lại bởi mắt mà chúng ta đã phạm tội bao nhiêu lần? Sự mê tham, lòng ham nuốn thiêu nuốt chúng ta khi ngắm xem những thứ lẽ ra không nên nhìn. Vì vậy, Chúa Jêsus bảo rằng, nếu mắt ngươi xui ngươi phạm tội, thì nên móc quăng đi để được vào nước thiên đàng còn hơn bị ném vào hỏa ngục vì cớ chúng.

Trong thời Cựu Ước, nếu có kẻ bởi mắt mà phạm tội thì phải móc mắt; còn nếu bởi cớ chân tay, thì phải chặt bỏ chúng; nếu có kẻ phạm tội giết người hay thông dâm, thì phải bị ném đá cho đến chết (Phục Truyền 19: 19-21).

Nếu Chúa Jêsus không chịu đau đớn trên thập tự, thì ngày nay, cho dù là con cái Đức Chúa Trời cũng phải bị chặt chân, chặt tay khi chúng phạm tội. Song, Chúa Jêsus đã mang lấy thập hình, chịu đóng đinh tay, chân và chịu đổ huyết. Qua việc nầy, Ngài đã rửa sạch tội mà chúng ta phạm phải bằng tay, chân, và chúng ta không còn phải tự mình trả giá cho những tội lỗi đó nữa.

Chúng ta hãy ghi nhớ rằng, Ngài đã thanh tẩy chúng ta khỏi mọi tội ô nếu chúng ta bước đi trong sự sáng cũng như chính Ngài là sự sáng, nếu chúng ta xưng nhận tội mình và trở lại cùng Ngài (1 Giăng 1:7).

Thế nên, việc đầy dẫy lẽ thật trong lòng là điều rất quan trọng, hầu cho chúng ta có một cuộc sống vinh hiển với lòng tạ ơn và khoan dung, luôn luôn tập chú về Đức Chúa Trời.

Không Một Ống Chân Nào Của Chúa Jêsus Bị Gãy Nhưng Ngài Bị Đâm Xuyên Qua Hông

Đức Chúa Jêsus chịu chết vào ngày thứ sáu, trước ngày Sa-bát. Lúc bấy giờ, thứ bảy được xem là ngày Sa-bát, người Do Thái không muốn để những xác chết trên thập tự trong ngày ấy. Ấy vậy, trong Giăng 19:31, chúng ta thấy người Do Thái xin Phi-lát cho đánh gãy chân những người đó và cất xác xuống. Được phép của Bôn-xơ Phi-lát, bọn lính đập gãy ống chân hai kẻ cướp bị đóng đinh bên cạnh Chúa Jêsus, nhưng chúng không đánh gãy chân Ngài vì thấy Ngài đã chết rồi. Thời đó, những kẻ bị đóng đinh được cho là đáng bị rủa sả nên bọn lính đã đập gãy chân chúng. Vậy, ta thấy có một phước thiêng trong sự kiện nầy – chúng không đập gãy chân Chúa Jêsus.

Tại Sao Không Một ống Chân Nào Của Chúa Jêsus Bị Gãy

Chúa Jêsus là Đấng vô tội, đã chịu rủa sả và treo trên thập tự để cứu chuộc loài người ra khỏi sự rủa sả của luật pháp. Kẻ thù là Sa-tan không đánh gãy chân Ngài, không phải vì Chúa Jêsus có tội hay vô tội,nhưng điều nầy là theo sự sắm sẵn của Đức Chúa Trời.

Vả lại, Đức Chúa Trời còn bảo vệ Chúa Jêsus hầu cho không một cái xương nào của Ngài bị gãy để ứng nghiệm lời tiên tri trong Thi Thiên 34:20 rằng, *"Chẳng một cái xương nào của Ngài bị gãy."*

Trong sách Dân Số Ký 9:12, Đức Chúa Trời phán cùng dân

Y-sơ-ra-ên rằng khi ăn thịt chiên, không được đánh gãy xương nó. Ngài cũng phán dặn trong Xuất Ê-díp-tô ký 12:46 rằng dân sự Y-sơ-ra-ên có thể ăn thịt chiên, nhưng không được bẻ gãy một xương nào của nó.

"Con Chiên" chỉ đến Chúa Jêsus là Đấng không tì vết, song, bởi tình yêu thương, đã tự dâng sinh mạng mình làm của cứu chuộc loài người ra khỏi tội họ. Theo thể những gì được ghi trong Kinh Thánh "Chớ bẻ gãy một cái xương nào của chiên," không một cái xương nào của Chúa Jêsus bị gãy.

Một Ngọn Giáo Đâm Xuyên Hông Ngài

Giăng 19:33-34 còn mô tả một cảnh tượng kinh khiếp khác:

Khi quân lính đến nơi Đức Chúa Jêsus, thấy Ngài đã chết rồi, thì không đánh gãy ống chân Ngài; nhưng có một tên lính lấy giáo đâm ngang sườn Ngài, tức thì máu và nước chảy ra.

Mặc dù biết Ngài đã chết rồi, tại sao có một tên lính vẫn còn lấy giáo đâm ngang hông Ngài, khiến cho máu và nước tuôn ra? Ấy là để bày tỏ sự độc ác của con người.

Mặc dù là Con Đức Chúa Trời, Chúa Jêsus không đòi hỏi hoặc xem việc bình đẳng với Đức Chúa Trời là điều nên nắm giữ. Thay vì, Ngài tự làm cho mình trở nên chẳng ra gì; Ngài hạ mình xuống địa vị kẻ tôi tớ để trở nên giống loài người; Ngài đã hiện ra như một người. Tự hạ mình xuống vâng phục cho đến chết, thậm chí chết như kẻ có tội trên thập tự. Nhờ đó, Chúa

Jêsus đã mở đường cứu rỗi cho chúng ta (Phi-líp 2: 6-8).

Trong lúc còn ở trên thế gian, Chúa Jêsus đã phóng thích những kẻ bị giam cầm, ban sự giàu có cho những kẻ nghèo, chữa lành những kẻ bệnh tật và yếu mỏn. Ngài không có đủ thời gian để ăn uống, nghỉ ngơi vì Ngài luôn hết sức làm việc hầu cho có nhiều linh hồn được cứu. Ngay cả khi các môn đệ Ngài đang ngủ nghỉ, Ngài lên núi để cầu nguyện.

Dẫu rằng Ngài chỉ làm những việc nhân lành, nhưng dân Do Thái đã tìm cách bắt bớ và khinh khi Ngài. Cuối cùng, chúng đã đóng đinh Ngài trên cây thập tự để thỏa mãn lòng độc ác, xấu xa của mình. Vả lại, dẫu biết Ngài đã chết rồi, quân lính La-mã vẫn lấy giáo đâm ngang hông. Như để nói lên rằng sự độc ác của loài người là chồng chất.

Đức Chúa Trời đã bày tỏ tình yêu bao la của Ngài bằng cách sai Con một là Đức Chúa Jêsus Christ đến thế gian, chịu đóng đinh trên thập tự để cứu chuộc chúng ta khỏi tội mà không kể đến sự độc dữ của loài người là dường nào.

Nước Và Huyết Tuôn Ra Từ Hông Ngài

Như đã nói, một tên lính La-mã đã lấy giáo đâm xuyên hông Chúa Jêsus để thỏa mãn sự độc ác của nó, mặc dù biết rằng Chúa Jêsus đã chết rồi. Khi tên lính đó lấy giáo đâm hông Ngài, huyết và nước từ trong thân thể Chúa tuôn ra. Chúng ta thấy có ba ý nghĩa trong sự kiện nầy.

Thứ nhất, Chúa Jêsus đã đến thế gian trong thân thể Con Người. Giăng 1:14, *"Ngôi Lời đã trở nên xác thịt và ở giữa chúng ta."* Đức Chúa Trời đã đến thế gian trong thân thể con người và Ngài là Chúa Jêsus.

Tội nhân không thể nhìn thấy Đức Chúa Trời, vì nếu nhìn thấy chúng sẽ chết mất. Vì Đức Chúa Trời không thể trực tiếp đến với họ, nên Chúa Jêsus đã đến thế gian trong hình thể con người, bày tỏ nhiều bằng chứng để đưa dẫn chúng ta trở lại tin cậy Đức Chúa Trời.

Kinh Thánh cho chúng ta biết rằng Chúa Jêsus là một con người như chúng ta. Mác 3:20, *"Đức Chúa Jêsus cùng môn đồ vào trong một cái nhà; đoàn dân lại nhóm họp tại đó, đến nỗi Ngài và các môn đồ không ăn được."* Ma-thi-ơ 8:24 thì cho biết rằng, *"Thình lình biển nổi bão lớn, đến nỗi sóng dậy phủ thuyền; nhưng Ngài đương ngủ."*

Một số người hỏi rằng, tại sao là Con Đức Chúa Trời mà Chúa Jêsus cũng biết đói hoặc đau đớn. Vì Ngài trong thân thể con người bằng xương, thịt, nên cũng phải có nhu cầu ăn, ngủ, cũng thống khổ với những nỗi đau như chúng ta.

Thực tế cho thấy rằng huyết và nước tuôn ra khi ngọn giáo đâm hông Ngài, là bằng chứng rằng Chúa Jêsus đã đến thế gian trong thân thể con người, mặc dù Ngài là con Đức Chúa Trời.

Thứ hai, đây là một bằng chứng nói rằng cho dù là loài xác thịt, chúng ta có thể dự phần vào bản tính thiêng liêng. Đức Chúa Trời muốn con cái Ngài thánh khiết và trọn vẹn như chính Ngài. Ngài phán, *"Hãy nên thánh, vì ta là thánh."* (1 Phi-e-rơ 1:16) và *"Hãy trọn vẹn, như Cha các ngươi ở trên trời là trọn vẹn."* (Ma-thi-ơ 5:48). Ngài cũng khích lệ chúng ta và nói rằng, *"Bởi vinh hiển nhân đức ấy, Ngài lại ban lời hứa rất quí rất lớn cho chúng ta, hầu cho nhờ đó anh em được lánh khỏi sự hư nát của thế gian bởi tư dục đến, mà trở nên người dự phần bổn tánh Đức Chúa Trời."* (2 Phi-e-rơ 1:4), và *"Hãy có đồng một tâm tình như Đấng Christ đã có"* (Phi-líp 2:5).

Chúa Jêsus đã đến thế gian trong thân thể con người và trở thành một đầy tớ làm theo ý muốn Đức Chúa Trời, làm trọn bổn phận mình. Bởi tình yêu thương, Ngài đã làm trọn luật pháp bằng cách vượt mọi thử thách, khó khăn, và sống theo Lời Đức Chúa Trời.

Mặc dù là một con người như chúng ta, Ngài sẵn sàng chấp nhận đau đớn, làm theo ý chỉ Đức Chúa Trời một cách kiêng nhẫn và tự nguyện. Bởi tình yêu thương, Ngài dâng mạng sống mình làm của lễ, chịu chết trên thập tự không một lời than oán.

Làm thế nào chúng ta có thể dự phần vào bổn tánh thiên thượng với tấm lòng của Chúa Jêsus Christ?

Chúng ta phải đóng đinh bản tính tội lỗi, là những dục vọng và thèm khát, hãy có tình yêu thiên thượng và cầu nguyện hết lòng, để dự phần vào bổn tánh Đức Chúa Trời bằng cách có cùng tâm tình như Chúa Jêsus đã có.

Một mặt, tình yêu xác thịt tìm kiếm lạc thú cho riêng mình, rồi trở nên lạnh nhạt sau một thời gian. Với loại tình yêu nầy, người ta phản bội nhau, chuốc lấy hoặc gây khổ sở khi mọi việc không như ý mình.

Mặt khác, Đức Chúa Trời muốn chúng có một tình yêu bền vững, nhân từ và không nghĩ đến bản thân mình. Đó là tình yêu thiên thượng, tình yêu chẳng dời đổi, nhưng xanh tươi luôn mỗi ngày. Chúng ta có thể có cùng một tâm tình như Chúa Jêsus chừng nào chúng ta có một tình yêu thiên thượng và chừng nào chúng ta quăng xa mọi thứ xấu xa độc ác qua sự cầu nguyện khẩn thiết.

Cũng thể ấy, mọi người đều có thể nhận lãnh ân điển và quyền năng Đức Chúa Trời nếu chúng ta biết tìm kiếm sự vùa giúp của Ngài qua sự kiêng ăn và cầu nguyện hết lòng. Đức Chúa Trời cũng khiến cho chúng ta thoát khỏi mọi thứ độc ác xấu xa. Chúng ta tỏa sáng như mặt trời nơi vương quốc thiên đằng nếu chúng ta có một tình yêu thiên thượng, sản sinh ra chín bông trái Đức Thánh Linh (Ga-la-ti 5) và nhận lãnh những Phước Lành (Ma-thi-ơ 5).

Thứ ba, sự đổ huyết và nước của Chúa Jêsus là năng quyền đưa chúng ta đến cuộc sống đích thực và vĩnh hằng.

Huyết và nước của Chúa Jêsus là vô tội, không tì vết, Ngài không có nguyên tội và cũng không tự mình gây ra tội. Về sự thiêng liêng, đây chính là huyết và nước có thể phục sinh. Nhờ huyết Ngài đổ ra, chúng ta được sạch tội và có cuộc sống đích thực dẫn đến sự cứu rỗi, phục sinh, và sự sống đời đời.

Nước tràn ra từ hông Chúa Jêsus tượng trưng cho sông nước trường sinh, là Lời Đức Chúa Trời. Chúng ta sẽ được đầy ơn và lẽ thật, được trở thành con cái Đức Chúa Trời cho đến chừng chúng ta hiểu thấu lời Ngài, quăng xa mọi tội lỗi, và sống theo Lời Chúa.

Chúa Jêsus, không tì vết, không chỗ chê trách, đã từ bỏ tất cả, cho đến lúc chịu đổ nước và huyết để ban cho chúng ta cuộc sống đích thực, cho dù chúng ta chẳng có gì hơn loài cầm thú.

Tôi hy vọng anh chị em hiểu rằng chúng ta được cứu mà không phải trả một giá nào. Hãy quăng xa mọi tội lỗi bằng sự cầu nguyện hết lòng bởi đức tin hầu cho chúng ta có cuộc sống đầy bông trái trong danh Chúa Jêsus Christ.

Chương 7

Bảy Lời Cuối Cùng Của Chúa Jêsus Trên Thập Tự

- Lạy Cha, Xin Tha Cho Họ
- Hôm Nay Người Sẽ ở Cùng
  Ta Nơi Ba-ra-đi
- Thưa Bà, Đây Là Con Trai Của Bà;
  Đây Là Mẹ Người
- Cha Ôi, Cha Ôi, Sao Ngài Lìa Bỏ Con?
- Ta Khát
- Mọi Việc Đã Trọn
- Lạy Cha, Con Giao Phó Linh
  Hồn Trong Tay Cha

Đức chúa Jêsus cầu nguyện rằng, "Lạy Cha, xin tha cho họ, vì họ không biết mình làm điều gì."...

...Đức Chúa Jêsus đáp rằng: Quả thật, ta nói cùng ngươi, hôm nay ngươi sẽ được ở với ta trong nơi Ba-ra-đi. Khi đó, ước giờ thứ sáu, khắp xứ đều tối tăm cho đến giờ thứ chín. Mặt trời trở nên tối, và màn trong đền thờ xé chính giữa ra làm hai. Đức Jêsus bèn kêu lớn rằng: Hỡi Cha, tôi xin giao linh hồn lại trong tay cha! Ngài vừa nói xong thì tắt hơi.

Lu-ca 23:34-46

Hầu hết con người đều nhớ lại cuộc sống mình khi cái chết cận kề. Họ để lại những lời cuối cùng cho người nhà và bạn bè. Đồng thể ấy, trong sự tiên liệu của Đức Chúa Trời, Chúa Jêsus đã đến thế gian trong thân thể con người, khi trút hơi thở cuối cùng trên thập tự giá, Ngài cũng đã để lại bảy lời, được gọi là, "Bảy Lời Cuối Cùng Của Chúa Jêsus Trên Thập Tự Giá."

Chúng ta hãy khám phá ý nghĩa thiêng liêng trong bảy lời cuối của Ngài.

Lạy Cha, Xin Tha Cho Họ

Trước giả của sách Phi-líp mô tả Chúa Jêsus như sau:

Ngài vốn có hình Đức Chúa Trời, song chẳng coi sự bình đẳng mình với Đức Chúa Trời là sự nên nắm giữ; chính Ngài đã tự bỏ mình đi, lấy hình tôi tớ và trở nên giống như loài người; Ngài đã hiện ra như một con người, tự hạ mình xuống, vâng phục cho đến chết, thậm chí chết trên cây thập tự! (Phi-líp 2:6-8)

Đức Chúa Jêsus chịu đóng đinh trên cây thập tự để bày tỏ

tình yêu và sự vâng phục của Ngài đối với Đức Chúa Trời hầu cho Ngài có thể mở đường cứu rỗi tội nhân. Những kẻ đứng gần thập tự cùng những người coi việc nhạo cười Ngài, mà rằng: "Nó đã cứu kẻ khác; nếu nó là Đấng Christ, Đấng Đức Chúa Trời đã chọn, thì hãy tự cứu mình đi!"

Quân lính cũng giỡn cợt Ngài, lại gần đưa giấm cho Ngài uống, mà rằng: "Nếu ngươi là vua dân Giu-đa, hãy tự cứu lấy mình đi!" Một trong hai tên trộm-cướp bị đóng đinh ở đó cũng mắng nhiếc Ngài rằng, "Ngươi không phải là Đấng Christ sao? Hãy tự cứu lấy mình ngươi cùng chúng ta nữa!"

Khi đến một chỗ gọi là chỗ Sọ, họ đóng đinh Ngài trên cây thập tự tại đó, cùng hai tên trộm cướp, một tên bên hữu Ngài, một tên bên tả. Đức Chúa Jêsus cầu nguyện rằng: "Lạy Cha, xin tha cho họ, vì họ không biết mình làm điều gì" (Lu-ca 23: 33-34).

Khi trút hơi thở cuối cùng, Đức Chúa Jêsus cầu nguyện cùng Đức Chúa Trời xin tha thứ cho họ, "Lạy Cha, xin tha cho họ, vì họ không biết việc mình làm." Đức Chúa Jêsus cầu xin lòng nhân từ và tha thứ của Đức Chúa Cha cho những người không biết Chúa Jêsus là con của Đức Chúa Trời đã chịu đóng đinh vì cớ tội lỗi của họ. Có lẽ họ cũng chẳng biết việc họ làm là tội lỗi. Đây là lời đầu tiên của Ngài trên thập tự.

Đức Chúa Jêsus Với Lòng Yêu Thương Đã Cầu Nguyện Cho Những Kẻ Đóng Đinh Ngài

Đức Chúa Jêsus, Con của Đức Chúa Trời, cầu nguyện cho những kẻ đóng đinh Ngài, mặc dù Ngài chẳng hề phạm tội. Tình yêu Ngài thật lớn lao và sâu thẳm biết bao! Chúa Jêsus có thể xuống khỏi thập tự để tránh thập hình một cách dễ dàng vì Ngài với Đức Chúa Trời toàn năng là một và được nhận lãnh quyền năng từ Đức Chúa Cha. Nhưng, Ngài đã chịu đóng đinh để hoàn thành kế hoạch cứu rỗi theo ý muốn của Đức Chúa Trời. Bởi vậy, Ngài có thể chịu đựng mọi nỗi đau đớn và xấu hổ, với lòng yêu thương vô biên, Ngài cầu nguyện và xin tha thứ cho họ.

Đức Chúa Jêsus khẩn thiết kêu cầu, "Lạy Cha, xin tha cho họ, vì họ không biết việc mình làm." "Họ," ở đây không chỉ nói đến những kẻ đóng đinh và nhạo báng Ngài, mà còn bao gồm toàn nhân loại là những ai không tin nhận Cứu Chúa Jêsus và tiếp tục sống trong sự tối tăm. Giống như những kẻ đóng đinh Chúa Jêsus là Con của Đức Chúa Trời, nhiều người đang chìm đắm trong tội lỗi vì họ không nhận biết Chúa Jêsus Christ và lẽ thật.

Kẻ thù chúng ta là ma quỷ, là kẻ thuộc về sự tối tăm và ghét sự sáng nên đã đóng đinh Chúa Jêsus là ánh sáng chân lý. Ngày nay, ma quỷ cầm quyền trên những kẻ thuộc về sự tối tăm và khiến họ tìm cách bắt bớ những ai đi trong sự sáng.

Đối với những kẻ bắt bớ, là những kẻ không biết lẽ thật, ta nên đối phó với chúng như thế nào?

Chúa Jêsus dạy chúng ta về ý muốn Đức Chúa Trời và quan điểm sống cần có của một Cơ Đốc Nhân qua sứ điệp đầu tiên trên thập tự. Trong Ma-thi-ơ 5:44, Ngài phán rằng: *"Hãy yêu kẻ thù nghịch, và cầu nguyện cho những kẻ bắt bớ các ngươi."*

Dường ấy, chúng ta phải có khả năng cầu nguyện cho tất cả những kẻ bắt bớ mình, hãy cầu nguyện rằng: "Lạy Cha, xin tha cho họ, vì họ không biết việc mình làm. Xin ban ơn cho họ, hầu cho họ cũng có Chúa và chúng con có thể gặp lại nhau trên thiên đàng."

Hôm Nay Ngươi Sẽ ở Cùng Ta Nơi Ba-ra-đi

Hai tên trộm cướp cùng bị thập hình khi Chúa Jêsus chịu treo trên cây thập tự tại đồi Gô-gô-tha, *"nơi gọi là đồi Sọ"* (Lu-ca 23:33).

Một trong hai tên trộm cướp đay nghiến, xúc phạm đến Ngài, nhưng tên kia đã quở trách hắn, rồi ăn năn, và xưng nhận Chúa Jêsus làm Cứu Chúa mình. Chúa Jêsus bèn hứa rằng, hôm nay, người sẽ được ở cùng Ngài tại Ba-ra-đi. Đó là thông điệp thứ hai của Đức Chúa Jêsus trên thập tự giá.

Một tên trộm cướp bị đóng đinh cũng mắng nhiếc Ngài rằng: "Ngươi không phải là Đấng Christ sao? Hãy tự cứu lấy mình ngươi cùng chúng ta nữa!" Nhưng tên kia trách nó rằng: "Ngươi cũng chịu một hình phạt ấy còn chẳng sợ Đức Chúa Trời sao? Về phần chúng ta chỉ là sự công bình, vì hình ta chịu xứng với việc ta làm; nhưng người nầy không hề làm một điều gì ác." Đoạn, lại nói rằng: "Hỡi Jêsus, khi Ngài đến trong nước mình rồi xin nhớ lấy tôi!" Đức Chúa Jêsus Đáp rằng: "Quả thật, ta nói cùng ngươi, hôm nay ngươi sẽ được ở với ta trong nơi Ba-ra-đi" (Lu-ca 23:39-43).

Đức Chúa Jêsus công bố rằng chính Ngài là Đấng Mê-si-a, là Đấng có thể tha thứ cho tội nhân khi họ biết ăn năn, và cứu rỗi họ qua thông điệp thứ hai của Ngài trên thập tự.

Khi đọc bốn sách Phúc Âm, chúng ta thấy thái độ của hai tên trộm cướp được chép lại bằng nhiều cách. Trong Ma-thi-ơ 27:44, có chép rằng, *"Hai tên trộm cướp bị đóng đinh trên cây thập tự với Ngài cũng nhiếc móc Ngài như vậy."* Trong Mác 15:32, có chép, *"Hỡi Đấng Christ, Vua dân Y-sơ-ra-ên, bây giờ hãy xuống khỏi cây thập tự, để cho chúng ta thấy và tin! Hai đứa bị đóng đinh cùng Ngài cũng nhiếc móc Ngài nữa."* Hai sách phúc âm nầy nói rằng, cả hai tên trộm cướp đều nhiếc móc Đức Chúa Jêsus.

Song, sách Lu-ca, chương 23 thì chép rằng: Một kẻ tội phạm đã quở trách tên kia và ăn năn tội lỗi mình, tin nhận Chúa Jêsus Christ và được cứu. Điều nầy không có nghĩa rằng các sách Phúc Âm không phù hợp nhau. Thay vì, trong sự tiên liệu, Ngài cho phép các trước giả chép lại theo những cách khác nhau. Trong Kinh Thánh, sự tiên liệu của Đức Chúa Trời và những chứng cứ mang tính lịch sử được chép lại rất súc tích. Nếu mọi thứ đều được chép lại một cách chi tiết, thì hàng ngàn Kinh Thánh cũng không đủ.

Ngày hôm nay, khi chúng ta dùng camera để ghi lại một sự kiện nào đó, thì sau, chúng ta có thể xem lại, nhưng vào thời

Chúa Jêsus, chẳng hề có một thiết bị nào như vậy để họ có thể thậm chí chụp một tấm hình mặc dù đó là những sự kiện rất quan trọng. Họ chỉ có thể chép lại chúng mà thôi. Qua đôi chút khác biệt nầy, chúng ta có thể kinh nghiệm và hồi tưởng lại một tình huống cụ thể cách thực tế hơn.

Sự Hiểu Rõ Về Thập Hình Của Chúa Jêsus

Khi Chúa Jêsus công bố phúc âm, có nhiều đám đông dân chúng đi theo Ngài. Một số muốn nghe sứ điệp, một số muốn xem sự kỳ và phép lạ từ thiên thượng, những kẻ khác muốn kiếm ăn, và có một số đã bán hết tài sản mình để theo hầu việc Ngài.

Trong Lu-ca 9, Chúa Jêsus dâng lời cảm tạ về năm bánh và hai con cá. Con số người ăn là năm ngàn người, không kể phụ nữ và trẻ em (Lu-ca 9:12-17). Hãy hình dung, tại nơi Chúa Jêsus chịu đóng đinh có biết bao nhiêu người đã tập trung lại, kể cả những những người yêu Chúa, kẻ ghét Ngài, và những kẻ khác. Đám đông vây quanh nơi thập tự đến nỗi quân lính đã dùng binh khí để dồn họ lại một nơi. Đám đông ấy la hét ầm ỹ, chúng nhiếc móc Ngài. Thậm chí một trong hai kẻ trộm cướp bị đóng đinh bên Ngài cũng vậy.

Ai có thể nghe được tên tử tội thứ nhất đã nói gì? Sự la hét ầm ĩ, hỗn loạn đến mức hầu như chỉ có những người đứng gần Chúa mới có thể nghe được. Kẻ trộm cướp kia nhìn Chúa với một nét mặt bực bội cùng những lời nói của nó. Thực ra, tên tội phạm nầy đã quở trách tên kia là kẻ mắng nhiếc Chúa Jêsus. Nhưng những người đứng xa ở bên kia đã tưởng nhầm, lúc tên nầy đang ăn năn với Chúa thì họ nghĩ rằng đang mắng nhiếc

Ngài. Mặt khác, trong bối cảnh ầm ỹ đó, các trước giả Phúc Âm Lu-ca và Mác là những người không thể nghe rõ được sự ăn năn hối lỗi của kẻ trộm cướp nọ nên nghĩ rằng nó cũng mắng nhiếc Chúa Jêsus nữa. Vậy, họ bèn chép lại rằng cả hai tên trộm cướp đã mắng nhiếc Chúa Jêsus.

Mặt khác, trước giả Phúc Âm Lu-ca đã nghe cách rõ ràng, nên chép lại rằng, một trong hai kẻ trộm cướp không trách mắng Chúa Jêsus bèn là ăn năn. Những trước giả khác nhau ở những vị trí khác nhau đã chép sự kiện đó một cách khác nhau.

Đức Chúa Trời là Đấng biết mọi sự, cho phép họ chép lại sự kiện đó theo những cách khác nhau hầu cho những thế hệ sau có thể hiểu rõ ràng về tình huống đặc biệt nầy.

Thiên Đàng Là Nơi Dành Cho Tội Nhân Đã Biết Ăn Năn

Có một ý nghĩa thiêng liêng trong lời hứa của Chúa Jêsus dành cho tên tội phạm đã ăn năn trên cây thập tự trước lúc chết, "Ngươi sẽ được ở cùng ta nơi Ba-ra-đi."

Thiên đàng, vương quốc của Đức Chúa Trời, là nơi rộng lớn ngoài sức tưởng tượng của chúng ta. Ngay cả Chúa Jêsus cũng đã tỏ cho chúng ta biết trong Giăng 14:2, *"Trong nhà Cha ta có nhiều chỗ ở; bằng chẳng vậy, ta đã nói cho các ngươi rồi. Ta đi sắm sẵn cho các ngươi một chỗ."* Trước giả thi thiên thôi thúc rằng *"Hãy ngợi ca Ngài, hỡi trời của các từng trời, hỡi nước trên các từng trời"* (Thi-thiên 148:4). Nê-hê-mi 9:6 ngợi ca Đức Chúa Trời, là Đấng đã *"dựng nên các từng trời, cả những từng trời cao nhất."* 2 Cô-rinh-tô 12:2 nói đến *"một người trong Đấng Christ, cách mười bốn năm trước, đã được đem lên đến từng trời thứ mười ba."* Trong Khải Huyền 21:2, có nói rằng ngai của Đức Chúa Trời ngự nơi Giê-ra-sa-lem mới. Cũng thể ấy, có rất nhiều nơi ở trên thiên đàng. Nhưng chúng ta không phải muốn ở nơi nào tùy ý. Đức Chúa Trời của sự công bình ban thưởng cho mỗi một chúng ta tuỳ vào việc chúng ta đã làm nơi trần thế: Chúng ta đã làm theo Chúa được bao nhiêu, góp phần xây dựng vương quốc Đức Chúa Trời như thế nào, và tích lũy được bao nhiêu cho vương quốc thiên đàng, cùng những điều giống như vậy (Ma-thi-ơ 11:12; Khải Huyền 22:12).

Giăng 3:6, nói rằng, *"Hễ chi sanh bởi xác thịt là xác thịt; hễ chi sanh bởi Thánh Linh là thần."* Tùy vào mức độ mà con người từ bỏ những điều xác thịt để được nên thánh, những nơi ở trên thiên đàng cũng được chia thành nhiều thánh bậc khác nhau.

Ắt hẳn mọi chỗ ở nơi thiên đàng đều tuyệt đẹp vì do chính tay Chúa đã dựng nên. Tuy nhiên, ngay chính nơi thiên đàng cũng có nhiều sự khác nhau. Chẳng hạn, phong cách sống, sở thích, mức sống, và những điều sang trọng ở những nơi thủ phủ khác xa so với miền quê. Cũng vậy, thành thánh, Jerusalem Mới, là nơi lộng lẫy nhất trên thiên đàng, ngai của Đức Chúa Trời ngự tại đây, là nơi cư ngụ của những con cái đạt được giải nhất trong việc trở nên giống Ngài.

Song, Ba-ra-đi, nơi mà kẻ tội phạm ăn năn trong giây phút lâm chung ở là một nơi ngoại ô của thiên đàng. Nhiều kẻ khác được cứu dường như qua lửa cũng sẽ ở đây. Họ là những người tin nhận Chúa Jêsus nhưng đã dừng lại một chỗ và không được biến đổi theo sự thiêng liêng.

Tại sao kẻ tội phạm ăn năn được vào Ba-ra-đi?

Với tấm lòng thành thật, người đã thừa nhận mình là một tội nhân, và tin nhận Chúa Jêsus làm Cứu Chúa. Nhưng, người đã không từ bỏ được tội lỗi mình, không sống theo Lời của Đức Chúa Trời, hay truyền bá phúc âm cho người khác. Người nầy chẳng làm gì cho Chúa, cũng không làm gì để đạt giải thiên đàng. Vậy, người ấy đã vào nơi thấp nhất trên thiên đàng.

Chúa Jêsus Xuống Âm phủ

Mặc dù Chúa Jêsus hứa với kẻ tội phạm rằng, "Hôm nay ngươi sẽ được ở cùng ta nơi Ba-ra-đi," nhưng không có nghĩa rằng Ngài chỉ ở nơi Ba-ra-đi trên thiên đàng. Chúa Jêsus là Vua trên muôn vua, Chúa muôn chúa, trị vì và ở cùng con cái Đức Chúa Trời khắp mọi nơi trên thiên đàng, kể cả Ba-ra-đi và Giê-ru-sa-lem Mới. Với nhận biết nầy, Ngài vừa ở paradise cũng vừa ở khắp mọi nơi trên thiên đàng.

Khi Chúa Jêsus phán cùng kẻ tội phạm được cứu, "Hôm nay ngươi sẽ được ở cùng ta nơi Ba-ra-đi," "hôm nay" không chỉ nói đến ngày Chúa chịu chết hay bất kỳ một ngày cụ thể nào. Chúa Jêsus muốn nói rằng Ngài sẽ ở cùng kẻ phạm tội biết ăn năn bất kỳ lúc nào, ngay thời khắc người ấy trở nên con cái của Đức Chúa Trời.

Khi tra xem Kinh Thánh, ta thấy Chúa Jêsus sau khi chết không đi vào Ba-ra-đi. Trong Ma-thi-ơ 12:40, Chúa bảo cùng những người Pha-ri-si rằng, *"Vì Giô-na đã bị ở trong bụng cá* lớn ba ngày ba đêm, cũng một thể ấy con người sẽ ở trong lòng đất ba ngày ba đêm.*" Ê-phê-sô 4:9 chép rằng, "*Vả những chữ 'Ngài đã lên' có ý nghĩa gì, há chẳng phải là Ngài cũng đã xuống trong các miền thấp ở dưới đất sao?*"

Vả lại, 1 Phi-e-rơ 3:19 nói rằng: "*Ấy bởi đồng một linh hồn đó, Ngài đi giảng cho các linh hồn bị tù.*" Chúa Jêsus đã xuống tận Âm Phủ để giảng phúc âm cho những linh hồn ở đó trước khi Ngài phục sinh vào ngày thứ ba. Tại sao điều nầy là cần thiết?

Trước khi Chúa Jêsus đến thế gian nầy, nhiều người trong thời Cựu Ước và ngay cả những người sống trong thời Tân Ước chẳng có một cơ hội nào để được nghe về phúc âm ngoại trừ những người sống nhơn lành tin nhận Đức Chúa Trời. Phải chăng tất cả đều đi vào hỏa ngục vì cớ họ chẳng nhận biết Chúa Jêsus?

Đức Chúa Trời đã sai Con một Ngài đến thế gian hầu cho hễ ai tin nhận Ngài thì sẽ được cứu rỗi. Đức Chúa Trời sẽ không nuôi dưỡng loài người để rồi chỉ cứu những ai tin nhận Chúa Jêsus Christ sau khi Ngài chịu thập hình. Những người không có cơ hội nghe phúc âm nhưng sống có lương tâm nhân từ sẽ được phán xét tùy vào lương tâm họ.

Một mặt, những người có lòng nhân hậu nhóm lại một nơi tại "Âm Phủ." Mặt khác, "Địa Ngục" là nơi ở của những linh hồn độc dữ cho đến Ngày Phán Xét. Sau khi chịu thập hình, Chúa Jêsus đi vào địa ngục để giảng phúc âm cho những linh hồn của những người chưa biết về phúc âm nhưng đã sống có lương tâm nhân từ và xứng đáng được cứu rỗi.

Ở dưới trời, ngoài danh Chúa Jêsus Christ, không có một

danh nào khác được ban cho loài người để nhờ đó mà được cứu rỗi. Kinh Thánh cho biết rằng những linh hồn được cứu trước khi Chúa Jêsus chịu thập hình được mang đến đặt bên cạnh Áp-ra-ham, Lu-ca 16:22), nhưng được mang đến bên cạnh Chúa Jêsus sau khi Ngài phục sinh.

Được Cứu Bởi Sự Phán Xét Của Lương Tâm

Trước khi Chúa Jêsus đến thế gian để rao truyền phúc âm, những người nhơn lành sống theo đường công chính bởi lòng mình. Đó là luật lương tâm. Những người nhân từ chẳng hề làm điều ác cho dù khi họ gặp nan để và phải đối diện với khó khăn, vì họ luôn lắng nghe tiếng nói của lương tâm mình.

Rô-ma 1:20 có chép, *"Bởi những sự trọn lành của Ngài mắt không thấy được, tức là quyền phép đời đời và bổn tánh Ngài, thì từ buổi sáng thế vẫn sờ sờ như mắt xem thấy, khi người xem xét công việc của Ngài. Cho nên họ không thể chữa mình được."*

Khi ngắm xem vũ trụ và sự hài hòa của muôn vật trên đất, những người có tấm lòng nhân từ tin rằng có cuộc sống đời đời. Bởi đó họ không sống chiều theo bản năng tội lỗi mà tự kiểm chế bản thân, không vui thú với những lạc thú trần gian, họ sống trong sự kính sợ Đức Chúa Trời.

Rô-ma 2:14-15 có chép, *"Vả dân ngoại vốn không có luật pháp, khi họ tự nhiên làm những việc luật pháp dạy biểu, thì những người ấy dầu không luật pháp, cũng tự nên luật pháp cho mình. Họ tỏ ra rằng việc mà luật pháp biểu đã ghi trong lòng họ: Chính lương tâm mình làm chứng cho luật pháp, còn ý tưởng mình khi thì cáo giác mình, khi thì binh vực mình."*

Đức Chúa Trời chỉ ban luật pháp cho dân I-sơ-ra-ên, mà không ban cho dân Ngoại. Nhưng, dường như dân Ngoại sống theo luật pháp khi họ làm theo luật của lương tâm, là những thứ họ tự mình thực hành mà có được. Chúng ta không thể nói rằng những người không tin nhận Chúa Jêsus Christ thì không được cứu vì cả đời họ chẳng hề được nghe đến phúc âm.

Trong những người chết mà chưa một lần được nghe đến Đấng Christ, có một số người có thể tự chủ bản thân chống lại những tư tưởng độc ác bởi lương tâm trong sáng họ. Những người nầy sẽ được cứu theo sự phán xét của Chúa dựa vào luật lương tâm.

Thưa Bà, Đây Là Con Trai Của Bà; Đây Là Mẹ Ngươi

Sứ đồ Giăng chép lại những gì ông nghe được từ thập tự, nơi Chúa Jêsus chịu treo mình. Ở đó rất nhiều phụ nữ, kể cả Mary, mẹ Chúa Jêsus; Sa-lô-mê, người chị em của mẹ Ngài; Mary là vợ của Clô-bát; và Mary Ma-đơ-len. Trong Giăng 19:26-27, Chúa Jêsus thưa cùng người mẹ buồn bã của Ngài là Mary hãy xem Giăng như con trai mình và bảo cùng Giăng hãy phụng dưỡng bà như chính mẹ mình:

Khi Đức Chúa Jêsus thấy mẹ mình và một môn đồ

Ngài yêu đứng gần người, thì nói cùng mẹ rằng: "Hỡi đàn bà kia, đó là con của người!" Đoạn, Ngài lại phán cùng người môn đồ rằng: "Đó là mẹ ngươi!" Bắt đầu từ bấy giờ người môn đồ rước người về nhà mình.

Tại Sao Chúa Jêsus Đã Gọi Mary là "Đàn Bà" mà Không Gọi "Mẹ"?

Với sự tôn kính của mình mà sứ đồ Giăng đã chép từ "Mẹ" khi nói đến Mary, nhưng khi tra xem trong Kinh Thánh, Chúa Jêsus chưa hề gọi bà bằng mẹ.Vậy, tại sao Chúa Jêsus đã gọi người sinh ra Ngài là "đàn bà"?

Như trong Giăng 2:1-11, Chúa Jêsus thực hiện phép lạ đầu tiên hóa nước thành rượu sau khi Ngài vừa khởi sự Chức vụ. Phép lạ nầy xảy ra ở Ga-li-lê, tại một tiệc cưới ở Cana. Chúa Jêsus cùng các môn đồ Ngài cũng được mời đến dự. Thấy hết rượu, Mary bảo Ngài: "Họ không còn rượu nữa" bởi vì bà biết rằng, Con của Đức Chúa Trời – Chúa Jêsus có thể biến nước thành rượu. Chúa Jêsus bèn đáp rằng, *"Hỡi đàn bà kia, ta với ngươi có can hệ gì chăng? Thì giờ ta chưa đến"* (câu 4).

Mặc dù Mary cảm thấy rất tiếc cho khách đến dự tiệc vì đã hết rượu, nhưng Chúa Jêsus đáp cùng người rằng; thì giờ của Ngài chưa đến, đó là thời điểm để Ngài bày tỏ chính mình là Đấng Mê-si-a. Biến nước thành rượu mang ý nghĩa thiêng liêng rằng Chúa Jêsus sẽ đổ huyết trên thập tự.

Chúa Jêsus công bố rằng Ngài chính là Đấng Cứu Thế được Đức Chúa Trời sai đến thế gian để hoàn thành kế hoạch cứu rỗi cho nhân loại trên thập tự giá. Nên Ngài đã không gọi Mary là "mẹ" mà gọi là "đàn bà."

Vả lại, Chúa Cứu Thế Jêsus của chúng ta là Đức Chúa Trời trong Chúa Ba Ngôi và là Đấng Tạo Hóa. Đức Chúa Trời là Đấng Tạo Hóa là Đấng Tự Hữu Hằng Hữu (Xuất Ê-díp-tô 3:14), Ngài là Đấng Đầu Tiên và là Sau Rốt (Khải Huyền 1:17; 2:8). Do vậy, về phương diện thần tánh, Chúa Jêsus không có một người mẹ nào, nên Ngài không gọi "mẹ" mà gọi là "đàn bà."

Ngày nay, có nhiều con cái Chúa xem Mary là "mẹ thánh" rồi thậm chí còn làm cho bà những tượng chạm để thờ lạy trước mặt họ. Chúng ta phải biết rằng việc làm nầy là hoàn toàn sai trật, bởi vì bà không phải là mẹ Đấng Cứu Thế (Xuất Ê-díp-tô 20:4).

Quyền Công Dân Nước Thiên Đàng

Chúa Jêsus bảo cùng môn đệ yêu quý Ngài là Giăng phụng dưỡng Mary như chính mẹ mình, hầu cho Mary là người quá đau buồn về thập hình Ngài chịu, được yên ủi. Mặc dù Ngài phải mang lấy nỗi đau nhục hình cực kỳ ghê gớm trên thập tự, Ngài vẫn quan tâm sâu xa đến những điều sẽ xảy đến cho Mary sau khi Ngài chết. Qua việc nầy, chúng ta cảm nhận được tình yêu sâu sắc mà Ngài dành cho người thân.

Qua sứ điệp thứ ba của Chúa Jêsus trên thập tự, bởi đức tin, chúng ta có thể biết chắc rằng: Tất cả chúng ta là anh chị em với nhau trong nhà Chúa. Xem sách Ma-thi-ơ 12:48-50, gia đình Chúa Jêsus đến gặp Ngài. Khi nghe mọi người nói có mẹ và anh em Ngài đang chờ bên ngoài, Ngài bảo cùng đám đông rằng:

"Ai là mẹ ta, ai là anh em ta?" Ngài giơ tay chỉ các môn đồ mình, mà phán rằng: "Nầy là mẹ cùng anh em ta!" Vì hễ ai làm theo ý muốn Cha ta ở trên trời, thì người đó là anh em, chị em ta, cùng mẹ ta vậy.

Sau khi tin nhận Chúa Jêsus, và khi đức tin chúng ta trưởng thành, nhận thức về quyền công dân nước thiên đàng của chúng ta trở nên rõ ràng hơn, chúng ta sẽ yêu mến anh chị em trong Đấng Christ hơn những thành viên trong gia đình theo quan hệ máu thịt. Nếu các thành viên trong gia đình chúng ta không phải là con cái của Đức Chúa Trời, gia đình chúng ta sẽ không còn mãi là một "gia đình". Mối quan hệ gia đình chúng ta sẽ kết thúc cùng sự chết. Nếu họ không tin nhận Chúa Jêsus Christ, hoặc không làm theo ý muốn Đức Chúa Trời, thì cho dù có công bố rằng mình tin Chúa, họ cũng phải đi vào hỏa ngục, vì tiền công của tội lỗi là sự chết (Ma-thi-ơ 7:21).

Những sự hiện thấy bởi mắt trần của chúng ta sẽ trở lại cát bụi sau sự chết, nhưng chúng ta có một linh hồn bất diệt. Nếu Đức Chúa Trời cất linh hồn đi, chúng ta chỉ là một cái xác chết sẽ sớm thối rữa. Đức Chúa Trời là Đấng Tạo Hóa đã tạo nên con người đầu tiên từ bụi đất và hà sanh khí vào nơi mũi người, và sanh khi đó (linh hồn) trở nên bất diệt. Chính Đức Chúa Trời là Đấng tạo nên linh hồn bất diệt của chúng ta và khiến cho thân xác chúng ta trở lại với cát bụi. Vậy, Ngài chính là Cha đích thực của chúng ta.

Ma-thi-ơ 23:9 cho chúng ta biết; *"Cũng đừng gọi người nào ở thế gian là cha mình; vì các ngươi chỉ có một Cha, là Đấng ở trên trời."* Điều nầy không có ý bảo chúng ta chớ nên yêu mến những anh chị em chẳng tin kính trong gia đình mình. Chúng ta phải yêu thương hết lòng là điều rất quan trọng, phải giảng phúc âm cho họ và hướng dẫn họ tin nhận Chúa Cứu Thế Jêsus.

Cha Ôi, Cha Ôi,
Sao Ngài Lìa Bỏ Con?

Đức Chúa Jêsus chịu đóng đinh trên thập tự vào giờ thứ ba, đến giờ thứ sáu, sự tối tăm che phủ cả đất cho đến giờ thứ chín khi Ngài trút hơi thở cuối cùng. Qui đổi thời điểm lúc bấy giờ sang thời giờ hiện nay, Ngài chịu đóng đinh lúc chín giờ sáng, ba giờ sau, lúc giữa trưa, sự tối che phủ cả đất cho đến ba giờ chiều.

Đến giờ thứ sáu, khắp đất đều tối tăm mù mịt cho tới giờ thứ chín. Đến giờ thứ chín Đức Chúa Jêsus kêu lớn tiếng rằng: Ê-lô-i, Ê-lô-i, lam-ma-sa-bách-ta-ni? nghĩa là: Đức Chúa Trời ôi, Đức Chúa Trời ôi, sao Ngài lìa bỏ tôi? (Mác 15:33-34).

Sáu giờ sau, vào giờ thứ chín, Đức Chúa Jêsus kêu lớn tiếng rằng, *"Ê-lô-i, Ê-lô-i, lam-ma-sa-bách-ta-ni?"* Đó là lời thứ tư của Chúa Jêsus trên thập tự.

Chúa Jêsus kiệt sức, vì Ngài phải chịu treo thân trên thập giá sáu giờ liền, đổ nước và huyết dưới ánh nắng khủng khiếp nơi sa mạc. Ngài đã hoàn toàn kiệt sức. Tại sao Ngài đã kêu lớn tiếng?

Mỗi một thông điệp trong bảy lời cuối cùng của Chúa Jêsus trên thập tự, đều có chứa đựng ý nghĩa thiêng liêng. Nếu không thể nghe được thì sẽ chẳng có ích gì. Bảy thông điệp đó được

Kinh Thánh ghi lại cách rõ ràng và có chủ ý, hầu cho mọi người đều có thể hiểu được ý muốn của Đức Chúa Trời.

Dường ấy, Ngài đã hết sức kêu lớn tiếng bảy thông điệp cuối cùng trên thập tự để những người đứng quanh đó có thể nghe rõ và thuật lại.

Một số người nói rằng Chúa Jêsus đã la lối, oán giận Đức Chúa Trời, vì cớ Ngài đã phải đến thế gian trong thân xác con người và phải chịu đựng đau đớn dữ dội cách không cần thiết. Nhưng, chẳng hề như vậy.

Tại Sao Chúa Jêsus Đã Kêu Lớn Tiếng, "Ê-lô-i, Ê-lô-i, lam-ma-sa-bách-ta-ni?"

Ngài đến thế gian với mục đích phá hủy công việc của ma quỷ, mở đường cứu rỗi chúng ta.

Vì thế, Chúa Jêsus đã làm theo ý muốn của Đức Chúa Trời cho đến lúc chết và tận hiến bản thân Ngài. Trước khi chịu thập hình, Ngài đã cầu nguyện khẩn thiết, mồ hôi Ngài như những giọt máu rơi xuống đất (Lu-ca 22:42-44). Ngài đã mang lấy gánh nặng, biết rõ rằng mình phải chịu đau đớn trên thập tự.

Ngài đã gánh chịu ngược đãi và đau đớn trên thập tự vì biết rõ kế hoạch của Đức Chúa Trời dành cho loài người. Vậy, làm sao Ngài oán giận khi phải đối diện với sự chết? Sự kêu khóc của Ngài không phải là dấu hiệu đau đớn hay trách cứ Đức Chúa Trời. Về sự nầy, Chúa Jêsus có nhiều lý do.

Trước Hết, Chúa Jêsus Muốn Cho Mọi Người Biết Rằng Ngài Chịu Đóng Đinh Để Cứu Tội Nhân Ra Khỏi Con

Đường Tội Lỗi

Ngài muốn mọi người biết rằng Ngài đã từ bỏ vinh hiển nơi thiên đàng, và hoàn toàn bị Đức Chúa Trời từ bỏ, mặc dầu Ngài chính là con một của Đức Chúa Trời. Ngài kêu lớn tiếng hầu cho mọi người hiểu được nỗi đau tột cùng của mình trên thập tự là để cứu tội nhân khỏi con đường tội lỗi. Kinh Thánh cho biết rằng, Ngài từng gọi Đức Chúa Trời là "Cha," nhưng trên thập tự, Chúa Jêsus kêu rằng: "Đức Chúa Trời tôi ơi." Vì Chúa Jêsus đã gánh lấy thập hình thay cho tội nhân, mà tội nhân thì không thể gọi Đức Chúa Trời là "Cha."

Thời khắc đó, Đức Chúa Trời đã ruồng bỏ Chúa Jêsus như một tội nhân vì Ngài mang hết tội lỗi nhân loại, nên Chúa Jêsus đã không giám gọi Đức Chúa Trời là "Cha." Cũng thể ấy, chúng ta gọi Đức Chúa Trời là "Abba, Cha" khi chúng ta có một tình yêu thân thiết, nhưng sẽ gọi Ngài là "Đức Chúa Trời" thay vì gọi "Cha" khi xa cách Ngài vì cớ chúng ta phạm tội hoặc yếu đuối trong đức tin.

Đức Chúa Trời muốn tất cả con người đều trở nên con cái đích thực của Ngài là những người có thể gọi Ngài là "Cha" bằng cách tin nhận Chúa Jêsus Christ và bước đi trong sự sáng.

Thứ Hai, Chúa Jêsus Muốn Cảnh Báo Những Người Không Biết Ý Muốn Của Đức Chúa Trời Và Vẫn Còn Sống Trong Tối Tăm.

Đức Chúa Trời sai con một Ngài là Chúa Jêsus Christ đến thế gian và để cho Con ấy chịu phỉ báng, chịu đóng đinh bởi những tạo vật của Ngài. Chúa Jêsus biết rõ tại sao Đức Chúa Trời từ bỏ Con Ngài, Nhưng đám đông là những kẻ đóng đinh Ngài chẳng hề nhận biết ý muốn của Đức Chúa Trời. Ngài đã kêu lớn tiếng *"Đức Chúa Trời tôi ơi, Đức Chúa Trời tôi ơi, sao Ngài lìa bỏ tôi?"* để những kẻ không biết sẽ hiểu được tình yêu của Đức Chúa Trời mà ăn năn và quay trở lại với con đường cứu rỗi.

Ta Khát

Trong Cựu Ước, có rất nhiều lời tiên tri nói đến nỗi đau đớn của Chúa Jêsus trên thập tự giá. Thi Thiên 69:21 có chép rằng, *"Chúng nó ban mật đắng làm vật thực cho tôi, và cho tôi uống giấm trong khi khát."* Như trong Thi Thiên, khi Chúa Jêsus nói, "Ta khát," người ta lấy một miếng bông đá thấm đẩy giấm, buộc vào cây ngưu tất đưa kề miệng Ngài.

Sau đó, Đức Chúa Jêsus biết mọi việc đã được trọn rồi, hầu cho lời Kinh Thánh được ứng nghiệm, thì phán rằng: Ta khát. Tại đó, có một cái bình đựng đẩy giấm. Vậy, họ lấy một miếng bông đá thấm đẩy giấm, buộc vào cây ngưu tất đưa kề miệng Ngài (Giăng 19:28-29).

Từ lâu, trước khi Chúa Jêsus được sanh hạ tại thành Bết-lê-hem, trước giả thi thiên đã thấy trước khải tượng cho biết rằng Chúa Jêsus sẽ phải chịu đóng đinh và chết trên thập tự, nên đã chép lại sự hiện thấy đó. Chúa Jêsus phán, "Ta Khát" hầu cho Kinh Thánh được ứng nghiệm.

Chúng ta hãy suy nghĩ về ý nghĩa thiêng liêng của thông điệp thứ năm mà Chúa Jêsus đã truyền lại trên thập tự, "Ta khát."

Chúa Jêsus Bày Tỏ Sự Đói Khát Tâm Thần

Nhiều người trong chúng ta có thể chịu đói nhưng không thể chịu nổi với cơn khát. Chúa Jêsus hoàn toàn kiệt sức bởi Ngài đã phải chịu đóng đinh trên thập giá sáu giờ liền và đã đổ huyết dưới cái nắng dữ dội nơi sa mạc. Cơn khát của Ngài vượt quá sức suy tưởng của chúng ta.

Khi Ngài nói "Ta khát," không có nghĩa rằng Ngài không chịu nổi với cơn khát đó. Chúa Jêsus biết rằng Ngài sẽ sớm trở về với Đức Chúa Trời trong sự bình an.

Thực ra, nỗi khát về tâm thần lớn hơn rất nhiều so với nỗi khát về thể lý. Đó là nỗi khát lớn lao của Chúa Jêsus đối với con cái của Đức Chúa Trời: "Ta khát vì huyết ta đã đổ. Hãy an ủi cơn khát ta bằng cách đến đáp lại huyết đó."

Đã hơn hai ngàn năm qua, kể từ cái chết của Chúa Jêsus trên thập tự giá, nhưng Ngài vẫn còn kêu gọi với chúng ta rằng, Ngài đang khát. Ngài khát vì đã đổ huyết. Ngài đổ huyết để tha thứ tội lỗi và ban cho chúng ta sự sống đời đời.

Đức Chúa Jêsus bảo rằng Ngài đang khát để tỏ sự sẵn lòng cứu vớt những linh hồn hư mất. Con cái của Chúa là những người được cứu bởi huyết báu của Chúa Jêsus phải biết sống xứng đáng với huyết đó.

Chúng ta phải đưa dẫn những người đang trên đường lầm lạc bị đùa vào hỏa ngục quay về với thiên đàng, đó là cách đến đáp huyết và làm thỏa cơn khát Ngài.

Vậy, chúng ta phải đầy lòng biết ơn Chúa Jêsus là Đấng đã đổ huyết vì chúng ta và hãy làm thỏa cơn khát Ngài bằng cách đưa dẫn con người đến với con đường cứu rỗi.

Mọi Việc Đã Trọn

Trong Giăng 19:30, khi Đức Chúa Jêsus chịu lấy giấm ấy rồi, bèn phán rằng: *"Mọi việc đã trọn"* rồi Ngài gục đầu mà trút linh hồn. Chúa Jêsus nhận lấy miếng bông đá thấm giấm buộc vào cây ngưu tất. Không phải vì cớ Ngài không chịu nổi với cơn khát. Có một ý nghĩa thiêng liêng trong sự việc nầy.

Lý do Chúa Jêsus đến thế gian trong thân vị con người là để chịu đóng đinh trên thập tự vì tội lỗi của nhân loại. Bởi tình yêu lớn lao Ngài dành cho chúng ta, Chúa Jêsus đại diện cho nhân loại, gánh thay tội lỗi và sự rủa sả, hoàn thành luật pháp Cựu Ước. Trong thời Cựu Ước, khi phạm tội, người ta dùng huyết động vật làm của hiến tế dâng lên Đức Chúa Trời. Nhưng Chúa Jêsus đã đổ huyết làm một của lễ chuộc tội cho mọi thời đại (Hê-bơ-rơ 10:11-12). Vậy, tội lỗi chúng ta sẽ được tha khi chúng ta tin nhận Chúa Jêsus Christ vì Ngài đã cứu chuộc tội lỗi cho chúng ta rồi. Ơn cứu chuộc qua Chúa Jêsus Christ để cập đến rượu mới, Ngài đã chịu uống rượu giấm để ban cho ta rượu mới.

Ý Nghĩa Thiêng Liêng Của Thông Điệp "Mọi Việc Đã Trọn"

Đức Chúa Jêsus phán, "Mọi việc đã trọn" rồi phó thác linh

hồn Ngài. Ý nghĩa thiêng liêng của điều nầy là gì?
Chúa Jêsus đã trở thành xác thịt, đến thế gian, rao giảng phúc
âm, chữa lành mọi sự yếu đuối và bệnh tật, gánh thay thập tự để
mở đường cứu rỗi cho tất cả những kẻ phải chịu án chết.
Ngài làm trọn luật pháp của Cựu Ước bằng tình yêu khi Ngài
tận hiến thân mình cho đến chết. Ngài cũng đã thắng hơn ma
quỷ và phá hủy hoàn toàn công việc của chúng. Ngài đã hoàn
thành kế hoạch thiên thượng để cứu rỗi nhân loại. Bởi vậy, trên
thập giá, Ngài đã phán rằng: "Mọi việc đã trọn."

Đức Chúa Trời muốn con cái Ngài làm trọn mọi sự theo ý
muốn mình, giống như Con một Ngài là Chúa Jêsus đã hoàn
thành tất cả mọi sự trù liệu của kế hoạch cứu rỗi bằng cách vâng
phục Đức Chúa Cha, tận hiến chính thân Ngài để làm thành ý
muốn và kế hoạch của Đức Chúa Trời.

Dường ấy, trước hết chúng ta phải có đồng tâm tình với Chúa
qua việc có một tình yêu thiên thượng: mang kết quả của chín
bông trái Đức Thánh Linh (Ga-la-ti 5:3-10). Và phải trung tín
với những công việc được Chúa giao phó cho. Chúng ta phải
đưa dẫn nhiều người trở lại với Chúa qua sự cầu nguyện khẩn
thiết, rao truyền phúc âm, và phục vụ hội thánh.

Tôi mong rằng mỗi một chúng ta, là con cái quý báu của Đức
Chúa Trời, sẽ thắng hơn thế gian bởi đức tin vững chắc, niềm hy
vọng về thiên đàng, tình yêu dành cho Đức Chúa Trời, và sự
xưng nhận, "Mọi việc đã trọn" bằng cách vâng phục Đức Chúa
Trời và làm theo ý muốn Ngài giống như Chúa Jêsus Christ của
chúng ta đã bày tỏ.

Lạy Cha, Con Giao Phó Linh Hồn Trong Tay Cha

Lúc thốt lên lời cuối cùng trên thập tự, Chúa Jêsus đã hoàn toàn kiệt sức. Bấy giờ, Ngài lớn tiếng kêu, "Hỡi Cha, tôi giao phó linh hồn lại trong tay Cha."

Đức Chúa Jêsus bèn kêu lớn tiếng rằng: Hỡi Cha, tôi giao phó linh hồn lại trong tay Cha! Ngài vừa nói xong thì tắt hơi (Lu-ca 23:46).

Chúng ta thấy Đức Chúa Jêsus đã gọi Đức Chúa Trời là "Cha" thay vì "Đức Chúa Trời của tôi ơi." Sự ấy là vì Đức Chúa Jêsus đã hoàn thành sứ mệnh làm một của lễ chuộc tội mà Cha giao phó cho Ngài.

Đức Chúa Jêsus Đã Phó Linh Và Hồn Ngài Lại Cho Đức Chúa Trời

Tại sao Chúa Jêsus, là Cứu Chúa của chúng ta đã đến thế gian, rồi phó lại linh hồn Ngài trong tay Đức Chúa Cha?

Con người được cấu thành bởi linh, hồn và thể xác (1 Tê-sa-lô-ni-ca 5:23). Khi con người chết, linh và hồn của họ lìa khỏi thể xác để trở về bên Đức Chúa Trời nếu họ là con cái của Chúa. Bên không phải vậy, linh và hồn của họ sẽ đi vào địa ngục (Lu-ca 16:19-31). Thể xác họ được chôn cất và trở lại với cát bụi.

Chúa Jêsus, Con Đức Chúa Trời, đã trở nên xác thịt và đến với thế gian. Ngài cũng có linh, hồn và thể xác như chúng ta. Khi chịu đóng đinh, thân xác Ngài bị chết, còn hồn và linh giao lại trong tay Đức Chúa Trời.

Đức Chúa Trời nhận lại cả linh và hồn khi chúng ta lìa đời. Nếu Đức Chúa Trời chỉ nhận lại linh mà không nhận lại hồn, chúng ta sẽ chẳng bao giờ kinh nghiệm được niềm hạnh phúc thật sự nơi thiên đàng, hay sự cảm tạ tự đáy lòng mình. Tại sao như vậy? Chúng ta sẽ chẳng nhớ gì đến những buồn vui, nước mắt, những nỗi khổ đau mà chúng ta đã trải qua khi còn sống trên đất. Bởi vậy, Đức Chúa Trời nhận lại cả linh và hồn.

Vậy, tại sao Đức Chúa Jêsus đã phó lại linh và hồn Ngài trong tay Đức Chúa Trời? Vì Đức Chúa Trời là Đấng Tạo Hóa, cai quản mọi sự trong vũ trụ, chăm xem đến đời sống, sự chết, sự ban ơn và giáng họa trên đời sống chúng ta. Nên chúng ta nói rằng, mọi sự đều thuộc về Đức Chúa Trời và dưới quyền tối cao của Ngài. Đức Chúa Trời là Đấng duy nhất nhậm lời cầu nguyện chúng ta. Vì vậy, chính Chúa Jêsus cũng đã cầu nguyện để phó lại linh hồn Ngài trong tay Đức Chúa Cha (Ma-thi-ơ 10:29-31).

Chúa Jêsus Lớn Tiếng Cầu Nguyện

Mặc cho đang trong cơn đau đớn tột cùng, tại sao Chúa Jêsus đã lớn tiếng cầu nguyện rằng: "Hỡi Cha, tôi giao linh hồn lại trong tay Cha!"?

Sự ấy là vì Ngài muốn mọi người đều nghe và biết rằng cầu nguyện lớn tiếng là theo ý mốn Đức Chúa Trời. Lời cầu nguyện giao linh hồn lại cho Đức Chúa Trời là một sự cầu nguyện khẩn thiết như khoảnh khắc trước lúc Ngài Chịu nộp mình tại vườn Gết-sê-ma-nê.

Lời cầu nguyện của Chúa Jêsus, "Hỡi Cha, tôi giao linh hồn lại trong tay Cha," cũng cho thấy rằng Chúa Jêsus đã làm trọn mọi sự theo ý muốn của Đức Chúa Trời. Vậy nên, lúc nầy Ngài có thể giao linh hồn lại cho Đức Chúa Cha một cách mãn nguyện sau khi đã làm trọn những công việc được giao và hoàn toàn vâng phục Đức Chúa Trời.

Sứ đồ Phao-lô đã xưng nhận rằng, *"Ta đã đánh trận tốt lành, đã xong sự chạy, đã giữ được đức tin. Hiện nay mão triều thiên của sự công bình đã để dành cho ta; Chúa là quan án công bình, sẽ ban mão ấy cho ta trong ngày đó, không những cho ta mà thôi, nhưng cũng cho mọi kẻ yêu mến sự hiện đến của Ngài."* (2 Ti-mô-thê 4:7-8).

Chấp sự Ê - tiên cũng là người sống theo ý Chúa và giữ được đức tin. Khi trút hơi thở cuối cùng, ông đã cầu nguyện rằng: *"Hỡi Chúa Jêsus, xin hãy nhận lấy linh hồn tôi"* (Công vụ 7:59). Sứ đồ Phao-lô và Ê-tiên đã không thể cầu nguyện như vậy nếu họ sống cuộc đời phàm tục, chiều theo dục vọng của bản năng tội lỗi.

Cũng vậy, chúng ta có thể nói rằng: "Mọi việc đã trọn" và "Hỡi Cha, Con giao linh hồn lại trong tay Cha," như Chúa Jêsus đã nói, khi chúng ta sống và chỉ làm theo ý muốn của Đức Chúa Trời là Đức Chúa Cha.

Điều Gì Xảy Đến Sau Cái Chết Của Chúa Jêsus?

Sau khi để lại thông điệp cuối cùng một cách rõ ràng, Chúa Jêsus tắt hơi trên cây thập tự. Lúc đó là giờ thứ chín (ba giờ chiều). Cho dù còn là ban ngày, sự tối tăm che kín cả đất kể từ giờ thứ sáu (giữa trưa) cho đến giờ thứ chín và bức màn trong đền thờ bị xé làm đôi (Lu-ca 23:44-45).

Lúc đó, cái màn trong đền thờ bị xé ra làm hai từ trên chí dưới, đất thì rúng động, đá lớn bể ra, mồ mả mở ra, và nhiều thây của các thánh qua đời được sống lại. Sau khi Đức Chúa Jêsus đã sống lại, các thánh đó ra khỏi mồ mả, đi vào thành thánh, và hiện ra cho nhiều người thấy (Ma-thi-ơ 27:51-53).

Có một ý nghĩa thiêng liêng quan trọng trong phân đoạn nầy "cái màn trong đền thờ bị xé ra làm hai từ trên chí dưới." Bức màn dài phân chia Nơi Thánh và Nơi Chí Thánh. Ngoài các thầy tế, không ai có quyền được vào nơi thánh, và chỉ có thầy thượng phẩm mới có quyền vào Nơi Chí Thánh mỗi năm một lần.

Sự kiện bức màn được xé làm đôi nói lên rằng Chúa Jêsus đã hiến thân Ngài làm của lễ cầu hòa để phá đổ bức từng tội lỗi. Trước khi bức màn được xé làm đôi, thầy thượng phẩm đại diện cho dân sự dâng của lễ chuộc tội để làm trung gian cầu hòa giữa họ với Đức Chúa Trời.

Bức tường tội lỗi đã bị phá đổ bởi sự hiến thân của Chúa Jêsus, nên chúng ta có thể thông giao trực tiếp với Đức Chúa Trời. Ấy là, hễ ai tin nhận Chúa Jêsus Christ thì có thể vào nơi thánh để thờ phượng và cầu nguyện cùng Đức Chúa Trời mà không cần đến các thầy thượng phẩm và các tiên tri làm trung gian hòa giải.

Ấy vậy, Trước giả Hê-bơ-rơ ghi nhận rằng: *"Hỡi anh em, vì*

chúng ta nhờ huyết Đức Chúa Jêsus được dạn dĩ vào nơi rất thánh, bởi đường mới và sống mà Ngài đã mở ngang qua cái màn, nghĩa là ngang qua xác Ngài" (10:19-20).

Vả lại, đất rúng động và những đá lớn bể ra. Tất cả những sự kiện khác thường nầy cho thấy rằng muôn vật trên đất đều rúng động. Đó là nỗi đau đớn mà Đức Chúa Trời đã tỏ ra vì cớ sự độc ác của loài người. Đức Chúa Trời nói rằng, Ngài rất đau đớn vì tấm lòng của con người đã trở nên cứng cỏi không chịu tin nhận Chúa Jêsus Christ, cho dù Ngài đã ban Con một của Ngài đến để cứu họ.

Những mồ mả mở ra và nhiều thây của các thánh đã qua đời được sống lại. Đây là chứng cứ của sự phục sinh, nói lên rằng hễ ai tin nhận Chúa Jêsus Christ thì được tha tội và được sống lại.

Vậy nên, tôi hy vọng rằng tất cả chúng ta đều hiểu được ý nghĩa thiêng liêng và tình yêu của Chúa đã bày tỏ qua bảy thông điệp cuối cùng trên thập tự giá, hầu cho chúng ta có thể có một cuộc sống Cơ Đốc Nhân đắc thắng, khao khát về sự hiện đến của Chúa như những tổ phụ đức tin của chúng ta.

Chương 8

Niềm Tin Đích Thực Và Sự Sống Đời Đời

- Thật Là Một Sự Bí ẩn Sâu Nhiệm!
- Những Xưng Nhận Giả Dối Chẳng Đem Đến Sự Cứu Rỗi
- Thịt Và Huyết Con Người
- Sự Tha Thứ Chỉ Khi Bước Đi Trong Sự Sáng
- Đức Tin Có Việc Làm Là Đức Tin Đích Thực

Ai ăn thịt và uống huyết ta thì được sự sống đời đời; nơi ngày sau rốt, ta sẽ khiến người đó sống lại. Vì thịt ta thật là đồ ăn, huyết ta thật là đồ uống. Người nào ăn thịt và uống huyết ta thì ở trong ta, và ta ở trong người. Như Cha, là Đấng hằng sống, đã sai ta đến, và ta sống bởi Cha; cũng một thể ấy, người nào ăn ta, sẽ sống bởi ta vậy.

Giăng 6:54-57

Được cứu rỗi và có sự sống đời đời là mục tiêu cuối cùng của niềm tin nơi Chúa Jêsus Christ và việc đi lễ ở hội thánh. Song, nhiều người nghĩ rằng họ sẽ được cứu chỉ bằng việc đi lễ ở hội thánh vào những ngày Chúa Nhật và nói rằng họ tin Chúa Jêsus Christ là đủ, mà không cần phải sống theo Lời của Đức Chúa Trời.

Lẽ đương nhiên, *"Chẳng ai được xưng công bình bởi các việc luật pháp,"* (Ga-la-ti 2:16). Chúng ta không thể vào nước thiên đàng hoặc được xưng công bình chỉ bằng cách nhìn ngắm vẻ bề ngoài của luật pháp, đặc biệt là khi lòng chúng ta đầy sự gian ác. Nếu cứ tiếp tục phạm tội và không sống theo lời Chúa cho dù có học hỏi để hiểu biết, thì chúng ta cũng chẳng có mối liên quan nào với Đấng Christ.

Vậy nên, chúng ta phải nhận biết rằng chỉ bởi việc xưng đức tin qua môi miệng thôi, thì rất khó để chúng ta được cứu rỗi. Huyết Chúa Jêsus thanh tẩy tội lỗi và cứu chúng ta chỉ khi chúng ta bước đi trong sự sáng và sống trong lẽ thật. Chúng ta phải có đức tin đích thực cặp theo với việc làm (1 Giăng 1:5-7).

Là con cái chân thật của Đức Chúa Trời, chúng ta hãy xem xét tận tường, làm sao để có được đức tin đích thực hầu cho có thể nhận lãnh được sự cứu rỗi trọn vẹn và sự sống đời đời.

Thật Là Một Sự Bí ẩn Sâu Nhiệm!

Ê-phê-sô 5:31-32, có chép rằng: *"Vậy nên người đàn ông phải lìa cha mẹ mà dính díu với vợ mình, hai người cùng nên một thịt. Sự mầu nhiệm ấy là lớn, tôi nói về Đấng Christ và Hội Thánh vậy."*

Theo lẽ thường, khi lớn lên người ta lìa bố mẹ và chung sống với chồng hoặc vợ mình. Tại sao đây là một bí ẩn sâu nhiệm? Nếu chúng ta thông giải và hiểu câu nầy theo nghĩa đen, thì chúng ta sẽ chẳng hiểu "sự mầu nhiệm lớn" đó là gì, nhưng nếu chúng ta nhận biết được ý nghĩa thiêng liêng của nó, thì lòng chúng ta sẽ tràn đầy niềm vui.

"Hội Thánh" nói đến con cái Đức Chúa Trời là những người được nhận lãnh Đức Thánh Linh. Ấy là, Đức Chúa Trời so sánh mối quan hệ giữa Chúa Jêsus Christ với tín hữu cũng như người nam và người nữ trở nên hiệp một với nhau.

Làm thế nào chúng ta có thể lìa bỏ thế gian để trở nên hiệp một với chàng rể là Chúa Cứu Thế Jêsus Christ?

Chúng Ta Tin Nhận Chúa Jêsus Christ Bởi Đức Tin

Từ khi con người đầu tiên là Ađam phạm tội bởi việc bất tuân Đức Chúa Trời, tội lỗi đã đi vào thế gian. Tất cả hậu tự của người đều trở nên nô lệ của tội lỗi và làm tôi mọi của kẻ thù là ma quỷ, kẻ nắm quyền trên thế gian.

Trước khi tin nhận Chúa Jêsus Christ, chúng ta đã từng thuộc về thế gian và kẻ thù là ma quỷ, kẻ nắm quyền trên thế gian tối tăm. Giăng 8:44 đã khẳng định điều nầy, *"Các ngươi bởi cha mình, là ma quỷ, mà sanh ra; và các ngươi muốn làm nên sự ưa muốn của cha mình,"* và 1 Giăng 3:8 cũng khẳng định như vậy, *"Kẻ nào phạm tội là thuộc về ma quỷ."* Dầu vậy, khi chúng ta tin nhận Jêsus Christ làm Cứu Chúa và bước ra ánh sáng, chúng ta nhận được quyền làm con cái Đức Chúa Trời và được giải thoát khỏi tội lỗi, vì huyết của Chúa Jêsus Christ đã xóa hết tội lỗi chúng ta.

Ví bằng có đức tin rằng, qua việc gánh lấy thập tự, Chúa Jêsus Christ đã cứu chuộc chúng ta ra khỏi tội lỗi, Đức Chúa Trời sẽ ban cho chúng ta ân tứ Thánh Linh, và Đức Thánh Linh sẽ ban thần linh trong lòng chúng ta. Đức Thánh Linh khuyên nhủ và dạy bảo chúng ta về ý muốn của Đức Chúa Trời để chúng ta ăn ở và sống trong lẽ thật.

Bấy giờ, chúng ta trở nên con cái Đức Chúa Trời và được dẫn dắt bởi Thánh Linh Ngài, bởi Ngài chúng ta gọi, "Abba Cha" (Rô-ma 8:14-15), và được thừa hưởng vương quốc thiên đàng.

Thật kỳ diệu và mầu nhiệm biết bao, con cái của ma quỷ là những kẻ có lần phải chịusa vào sự chết đời đời đã trở nên con cái Đức Chúa Trời là những kẻ đang được dẫn dắt trên hành trình về thiên quốc bởi đức tin!

Khi chúng ta hiệp một với Chúa Jêsus Christ qua việc tin cậy nơi Ngài, Đức Thánh Linh sẽ ngự vào lòng chúng ta và trở nên một với mầm sống. Đức Chúa Trời tạo nên con người đầu tiên từ bụi đất và hà sinh khí vào nơi mũi nó. Sinh khí đó là mầm sống, là bản thân sự sống. Mầm sống là bất diệt, chẳng hề chết, lưu truyền lại cho hậu tự qua tinh trùng và trứng của loài người từ thế hệ nầy qua thế hệ khác.

Mầm sống nầy được giấu kín trong lòng. Sau khi Đức Chúa Trời tạo dựng nên Ađam, Ngài đặt để sự hiểu biết về sự sống và tâm linh trong lòng người. Cách mà một em bé mới ra đời phải học biết về thế giới nầy để trở nên một con người có văn hóa và nhân cách, một sinh vật cần có sự hiểu biết về sự sống để trở thành một loài sinh vật thật sự, mặc dù chính bản thân sinh vật đó đã là sự sống rồi.

Ađam đã từng được đổ đầy duy có thần linh, ấy là lẽ thật. Nhưng sau khi người bất tuân Đức Chúa Trời, mối thông công với Đức Chúa Trời bị đổ vỡ. Con người bắt đầu mất dần sự hiểu biết về thần linh, và sự giả dối đã chiếm ngự trong lòng.

Từ đó, lòng người đã từng duy có lẽ thật bắt đầu bị chia đôi: một nửa dành cho lẽ thật, nửa kia chứa đựng sự giả dối. Ví dụ, Ađam chỉ có tình yêu trong lòng, nhưng kẻ thù là ma quỷ đã gieo sự giả dối vào lòng người gọi là hận thù. Kết quả như chúng ta có thể thấy trong Sáng Thế Ký 4, Cain, là người con do Ađam sinh ra sau khi phạm tội, đã giết chết em mình là Abên vì cớ lòng thù hận và ganh ghét.

Rồi thời gian trôi qua, một phần khác được hình thành và phát triển trong lòng con người, là phần được chứa đựng cả lẽ thật lẫn sự giả dối. Phần đó được gọi là "tự nhiên." Chúng ta kế thừa tính cách và đặc điểm từ bố mẹ. Chúng ta tiếp thu những gì tai nghe, mắt thấy, và học biết cùng với cảm nhận trong đầu. Cả hai điều đó tạo nên cái gọi là "tự nhiên" trong việc nắm bắt lẽ thật.

Bản năng tự nhiên nầy thường được gọi là "lương tâm," và điều nầy được hình thành rất khác nhau tùy thuộc vào những hạng người mà chúng ta gặp gỡ, loại sách nào chúng ta đã đọc, và chúng ta được nuôi dưỡng trong điều kiện nào. Ví dụ, trong khi cùng nhìn nhận một sự kiện, hay một cá nhân, một số thì nói rằng, "đó là điều ác", còn người khác thì cho rằng, "ấy là điều lành" hoặc "điều ấy thuộc về sự thiện lành."

Bởi đó, khi chúng ta phân tích tấm lòng con người, có một phần chứa lẽ thật thuộc về Đức Chúa Trời, phần chứa sự giả dối được tạo ra bởi Satan, và sản phẩm được tạo ra bởi hai phần nầy gọi là tự nhiên.

Đức Thánh Linh Hợp Với Mầm Sống Trong Lòng Người

Trong trường hợp của Ađam, mầm sống mà Đức Chúa Trời đã ban cho trong lòng được bao bọc bởi ba phần nầy. Sau khi Ađam ăn trái cây biết điều thiện và điều ác, Lời Chúa phán: "Ngươi chắc phải chết" được ứng nghiệm, thì tình trạng nầy được tỏ ra. Cho dù có mầm sống, nhưng nếu nó không còn chức năng nữa thì chẳng khác gì chết.

Ví dụ, khi chúng ta ra đồng gieo hạt, có một số không thể nảy mầm được vì chúng đã bị chết. Những hạt nào còn sống thì sẽ mọc lên.

Đối với loài người cũng vậy. Ví bằng mầm sống mà Chúa ban cho đã bị chết hoàn toàn, không thể sống lại được, thì Ngài cũng chẳng cần lo liệu Chúa Jêsus Christ cho công cuộc cứu rỗi nhân loại, hay dựng nên thiên đàng và hỏa ngục.

Song, mầm sống mà Đức Chúa Trời ban cho con người, khi Ngài hà sinh khí vào, luôn bất diệt. Khi chúng ta nghe được phúc âm, mầm sống nầy hồi sinh; phần chứa lẽ thật trong lòng chúng ta càng lớn, thì chúng ta càng dễ dàng chấp nhận phúc âm hơn. Hễ ai nghe sứ điệp thập tự và tin nhận Chúa Jêsus Christ, thì nhận lãnh được Đức Thánh Linh. Lúc đó mầm sống trong lòng chúng ta hợp cùng Đức Thánh Linh.

Ngược lại, đối với những người có lương tâm chai lì, thì không còn chỗ cho phúc âm vì tấm lòng giả dối đã hoàn toàn che khuất mầm sống.

Mầm sống đang trong tình trạng chết hấp thu sức mạnh để thực hiện chức năng của nó, khi nó kết hợp với sức mạnh lớn lao của Đức Chúa Trời là Đức Thánh Linh.

Trở Nên Một Con Người Thuộc Linh

Khi tham gia thờ phượng, nghe lời Chúa, cầu nguyện, ân sủng và quyền năng Ngài đến trên chúng ta, khiến chúng ta có thể bước theo bổn tánh của Đức Thánh Linh.

Qua tiến trình nầy, lòng chúng ta ngày càng trở nên chân thật hơn bằng cách loại bỏ sự giả dối và đổ đầy lẽ thật, hồn và linh chúng ta trở nên một. Nếu lòng chúng ta hoàn toàn chứa đựng hiểu biết Đức Chúa Trời và lẽ thật, nó sẽ trở nên lẽ thật như chính tấm lòng của con người đầu tiên là Ađam đã từng chỉ có duy lẽ thật.

Cho dù chúng ta xem có vẻ trung tín, nhưng nếu không cầu nguyện, chúng ta sẽ làm theo bản tánh tự nhiên. Đức Thánh Linh trong chúng ta không thể sinh ra thần tánh và chúng ta vẫn còn là một con người xác thịt. Vả lại, chúng ta không thể bước theo bản tánh của Đức Thánh Linh nếu chúng ta không phá đổ những tư tưởng và lý luận riêng của mình, cho dù có cầu nguyện đến mấy chăng nữa. Vì vậy, chúng ta không thể biến đổi thành một con người thuộc linh được.

Đức Thánh Linh có thể giúp chúng ta suy nghĩ theo lẽ thật trong lòng. Đó là chúng ta sống theo những sự ưa muốn Ngài. Satan cũng bắt chước như vậy để đưa chúng ta đến con đường hủy diệt bằng cách cám dỗ chúng ta chiều theo những tư tưởng xác thịt là những sự giả dối còn ở trong lòng.

Do đó, chúng ta phải loại bỏ những suy nghĩ xác thịt và sự công bình riêng như có nói trong 2 Cô-rinh-tô 10:5, *"Chúng tôi đánh đổ các lý luận, mọi sự tự cao nổi lên nghịch cùng sự hiểu biết Đức Chúa Trời, và bắt hết các ý tưởng làm tôi vâng phục Đấng Christ."*

Khi vâng phục và hoàn toàn làm theo Lời Đức Chúa Trời, cũng là để làm theo sự ưa muốn của Đức Thánh Linh, lòng chúng ta chỉ chứa toàn lẽ thật, lúc đó chúng ta hoàn toàn được thánh hóa và trở nên con người thuộc linh.

Chúng Ta Có Thể Nhận Lãnh Bất Kỳ Sự Gì Chúng Ta Cầu Xin

Chúng ta trở nên một với Chúa khi chúng ta quăng xa mọi điều giả dối, phá đổ "sự công bình riêng" bằng cách có cùng thuộc tánh với Đức Thánh Linh và thanh tẩy tấm lòng để được trong sạch như tấm lòng Chúa Jêsus Christ chúng ta.

Người nam và người nữ trở nên một thịt và sanh con qua sự kết hiệp của tinh trùng và trứng. Cũng vậy, khi chúng ta thoát khỏi thế gian và trở nên một với Chúa Jêsus Christ bằng cách tin nhận Ngài là chàng rể, chúng ta sẽ có được thần tánh là kết quả của sự hiệp một với Đức Thánh Linh, và nhận lãnh ơn phước dư dật khi được làm con cái Đức Chúa Trời.

Như có nói trong Rô-ma 12:3, có những lượng đức tin khác nhau, lời cầu nguyện chúng ta được thành tùy vào những lượng đức tin đó. Trong 1 Giăng 2:12 và thứ đến, sự trưởng thành đức tin được ví sánh như quá trình phát triển của con người.

Những ai tin nhận Chúa Jêsus Christ, nhận lãnh Đức Thánh Linh, và được cứu, sẽ có đức tin của con cái bé mọn (1 Giăng 2:12). Những ai cố gắng đem lẽ thật vào việc làm, sẽ có đức tin của con trẻ (1 Giăng 2:13). Khi họ trưởng thành hơn và ứng dụng đúng đắn lẽ thật vào việc làm, họ có đức tin của người trẻ tuổi (1 Gi ăng 2:13). Khi trưởng thành hơn nữa, họ có đức tin của các bậc phụ lão (1 Giăng 2:13).

Khi đọc sách Gióp trong Cựu Ước, chúng ta thấy Đức Chúa Trời công nhận ông là người không chỗ chê trách và ngay thẳng, nhưng Satan đã thách thức điều đó, Đức Chúa Trời cho phép nó thử Gióp. Lúc đầu, ông khẳng định mình là người công chính. Nhưng rồi ông sớm nhận ra sự độc dữ của mình và ăn năn trước Chúa khi bản tính độc ác của ông bị phơi bày qua thử thách. Sự công chính riêng của Gióp bị phá đổ, lòng ông trở nên trong sáng và công chính trước mặt Đức Chúa Trời. Chỉ khi ấy Ngài mới ban phước cho ông dư dật gấp hai lần trước đó.

Cũng vậy, nếu chúng ta đạt đến lượng đức tin của các bậc phụ lão, mức độ đức tin cao nhất, có thể bẻ gãy sự công chính riêng và trở nên một với Chúa, chúng ta có thể nhận lãnh ơn phước dư đầy của con cái Đức Chúa Trời. Đây là hứa ngôn Ngài dành cho chúng ta trong 1 Giăng 3:21-22: *"Hỡi những kẻ rất yêu dấu, ví bằng lòng mình không cáo trách, thì chúng ta có lòng dạn dĩ, đặng đến gần Đức Chúa Trời, và chúng ta xin điều gì mặc dầu, thì chúng ta nhận được điều ấy, bởi chúng ta vâng giữ các điều răn của Ngài và làm những điều đẹp ý Ngài."*

Chúng Ta Có Thể Vui Hưởng Phước Hạnh Khi Được Làm Con Cái Của Đức Chúa Trời

Bởi ơn phước nầy, chúng ta trở nên một với Cứu Chúa Jêsus Christ cho đến chừng chúng ta nên thánh. Chúng ta cũng nhận phước dư đầy từ việc trở nên một với Đức Chúa Trời, tương ứng với mức độ chúng ta thực hiện sự công chính Ngài.

Chúa Jêsus hứa cùng chúng ta trong Giăng 15:7 rằng: *"Ví bằng các ngươi cứ ở trong ta, và những lời ta trong các ngươi, hãy cầu xin mọi điều mình muốn thì sẽ được điều đó."* Giăng 17:21, Ngài cũng nói cùng chúng ta, *"để cho ai nấy hiệp làm một, như Cha ở trong Con, và Con ở trong Cha; lại để cho họ cũng ở trong chúng ta, đặng thế gian tin rằng chính Cha đã sai con đến!"*

Đồng một thể ấy, ví bằng chúng ta hiệp một với Chúa bởi việc thoát khỏi thế gian là nơi chịu phục dưới quyền lực tối tăm của ma quỷ, chúng ta sẽ trở nên một với Đức Chúa Cha. Điều nầy được bày tỏ qua Ga-la-ti 4:4-7 như sau:

Nhưng khi kỳ hạn đã được trọn, Đức Chúa Trời bèn sai Con Ngài bởi một người nữ sanh ra, sanh ra dưới luật pháp, để chuộc những kẻ ở dưới luật pháp, và cho

*chúng ta được làm con nuôi Ngài. Lại vì anh em là con,
nên Đức Chúa Trời đã sai Thánh Linh của Con Ngài
vào lòng chúng ta, kêu rằng: "A-ba! Cha!" Dường ấy,
ngươi không còn là tôi mọi nữa, bèn là con; và nếu
ngươi là con, thì cũng là kẻ kế tự bởi ơn của Đức Chúa
Trời.*

Chúng ta thừa kế vương quốc Đức Chúa Trời khi chúng ta
trở nên con cái Ngài qua việc tin nhận Chúa Cứu Thế Jêsus
Christ, cũng giống như cách người ta thừa hưởng gia sản của cha
mẹ để lại. Ấy vậy, con cái của ma quỷ thừa hưởng hỏa ngục của
ma quỷ, con cái Đức Chúa Trời thừa hưởng vương quốc thiên
đàng của Ngài.

Dầu vậy, chúng ta phải ghi nhớ rằng những ai không có bông
trái Thánh Linh phải đi vào hỏa ngục, vì thiên đàng là nơi thánh
khiết chỉ có lẽ thật, ở đó tâm linh chúng ta được sung mãn và trở
nên một với Đức Chúa Trời, chúng ta được vinh dự ở gần Ngài
hơn trên thiên đàng.

Vì thế, tôi hy vọng rằng hết thảy chúng ta đều nhận được ơn
phước sự sống đời đời qua việc tin nhận Chúa Jêsus Christ là
chàng rể chúng ta, và trở nên một với Ngài và Đức Chúa Cha
qua việc quăng xa tất cả những điều giả dối và sự công chính
riêng. Nhờ đó, chúng ta có thể dâng mọi sự vinh hiển lên Đức
Chúa Trời.

Những Xưng Nhận Giả Dối Chẳng Đem Đến Sự Cứu Rỗi

Chúa Jêsus Christ trở nên chàng rể đích thực là Đấng dẫn dắt chúng ta vào con đường sự sống vĩnh hằng và ơn phước dư dật khi chúng ta hiệp một với Ngài qua đức tin. Ví bằng chúng ta có cùng tâm tình với Đấng Christ là chàng rể chúng ta và đạt được đức tin trọn vẹn, chúng ta không chỉ thừa kế vương quốc thiên đàng mà còn chiếu sáng như mặt trời ở đó.

Khi đọc kỹ Kinh Thánh, chúng ta thấy có một số người nói rằng tin Chúa nhưng không được cứu. Trong Ma-thi-ơ 25, có một dụ ngôn nói về mười người nữ đồng trinh. Năm người khôn ngoan là những người có chuẩn bị dầu nên đã được cứu, nhưng năm người nữ đồng trinh ngu dại kia, không thể được cứu.

Cũng giống như vậy, Lời Chúa trong Kinh Thánh nói rõ ràng về những kẻ không được cứu, cho dù họ công bố rằng mình có đức tin. Vậy, chúng ta nên biết phải sống như thế nào hầu cho có thể được cứu.

Điều nầy được thể hiện rất rõ qua Ma-thi-ơ 7:21, *"Chẳng phải hễ những kẻ nói cùng ta rằng: Lạy Chúa, lạy Chúa, thì đều được vào nước thiên đàng đâu; nhưng chỉ kẻ làm theo ý muốn của Cha ta ở trên trời mà thôi."* Nếu chúng ta gọi Chúa Jêsus là "Chúa" thì có nghĩa rằng chúng ta tin Ngài là Đấng Christ. Nhưng chúng ta không thể được cứu chỉ bằng việc gọi tên Ngài và đi lễ vào những ngày Chúa Nhật.

Những Kẻ Làm Ác Không Thể Được Cứu

Đức Chúa Trời cho chúng ta biết về sự phán xét qua sách Ma-thi-ơ 13:40-42 như sau:

Người ta nhổ cỏ lùng mà đốt trong lửa thể nào, thì ngày tận thế cũng sẽ như vậy; Con Người sẽ sai các thiên sứ Ngài thâu mọi gương xấu và những kẻ làm ác khỏi nước Ngài, và quăng những người đó vào lửa, là nơi sẽ có khóc lóc và nghiến răng.

Khi người nông dân thu hoạch vụ mùa, họ thu gom lúa mì vào kho, còn rơm rạ thì đốt trong lửa. Đồng thể ấy, Đức Chúa Trời cho chúng ta biết rằng những kẻ không ngay thẳng trước mặt Chúa phải đối diện với sự đoán phạt.

"Mọi gương xấu" nói đến tất cả những ai cho rằng mình tin Chúa, nhưng cám dỗ anh chị em trong đức tin và khiến họ sa sút đức tin. Người ta sẽ không được cứu nếu họ xui cho kẻ khác phạm tội và làm ác.

Vậy, điều ác là gì? 1 Giăng 3:4 nói rằng, *"Hễ ai phạm tội tức là trái luật pháp; và sự tội lỗi tức là sự trái luật pháp."*

Cũng như mọi quốc gia đều có bộ luật riêng, vương quốc của Đức Chúa Trời cũng có thánh luật của nó. Thánh luật đó là Lời Đức Chúa Trời được ghi trong Kinh Thánh. Bất kỳ ai phạm đến lời Chúa đều bị cáo trách, cách người ta phạm đến Lời Chúa sẽ bị truy tố theo luật pháp. Ấy vậy, hễ phạm đến Lời Chúa là điều ác và tội lỗi.

Luật pháp Đức Chúa Trời có thể chia thành bốn phạm trù lớn: "nên làm," "không nên làm," "nên giữ," và "nên loại bỏ." Vì Đức Chúa Trời là sự sáng, Ngài bảo con cái Ngài phải làm điều ngay thẳng, không được làm việc sai trái, giữ trọn bổn phận con cái Đức Chúa Trời, và loại bỏ những điều Ngài gớm ghiếc vì Đức Chúa Trời muốn con cái Ngài sống trong sự sáng.

Phục Truyền luật lệ ký 10:13, Đức Chúa Trời khuyên bảo chúng ta *"giữ các điều răn và luật lệ của Đức Giê-hô-va, mà ta truyền cho ngươi ngày nay, để các ngươi được phước."* Một mặt, chúng ta sẽ được ban phước cho, nếu chúng ta áp dụng Lời Chúa vào việc làm, mặt khác, chúng ta sẽ nhận án chết đời đời bởi cớ sự ác và điều tội lỗi nếu chúng ta không sống theo lời Ngài.

Ga-la-ti 5:19-21 kể ra các công việc tội lỗi của xác thịt:

> *Các việc làm của xác thịt là rõ ràng lắm: Ấy là gian dâm, ô uế, luông tuồng, thờ hình tượng, phù phép, thù oán, tranh đấu, ghen ghét, buồn giận, cãi lẫy, bất bình, bè đảng, ganh gổ, say sưa, mê ăn uống, cùng các sự khác giống như vậy. Tôi nói trước cho anh em, như tôi đã nói rồi: Hễ ai phạm những việc thể ấy thì không được hưởng nước Đức Chúa Trời.*

"Gian dâm" nói đến tất cả các loại tình dục ô uế, không giữ tiết hạnh, kể cả sự quan hệ tình dục trước hôn nhân. "Ô uế" nói đến những hành vi trác táng vượt quá lẽ thường là hậu quả của bản năng tội lỗi.

"Trụy lạc" là khi người ta sống theo sự gian dâm tội lỗi mình và sự ngoại tình trong lời nói lẫn hành động. "Thần tượng" là việc thờ lạy đồ vật được làm bằng vàng, bạc, đồng hay bất kỳ chất liệu nào khác, hoặc khi người ta yêu mến một thứ gì đó hơn yêu mến Đức Chúa Trời.

"Phù phép" là cám dỗ người khác bằng sự dối trá tinh ranh. "Thù ghét" đó là dục vọng muốn làm hại người trong sự thù hằn, là điều trái với tình yêu thương. "Bất bình" nói đến hành động tranh đấu mưu tìm lợi ích và quyền lực cho riêng mình. "Ganh gổ" là ghét người khác vì cảm thấy rằng người đó hơn mình. "Giận dữ" không chỉ có nghĩa là một cơn giận, nhưng còn gây tổn hại cho người khác vì cơn thịnh nộ.

"Dục vọng" nói đến hành vi phân rẽ và làm theo công việc của Satan bởi sự bất đồng. "Chia rẽ" là lập nên bè phái cùng sự phân rẽ bởi sự làm theo những ý tưởng riêng, không theo ý muốn của Đức Thánh Linh. "Bè đảng" là nói đến sự chối bỏ Đức Chúa Trời Ba Ngôi và Chúa Jêsus là Đấng đã đến trong thân xác con người, đổ huyết để chuộc tội nhân loại và trở nên Đấng Christ.

"Ghen ghét" là gây thiệt hại hay có những hành động phá hoại chống lại người khác để thỏa lòng ganh tị. "Say sưa" là hành vi uống bia rượu, "Tham mê ăn uống" là không những say sưa, mà còn nuông chiều bản thân, thiếu tiết độ, không làm tròn bổn phận vợ chồng hoặc cha mẹ.

Vả lại, "cùng các việc tương tự" cho biết rằng có rất nhiều hành vi tội lỗi giống như vậy, những kẻ nào làm những điều đó thì không được cứu.

Có Những Tội Phải Chết Và Có Những Tội Không Đến Nỗi Chết

Ở thế gian, một "tội" bị kết án khi nó gây hậu quả rõ ràng làm tổn hại về vật chất của người khác, đẳng khác, và có bằng chứng rõ ràng. Nhưng, Đức Chúa Trời là sự sáng, Ngài cho chúng ta biết không chỉ những tội qua hành động mà tất cả những sự tối tăm nghịch lại sự sáng đều là tội lỗi.

Cho dù không bày tỏ ra hoặc có sự chứng kiến của người khác, tất cả những ham muốn tội lỗi trong lòng chúng ta, như thù hận, ganh ghét, đố ky, tham lam, đoán xét người khác, chê trách, nhẫn tâm, và tư tưởng không trung thực cũng đều là tội lỗi.

Bởi vậy, Chúa cho chúng ta biết rằng, *"Song, ta phán cho các ngươi biết: Hễ ai ngó đàn bà mà động tình ham muốn, thì trong lòng đã phạm tội tà dâm cùng người đó rồi"* (Ma-thi-ơ 5:28), và *"Ai ghét anh em mình là kẻ giết người"* (1 Giăng 3:15). Rô-ma 14:23 cũng nói rằng, *"Phàm điều chi không bởi đức tin thì điều đó là tội lỗi,"* và Gia-cơ 4:17 nói rằng: *"Cho nên, kẻ biết làm điều lành mà chẳng làm, thì phạm tội."* Bởi vậy, chúng ta phải biết rằng không vâng giữ điều răn Chúa và không làm theo mạng lệnh Ngài đều là trái luật pháp và tội lỗi.

Song, phải chăng hễ ai phạm những tội đó thì sẽ phải chết? Chúng ta nên biết, nếu có ai đó lỡ nói dối, và cố gắng trở thành người chân thật trước khi cầu nguyện, ấy là sống bởi đức tin. Thậm chí họ chưa quăng xa tất cả những điều không thành thật ra khỏi lòng họ vì cớ đức tin yếu đuối mình, bởi tội nầy mà họ không được cứu là điều chẳng đúng.

1 Giăng 5:16-17 nói rằng: *"Ví có kẻ thấy anh em mình phạm tội, mà tội không đến nỗi chết, thì hãy cầu xin, và Đức Chúa Trời sẽ ban sự sống cho, tức là ban cho những kẻ phạm tội mà chưa đến nỗi chết. Cũng có tội đến nỗi chết; Ấy chẳng phải vì tội đó mà ta nói đến cầu xin. Mọi sự không công bình đều là tội; mà cũng có tội không đến nỗi chết."*

Nói chung, tội lỗi được chia làm hai mức độ: Những tội không phải chết, và những tội phải chết. Những kẻ phạm tội chưa đến nỗi chết có thể được cứu, ví như chúng ta động viên, cầu nguyện cho họ, giúp họ ăn năn tội lỗi. Nhưng, hễ ai phạm tội chết, thì không được cứu cho dù chúng ta có cầu nguyện cho họ cũng chẳng ích gì.

Đôi khi người ta suy tính đến việc nói dối vì cớ lợi ích riêng, hoặc làm những điều dối giả thậm chí ngay những việc vô hại. Mặc dù trước khi tin nhận Chúa, chúng ta nghĩ rằng mình là người công bình. Nhưng khi nhận biết lẽ thật, chúng ta thừa nhận tội lỗi mình. Đức Chúa Trời không những chỉ cho chúng ta biết về những tội lỗi thấy được, mà còn mọi ác tưởng trong lòng.

Mọi việc làm sai trật đều là tội lỗi, và tiền công của tội lỗi là sự chết. Song, Chúa Jêsus Christ đã đổ huyết trên thập tự để hết thảy mọi tội lỗi của chúng ta, trong quá khứ, hiện tại và tương lai, đều được tha. Có những tội có thể được tha bởi quyền huyết của Chúa Jêsus khi chúng ta ăn năn và lánh xa khỏi chúng. Đó là những tội không đến nỗi chết.

Nếu không ăn năn mà tiếp tục phạm tội, lương tâm chúng ta sẽ bị chai lì. Dần dần chúng ta không thể nhận được thần linh ăn năn khi phạm đến tội phải chết. Dường ấy, tội lỗi chúng ta sẽ không thể được tha cho dù có cố gắng ăn năn cũng chẳng được.

Chúng ta hãy nhận biết có ba loại tội phải chết: Phỉ báng nghịch lại Đức Thánh Linh, liên tục công khai chối bỏ và làm nhục danh Con của Đức Chúa Trời, và tiếp tục phạm tội một cách cố tình.

Báng Bổ Đức Thánh Linh

Có ba điều trong việc báng bổ Đức Thánh Linh: Chúng ta phạm tội nầy khi nói lời chống nghịch lại Ngài, chống lại công việc của Ngài, và làm buồn lòng Ngài.

Ấy vậy, ta phán cùng các ngươi, các tội lỗi và lời phạm thượng của người ta đều sẽ được tha; song lời phạm thượng đến Đức Thánh Linh thì sẽ không được tha đâu. Nếu ai nói phạm đến con người, thì sẽ được tha; song nếu ai nói phạm đến Đức Thánh Linh, thì dù đời nầy hay đời sau cũng sẽ chẳng được tha. (Ma-thi-ơ 12:31-32).

Ai nói nghịch cùng con người, thì sẽ được tha; song kẻ nói lộng ngôn phạm đến Đức Thánh Linh, thì không được tha đâu. (Lu-ca 12:10).

Thứ nhất, "nói nghịch cùng người khác" là phỉ báng và ngăn cản công việc của họ. ***"Nói phạm đến Đức Thánh Linh"*** là cố tình ngăn cản sự hoàn thành vương quốc Đức Chúa Trời bằng cách ngăn trở công việc của Đức Thánh Linh dựa vào ý tưởng riêng. Ví dụ, nói nghịch lại Đức Thánh Linh là khi chúng ta chống lại công việc của Đức Chúa Trời vì cớ nó không hợp với ý tưởng riêng của mình, dù rằng đó là công việc của Đức Thánh Linh.

Nếu chúng ta buộc tội một đầy tớ Đức Chúa Trời là dị giáo trong khi sự thật không phải vậy, ngăn cản công việc Đức Thánh Linh là trọng tội trước mặt Đức Chúa Trời, là tội không được tha. Bởi vậy, chúng ta phải có khả năng phân biệt các linh dưới ánh sáng của lẽ thật.

Đương nhiên, chúng ta phải nghiêm khắc cảnh báo và ngăn cản hành vi của những kẻ cố gắng xúi dục người khác nhận lãnh ác linh, hoặc quả thật chúng là những kẻ dị giáo trước mặt Chúa. Tít 3:10 có nói rằng: *"Sau khi mình đã khuyên bảo kẻ theo tà giáo một hai lần rồi, thì hãy lánh họ."*

Ngày nay, có nhiều người buộc tội một số hội thánh là tà giáo, hoặc tìm đủ cách để bắt bớ họ về những điều thuộc về Đức Chúa Trời Ba Ngôi, và những công việc quyền phép cặp theo của Đức Thánh Linh, vì cớ họ chẳng thể phân biệt được các linh. Mặc dù nói rằng tin Chúa, nhưng họ thiếu sự hiểu biết Kinh Thánh trên vấn đề dị giáo. Đôi khi họ chẳng biết thế nào là dị giáo.

Trong trường hợp bắt bớ kẻ khác vì thiếu sự hiểu biết, nếu biết ăn năn và xoay bỏ đường sai trật, họ có thể được tha. Nhưng, nếu cứ quấy phá công việc của Đức Chúa Trời với ác ý và lòng ghen ty mặc dù biết rằng đó là công việc của Đức Thánh Linh, thì chẳng thể được tha.

Chúng ta có thể tìm thấy ví dụ về điều nầy từ Kinh Thánh. Trong sách Mác 3, khi Chúa Jêsus thực hiện phép lạ và sự kỳ, những kẻ ganh tị Ngài tung tin đồn rằng Ngài bị điên. Tin đồn ấy lan rộng đến mức gia đình Ngài sống ở xa đã phải đến tìm để đem Ngài ra khỏi thiên hạ.

Các thầy thông giáo và người Pha-ri-si chỉ trích Chúa Jêsus và nói rằng: *"Người bị quỉ Bê-ên-xê-bum ám, và nhờ phép chúa quỉ mà trừ quỉ"* (Mác 3:22). Họ là những kẻ rất thông thạo Lời Chúa và uyên thâm kinh luật, là những thầy dạy luật nhưng vẫn chống lại công việc của Đức Chúa Trời vì cớ lòng ganh tị của mình.

Thứ hai, *"chống lại công việc của Đức Thánh Linh"* là chối bỏ tiếng phán của Đức Thánh Linh mà Đức Chúa Trời đã ban cho, hay đoán xét và cáo trách công việc của Đức Thánh Linh, ra sức bức hại người khác.

Ví dụ, tung tin đồn với những bằng chứng bịa đặt, hoặc buộc tội một mục sư hay hội thánh nào đó là "dị giáo" nhằm quấy rầy các kỳ nhóm phục hưng, đó là việc nói nghịch cùng Đức Thánh Linh.

Vậy, "Ai nói phạm đến Con Người, thì sẽ được tha" có nghĩa là gì? "Con người" trong câu nầy nói đến Chúa Jêsus là Đấng đã đến trong thân thể loài người trước khi Ngài chịu đóng đinh trên thập tự.

Nói phạm đến Con người, có nghĩa là không vâng phục Chúa Jêsus, nhận biết Ngài như một con người đơn thuần vì Ngài đã đến trong thân thể con người. Do thiếu hiểu biết, họ không thể nhận biết Chúa Jêsus là Cứu Chúa. Trường hợp nầy, người ta sẽ được tha thứ và có thể được cứu nếu họ biết đem lòng ăn năn và tin nhận Chúa.

Vậy thì, nếu phạm tội nầy một cách vô tình vì không biết lẽ thật hay trước khi nhận lãnh Đức Thánh Linh, Đức Chúa Trời sẽ cho họ cơ hội để ăn năn và tha thứ họ nhiều lần.

Song, nếu bất tuân và chống nghịch lại Chúa trong khi biết rõ Chúa Jêsus Christ, họ phải nhận biết rằng tội nầy sẽ không thể được tha thứ vì đó là tội trọng ngang với nói phạm thượng đến Đức Thánh Linh và chống lại công việc Ngài.

Thứ Ba, phỉ báng cũng có nghĩa là làm nhục đến sự thiêng liêng, linh thiên, thánh khiết. Báng bổ Đức Thánh Linh cũng có nghĩa là *làm buồn lòng Đức Thánh Linh,* là linh của Đức Chúa Trời, và thần tánh của Ngài. Đó là tội làm nhục đến quyền năng đời đời và thần tánh của Đức Chúa Trời nếu người ta ngăn cản công việc của Đức Thánh Linh và nói rằng đó là công việc của Satan, hoặc khi họ khẳng định một điều gì đó là của Đức Thánh Linh trong khi sự thật không phải như vậy. Cũng như việc cho rằng lẽ thật là điều giả dối, và những điều sai trật là chân lý, và cáo trách những gì thuộc về lẽ thật là lầm lạc, tất cả những điều đó gọi là "phỉ báng nghịch lại Đức Thánh Linh."

Ngày xưa, nếu có ai bị bắt về tội phỉ báng vua qua lời nói hoặc hành động, thì sẽ bị xem là tội phản nghịch và phải chịu án chết.

Huống chi người ta phỉ báng sự thiêng liêng của Đức Chúa Trời, là Đấng toàn năng, không thể có một vì vua nào trên thế gian nầy có thể ví sánh được, tội nầy sẽ chẳng thể được tha.

Ngay cả Chúa Jêsus, nguyên là Đức Chúa Trời, đã đến thế gian trong hình thể con người, đã chẳng hề kết một ai. Nếu người ta cứ buộc tội anh chị em mình, hơn thế còn ghét bỏ những công việc của Đức Thánh Linh, thì thật là một tội trọng! Ví bằng người ta biết kính sợ Đức Chúa Trời, họ sẽ chẳng bao giờ chống nghịch, nói lời phạm thượng, hay làm buồn lòng Đức Thánh Linh.

Bởi đó, chúng ta phải nhận biết rằng đây là một trong những tội sẽ chẳng bao giờ được tha, dù đời nầy hay đời sau, và chúng ta chẳng nên phạm đến. Cho dù trước đây đã từng phạm phải những tội nầy, chúng ta phải tìm kiếm ân điển của Chúa và hết lòng ăn năn.

Làm Cho Con Đức Chúa Trời Phải Chịu Sỉ Nhục Tỏ Tường

Người ta phải mắc tội chết khi họ đóng đinh Con Đức Chúa Trời trên thập tự giá cho mình lần nữa, làm cho Ngài sỉ nhục tỏ tường, như đã nói trong Hê-bơ-rơ 6.

Vì chưng những kẻ đã được soi sáng một lần, đã nếm sự ban cho từ trên trời, dự phần về Đức Thánh Linh, nếm đạo lành Đức Chúa Trời, và quyền phép của đời sau, nếu lại vấp ngã, thì không thể khiến họ lại ăn năn nữa, vì họ đóng đinh con Đức Chúa Trời trên thập tự giá cho mình lần nữa, làm cho Ngài sỉ nhục tỏ tường. (Hê-bơ-rơ 6:4-6).

Một số người bỏ Chúa, lìa hội thánh vì cớ sự cám dỗ đời nầy để rồi làm những việc khiến Chúa rất buồn lòng, dù họ là những người đã từng nhận lãnh Đức Thánh Linh, hãy biết rằng có thiên đàng và hỏa ngục, và hãy tin vào Lời Chân Lý. Chúng ta nói rằng họ lại đóng đinh Con Đức Chúa Trời trên thập tự giá cho mình lần nữa và làm cho Ngài sỉ nhục tỏ tường. Hạng người nầy không những phạm nhiều tội do Satan điều khiển, mà còn chối Chúa, bắt bớ và làm bẽ mặt hội thánh cùng anh em tín hữu.

Họ đã phó lương tâm mình cho Satan, dường ấy, lòng họ đầy sự tối tăm.

Ấy vậy, họ chẳng hề muốn ăn năn, và linh ăn năn chẳng đến trên họ. Họ đã đánh mất cơ hội ăn năn, và không thể được tha.

Giu-đa Ích-ca-ri-ốt đã phạm tội nầy. Ông là một trong mười hai môn đồ của Chúa Jêsus. Ông đã từng nhìn thấy rất nhiều sự kỳ và dấu lạ, song, vì lòng tham mình mà bán Chúa để lấy ba mươi nén bạc. Rồi sau, lương tâm cắn rứt và lòng đầy tiếc nuối, nhưng linh ăn năn không đến trên người. Tội ông không thể được tha, cuối cùng ông đã tự sát vì tội lỗi dày vò đến tột cùng (Ma-thi-ơ 27:3-5).

Cố Ý Phạm Tội

Tội cuối cùng phải dẫn đến sự chết là cứ tiếp tục cố ý phạm tội cho dù đã hiểu biết về lẽ thật.

Vì nếu chúng ta đã nhận biết lẽ thật rồi, mà lại cố ý phạm tội, thì không còn có tế lễ chuộc tội nữa, nhưng chỉ có sự đợi chờ kinh khiếp về sự phán xét, và lửa hừng sẽ đốt cháy kẻ bội nghịch mà thôi (Hê-bơ-rơ 10:26-27).

"Cố ý phạm tội sau khi đã nhận biết lẽ thật rồi" tức là cứ tiếp tục tái phạm những điều trái với luật pháp mà Đức Chúa Trời không tha thứ. Cũng nên biết rằng việc tiếp tục phạm tội chẳng khác nào *"Chó liếm lại đồ nó đã mửa,"* và *"Heo đã rửa sạch rồi, lại lăn lóc trong vũng bùn"* (2 Phi-e-rơ 2:22).

Về sự nầy, khi Đa-vít, là người rất yêu mến Chúa, đã phạm tội ngoại tình, rồi sinh ra nhiều tội khác khiến ông sát hại một trong những người lính trung thành nhất. Thế nhưng, khi tiên tri Na-than chỉ cho ông biết về sự đó, Vua Đa-vít liền ăn năn.

Trái lại, Vua Sau-lơ tiếp tục phạm tội, ngay cả khi tiên tri Sa-mu-ên đã chỉ cho ông biết tội lỗi mình. Đa-vít ăn năn và được Chúa ban phước, còn Sau-lơ bị Chúa loại bỏ vì không chịu ăn năn, mà còn tiếp tục phạm tội.

Vả lại, còn có tiên tri Ba-la-am là người có thẩm quyền chúc phước và rủa sả, song, khi thỏa hiệp với thế gian nhằm đạt danh lợi, ông đã phải chịu kết cuộc bi thảm.

Một mặt, Đức Thánh Linh bắt đầu phai nhạt dần trong lòng những kẻ cố ý phạm tội vì Đức Chúa Trời đã nghoảnh mặt khỏi họ. Sau đó, họ bị mất đức tin, rồi làm điều ác và những hành vi sai trái là những thứ nằm dưới sự điều khiển của ma quỷ. Cuối cùng, Đức Thánh Linh hoàn toàn lìa khỏi họ, nên họ không thể ăn năn đặng được cứu nữa, tên họ bị xóa khỏi Sách Sự Sống (Khải Huyền 3:5).

Mặt khác, có những người chỉ biết Chúa qua lý trí, nhưng họ không thật lòng tin Ngài. Tội nầy có thể được tha và được cứu rỗi khi họ hết lòng ăn năn và có đức tin đích thực.

Bởi vậy, chúng ta nên biết rằng hễ ai cố ý phạm tội, thực hiện những hành vi của bản năng tội lỗi cho dù họ đã một lần được soi sáng, tin có thiên đàng và hỏa ngục, đã nếm trải qua ơn phước dư dật Đức Chúa Trời, thì chẳng thể nào được cứu.

Tôi cũng hy vọng chúng ta có được sự hiểu biết đầy trọn rằng tất cả tội lỗi đều là sự trái luật pháp và thuộc về sự tối tăm, Đức Chúa Trời gớm ghiếc những sự đó cho dù một số trong chúng không đến nỗi chết. Xin hãy làm một Cơ Đốc Nhân khôn ngoan, chớ để mình phạm bất kỳ một tội nào.

Thịt Và Huyết Con Người

Để có cuộc sống khỏe mạnh, chúng ta phải có một chế độ ăn uống thích hợp. Cũng vậy, hầu cho tâm linh chúng ta được sung mãn và có được sự sống đời đời, chúng ta phải ăn thịt và uống huyết của Con Người.

Chúng ta hãy biết thịt và huyết của Con Người là gì, vì sao chúng ta phải ăn thịt và uống huyết Ngài để có được sự sống đời đời, dựa vào phân đoạn Kinh Thánh được trích từ sách Giăng 6:53-55:

Đức Chúa Jêsus bèn phán cùng họ rằng: "Quả thật, quả thật, ta nói cùng các ngươi, nếu các ngươi không ăn thịt của Con Người, cùng không uống huyết Ngài, thì chẳng có sự sống trong các ngươi đâu. Ai ăn thịt và uống huyết ta thì được sự sống đời đời; nơi ngày sau rốt, ta sẽ khiến người đó sống lại. Vì thịt ta thật là đồ ăn, huyết ta thật là đồ uống."

Thịt Con Người Là Gì?

Trong Kinh Thánh, Chúa Jêsus cho chúng ta biết về những sự kín giấu của nước thiên đàng và ý muốn của Đức Chúa Trời qua nhiều dụ ngôn. Vì con người trong thế giới ba chiều nầy rất khó hiểu và nhận biết được ý tưởng Đức Chúa Trời là Đấng ngự trên cao, trong thế giới bốn chiều. Bởi đó, Chúa Jêsus đã ví sánh những sự thiêng liêng với những vật vô tri, cây cỏ, động vật và các sự sống ở thế gian nhằm giúp chúng ta hiểu rõ hơn về ý tưởng thiêng liêng.

Vậy nên, Chúa Jêsus là Con một của Đức Chúa Trời đã được ví sánh với đá, và ngôi sao, là những vật không chiều kích, cho đến dây nho là thứ có một chiều kích, đến hai chiều kích như chiên con, rồi đến ba chiều kích đó là Con Người.

Chúa Jêsus được gọi là Con người, dường ấy, thịt của Con người là thịt của Chúa Jêsus.

Giăng 1:1 cho chúng ta biết rằng, *"Ban đầu có Ngôi Lời, Ngôi Lời ở cùng Đức Chúa Trời, và Ngôi Lời là Đức Chúa Trời."* Giăng 1:14 bày tỏ rằng: *"Ngôi Lời đã trở nên xác thịt, ở giữa chúng ta, đầy ơn và lẽ thật; chúng ta đã ngắm xem sự vinh hiển của Ngài, thật như vinh hiển của Con một đến từ nơi Cha."*

Chúa Jêsus là Lời Đức Chúa Trời đã trở nên xác thịt đến với thế gian. Ấy vậy, thịt của Con Người chính là Lời Đức Chúa Trời, là Lời của chân lý, ăn thịt Con Người là học biết về Lời Đức Chúa Trời trong Kinh Thánh.

Thế Nào Là Ăn Thịt Của Con Người

Trong Xuất Ê-díp-tô 12:5-7, Chúa Jêsus được mô tả như "Chiên Con":

Các ngươi hãy bắt hoặc trong bầy chiên, hoặc trong bầy dê, chiên con đực hay là dê con đực, tuổi giáp niên chẳng tì vết chi, đoạn để dành cho đến ngày mười bốn tháng nầy; rồi cả hội chúng Y-sơ-ra-ên sẽ giết nó, vào lối chiều tối. Họ sẽ lấy huyết đem bôi trên hai cây cột và mày cửa của nhà nào ăn thịt chiên con đó.

Nhiều tín đồ nghĩ rằng chiên con là nói đến những người mới tin, nhưng khi hiểu kĩ Kinh Thánh, thì chiên con là tượng trưng cho Chúa Jêsus.

Giăng 1:29, khi Giăng Báp-tít nhìn thấy Chúa Jêsus đến cùng mình thì nói rằng: *"Kìa, Chiên con Đức Chúa Trời, là Đấng cất tội lỗi thế gian đi!"* 1 Phi-e-rơ 1:19 nói đến Chúa như *"Chiên con không lỗi không vít."* Bên cạnh những câu nầy, có rất nhiều thành ngữ khác ví sánh Chúa Jêsus với chiên con.

Tại sao Kinh Thánh đã ví sánh Chúa Jêsus với chiên con? Chiên con là loài hiền lành và vâng phục nhất trong các vật nuôi. Nó nhận biết tiếng chủ và vâng phục người. Không ai có thể lừa phỉnh được chiên, cho dù người ta có thể bắt chước được tiếng chủ nó. Chiên cho chúng ta bộ lông trắng mịn, sữa, thịt, cùng hết thảy những bộ phận khác của nó.

Cũng như chiên đã tận hiến mọi thứ cho loài người, Đức Chúa Jêsus đã hoàn toàn vâng phục ý muốn của Đức Chúa Trời mà tận hiến hết thảy cho chúng ta.

Mặc dù Chúa Jêsus chính là Đức Chúa Trời, Ngài đã trở nên xác thịt và đến với thế gian, giảng dạy phúc âm về nước thiên đàng, chữa lành đủ thứ bệnh tật, sự yếu đuối của con người, và Ngài đã chịu đóng đinh. Chúa Jêsus từ bỏ mọi thứ để cứu chuộc chúng ta khỏi tội lỗi mình.

Chúa Jêsus được ví sánh như một con chiên vì phẩm cách và hành động của Ngài giống với những sự đó của một con chiên, ăn một con chiên tượng trưng cho việc ăn thịt Chúa Jêsus, ấy là thịt của Con Người.

Vậy, tại sao chúng ta nên ăn thịt Con Người? Chúng ta hãy xem Xuất Ê-díp-tô 12:9-10 là phân đoạn đưa ra sự chỉ dẫn như sau:

Chớ ăn thịt nửa chín nửa sống hay là luộc trong nước, nhưng phải quay trên lửa cả đầu, giò, với bộ lòng. Các ngươi chớ để chi còn lại đến sáng mai; nếu còn lại hãy thiêu đi.

Thứ Nhất, Chớ Nên Ăn Lời Đức Chúa Trời Nửa Chín Nửa Sống

Ăn thịt Con Người "nửa chín nửa sống" có nghĩa là gì?

Nói chung, ăn thịt chưa được nấu chín là điều chẳng tốt. Vì rằng nếu ăn thịt chưa chín, người ta sẽ mắc phải vi rút hoặc vi khuẩn rồi ngã bệnh. Cũng vậy, Đức Chúa Trời bảo chúng ta chớ ăn lời Ngài nửa sống nửa chín vì đây là mối nguy hại.

Lời Đức Chúa Trời được chép ra bởi sự thần cảm của Đức Thánh Linh, dường ấy chúng ta phải đọc và nhờ sự thần cảm của Đức Thánh Linh để biến Lời Chúa trở nên linh lương của chúng ta.

Ví như chúng ta chỉ hiểu Lời Chúa theo nghĩa đen, thì sẽ thế nào? Chúng ta sẽ hiểu nhầm ý Ngài. Ấy vậy, ăn "Lời Chúa nửa sống nửa chín" có nghĩa rằng thông giải Kinh Thánh theo nghĩa đen.

Như Giăng 1:1 nói rằng: *"Ngôi lời là Đức Chúa Trời,"* Kinh Thánh chứa đựng ý chỉ và tấm lòng của Đức Chúa Trời và mọi sự được làm thành dựa vào Lời Ngài.

Lời Đức Chúa Trời dạy chúng ta cách để vào được nước thiên đàng. Chúng ta phải hiểu biết Lời Chúa cách đầy trọn để nhờ đó chúng ta có được sự sống đời đời. Ngược lại, con người xác thịt không thể hiểu cũng không thể nắm bắt những gì thuộc về thiêng liêng.

Khi còn là một ấu trùng trong lòng đất, chú ve sầu chẳng hề biết có một bầu trời. Cũng như khi còn trong trứng, gà con chẳng biết gì về thế giới bên ngoài. Cũng như một em bé chẳng biết gì về thế giới xung quanh khi nó còn nằm trong bụng mẹ.

Tương tự như vậy, chừng nào chúng ta còn ở trong thế giới phàm tục nầy, chúng ta chẳng thể biết gì về thế giới thiêng liêng.

Đức Chúa Trời cho chúng ta biết rằng bên kia thế giới ba chiều nầy còn có một thế giới khác. Giống như chú gà chưa ra đời phải phá vỡ lớp vỏ đang bao bọc mình, Chúng ta cũng phải phá vỡ tư tưởng phàm tục hầu cho chúng ta có thể hiểu và bước vào lãnh vực thiêng liêng.

Ví dụ, khi đọc Ma-thi-ơ 6:6, *"Song khi ngươi cầu nguyện, hãy vào phòng riêng, đóng cửa lại, rồi cầu nguyện Cha Ngươi, là Đấng thấy trong chỗ kín nhiệm."* Ví như chúng ta thông giải câu nầy theo nghĩa đen, chúng ta sẽ luôn luôn cầu nguyện trong phòng. song, chúng ta chẳng tìm thấy một bậc tiền bối đức tin nào cầu nguyện cách kín đáo trong phòng riêng.

Đức Chúa Jêsus không cầu nguyện trong phòng riêng mà là trên núi, Ngài ở đó qua đêm (Lu-ca 6:12), và sáng sớm, Ngài đi vào nơi vắng vẻ (Mác 1:35).

Vả lại, Đa-ni-ên đã mở cửa sổ hướng về Giê-ru-sa-lem mà cầu nguyện ba lần mỗi ngày (Đa-ni-ên 6:10), còn sứ đồ Phi-e-rơ thì đã cầu nguyện trên mái nhà (Công-vụ 10:9).

Vậy, sự nầy có nghĩa gì khi Đức Chúa Jêsus phán rằng: "Hãy vào phòng riêng, đóng cửa lại mà cầu nguyện"?

Ý nghĩa thuộc linh của một "căn phòng" là tượng cho tấm lòng của mỗi người. Ấy vậy, đi vào phòng riêng có nghĩa là phải vượt qua những suy nghĩ của chúng ta, để đi sâu vào tấm lòng bên trong, giống như việc chúng ta vượt qua phòng khách, phòng ngủ để bước vào phòng riêng. Chỉ khi đó, chúng ta mới có thể cầu nguyện với trọn cả lòng mình.

Khi bước vào phòng riêng, chúng ta được biệt ra khỏi thế giới bên ngoài. Cũng vậy, khi cầu nguyện, chúng ta phải loại bỏ tất cả những suy nghĩ không cần thiết, những lo lắng cùng những toan tính, và cầu nguyện với trọn cả tấm lòng.

Dường ấy, chúng ta không được ăn thịt con người nửa sống nửa chín. Chúng ta không nên hiểu Lời Chúa theo nghĩa đen. Ấy là, chúng ta nên nhờ sự cảm động của Đức Thánh linh để có thể hiểu Lời Chúa theo sự thiêng liêng.

Thứ Hai, Chớ Ăn Lời Chúa Luộc Trong Nước

"Chớ ăn thịt luộc trong nước" có nghĩa ý nghĩa gì? Chúa khuyên chúng ta không được thêm bất cứ điều gì vào Lời Ngài mà hãy ăn nó cách thanh khiết và nguyên chất. Việc lồng chính trị, những chuyện kể về xã hội, hay những cách ngôn của những nhân vật lịch nổi tiếng vào bài giảng Lời Chúa là điều sai trật.

Đức Chúa Trời là Đấng tạo nên trời và đất cầm giữ sự sống và chết của nhân loại, có quyền trên sự ban ơn hay giáng họa, là Đấng toàn năng và chẳng thiếu một điều gì.

1 Cô-rinh-tô 1:25 nói rằng: *"Bởi vì sự rồ dại của Đức Chúa Trời là khôn sáng hơn người ta, và sự yếu đuối của Đức Chúa Trời là mạnh hơn người ta."* Sự ghi nhận nầy cho chúng ta biết rằng, cho dù là người ngôn ngoan hay tuyệt hảo nhất của đời nầy cũng không thể đem ra so sánh với Đức Chúa Trời được.

Trọn đời ta cũng không sao nói hết những gì đã được ghi trong Kinh Thánh. Làm sao chúng ta có thể dám pha trộn lời của loài người vào Lời Chúa trong sứ điệp mình rao giảng?

Lời của con người luôn thay đổi theo thời gian. Ngay cả những điều gọi là chân lý đối với họ, thì chúng cũng đã được nói trong Kinh Thánh rồi, chúng được nói ra với sự khôn ngoan của Đức Chúa Trời.

Vậy nên, chúng ta phải đặt lời tinh ròng của Đức Chúa Trời lên hàng đầu khi giảng giải Kinh Thánh. Đương nhiên chúng ta có thể dùng những dụ ngôn hay thí dụ và những câu chuyện minh họa để cho dân sự hiểu Lời Chúa và những sự kín nhiệm trong thế giới thiêng liêng được dễ dàng hơn.

Chúng ta nên nhận biết rằng Lời Chúa là toàn hảo và hằng còn đến đời đời, và chân lý hoàn hảo sẽ dẫn đến sự sống vĩnh hằng. Dường ấy, chúng ta không nên ăn Lời Ngài luộc trong nước.

Thứ Ba, Hãy Ăn Lời Chúa Quay Trên Lửa

"Quay trên lửa cả đầu, giò, với bộ lòng" có ý nghĩa gì? Chúa dạy rằng chúng ta hãy biến Lời Ngài, thịt của Con Người, trở thành linh lương cho chúng ta cách hoàn toàn mà không được bỏ sót bất kỳ điều gì.

Ví dụ, có một số người nghi ngờ về sự kiện Môi-se vượt biển đỏ. Có một số người không muốn đọc Lê Vi Ký vì những của hiến tế trong Cựu Ước là rất khó hiểu. Một số người thì nói rằng những phép lạ mà Chúa Jêsus làm thật khó tin, và họ cho rằng đó là chuyện của hơn 2.000 năm trước. Họ bỏ qua những gì không hợp với cách nghĩ của loài người, và chỉ rút ra những bài học đạo đức mà thôi.

Thậm chí họ cũng chẳng cần ghi nhớ những lời như "Hãy yêu kẻ thù nghịch," hoặc "Tránh mọi điều ác" vì cớ những điều nầy dường như quá khó cho họ làm theo. Liệu những người như vậy có được cứu chăng?

Do đó, chúng ta không được chỉ nắm giữ những gì mình ưa thích trong Kinh Thánh như những kẻ thiếu khôn ngoan. Chúng ta phải ăn tất cả những lời trong Kinh Thánh quay trên lửa từ Sáng Thế đến Khải Huyền.

Vậy, ăn Lời Chúa bằng cách "quay trên lửa" có ý nghĩa gì? Lửa ở đây nói đến lửa Thánh Linh. Chúng ta phải được đổ đầy và được cảm động bởi Đức Thánh Linh khi đọc và lắng nghe Lời Chúa, vì Lời Ngài được chép ra bởi sự cảm động của Đức Thánh Linh. Bằng không phải vậy, chúng chẳng thể là linh lương, mà chỉ là sự tri thức mà thôi.

Để ăn Lời Chúa quay trên lửa, chúng ta phải cầu nguyện khẩn thiết. Lời cầu nguyện có tác dụng như dầu để trở nên nguồn của sự đầy trọn Đức Thánh Linh. Ví bằng chúng ta ăn Lời Chúa bởi sự thần cảm của Đức Thánh Linh, chúng ta sẽ cảm nhận được sự ngọt ngào hơn sữa mật. Cho dù bài giảng có dài chăng nữa, chúng ta vẫn cảm thấy rất vui thích, vì đó là những lời rất quý báu, và chúng ta ưa thích Lời Chúa như nai cái khát khao tìm dòng nước mát.

Đây là cách chúng ta ăn Lời Chúa quay trên lửa. Chỉ có vậy chúng ta mới có thể hiểu Lời Chúa, và biến những điều đó thành máu thịt thiêng liêng, để nhận biết và làm theo ý muốn của Đức Chúa Trời. Đây là cách chúng ta nhờ Đức Thánh Linh đặng sinh ra sự thiêng liêng, tăng trưởng đức tin, và phục hồi ảnh tượng bị mất của Chúa bằng cách nhận ra bổn phận toàn vẹn của con người.

Trái lại, những ai ăn Lời Chúa với ý tưởng riêng mà không cần quay trên lửa, sẽ cảm thấy Lời Chúa thật là chán, họ nghe Lời Chúa với một tâm ý vu vơ, nên chẳng nhớ được gì. Họ chẳng thể trưởng thành thuộc linh cũng chẳng có được cuộc sống đích thực.

Thứ Tư, Chớ Để Lời Chúa Cho Đến Sáng Ngày Mai

Câu Kinh Thánh nầy dạy dỗ ta điều gì? *"Chớ để chi còn lại đến sáng mai; nếu còn lại hãy thiêu đi."* (Xuất Ê-díp-tô 12:9). Ấy là, chúng ta phải ăn thịt Con Người trong khi còn là ban đêm. Thế giới mà chúng ta đang sống ngày hôm nay là một thế giới tối tăm phục dưới quyền ma quỷ, và có thể được hiểu theo ý nghĩa thuộc linh là đương lúc ban đêm. Khi Chúa chúng ta trở lại, hết thảy tối tăm sẽ biến mất, mọi sự sẽ được phục hồi, lúc đó sẽ trở thành buổi sáng, thế giới của sự sáng.

Vậy nên, "Chớ để chi còn lại đến sáng mai" dạy chúng ta rằng hãy học biết Lời Chúa để tự chuẩn bị mình như một nàng dâu của Chúa trước khi Ngài tái lâm.

Vả lại, cho dù ngày Chúa tái lâm đã gần hay chưa, chúng ta cũng chỉ sống được 70 hay 80 năm mà thôi, nên chúng ta không biết được khi nào mình sẽ gặp Ngài. Từ nay cho đến khi gặp Chúa, chúng ta phải ăn thịt và uống huyết Con Người, dường ấy chúng ta phải siêng năng học hỏi lời Ngài, hầu cho tâm linh chúng ta được trưởng thành.

Ví như chúng ta có đức tin của các bậc phụ lão bởi tâm linh mình luôn tăng trưởng, chúng ta sẽ được vinh hiển như mặt trời chiếu sáng bên Ngai thiên ân của Đức Chúa Trời nơi thiên quốc, vì chúng ta biết rằng Đức Chúa Trời là Đấng ngay từ buổi ban đầu đã nuôi dưỡng chín bông trái Thánh Linh cùng những ân huệ lớn lao, và ảnh tượng giống Ngài.

Uống Huyết Của Con Người

Để duy trì sự sự sống, chúng ta phải ăn và uống. Ví như không uống nước, thức ăn sẽ không tiêu hóa được và chúng ta sẽ chết. Khi thức ăn vào dạ dày được trộn lẫn với nước và sẽ được tiêu hóa, chất bổ dưỡng sẽ được hấp thụ, còn chất thải thì được bài tiết ra ngoài.

Cùng thể ấy, khi chúng ta ăn thịt Con Người, nếu không uống huyết Con Người, thức ăn không thể tiêu hóa được. Ấy vậy, sự sống đời đời chỉ có được khi chúng ta ăn thịt cùng với uống huyết của Con Người.

"Uống huyết của Con Người" đó là việc thực hành Lời Chúa bởi đức tin. Sau khi lắng nghe Lời Chúa, việc làm theo Lời Ngài là điều rất quan trọng, đây chính là đức tin. Sau khi đã nghe và hiểu biết được Lời Ngài rồi, ví như chúng ta chẳng làm theo những sự đó, thì việc nghe và sự hiểu biết đó cũng chỉ là vô ích.

Theo cách mà những chất dinh dưỡng được hấp thụ còn những chất cặn bã thì bài tiết ra ngoài khi chúng ta tiêu hóa thức ăn, Lời Chúa là chân lý, được hấp thụ và sự giả dối được bài tiết ra ngoài khi chúng ta làm theo Lời Chúa để tấm lòng dơ bẩn của chúng ta được thanh tẩy.

"Hấp thu lẽ thật" và "bài tiết sự giả dối" nghĩa là gì? Ví dụ, khi nghe Lời Chúa dạy rằng: "Chớ căm ghét, nhưng hãy yêu thương nhau." Ví bằng chúng ta biến điều nầy thành thức ăn và làm theo, chất dinh dưỡng gọi là tình yêu sẽ được hấp thụ, còn chất cặn bã là lòng thù hận sẽ được bài tiết ra ngoài. Qua sự bài tiết những thứ bẩn thỉu và ý tưởng dơ dáy ra ngoài, tấm lòng chúng ta tự động trở nên trong sáng hơn và thành thật hơn.

Làm Theo Lời Chúa

Nhược bằng chúng ta không làm theo theo Lời Chúa, ấy là không uống huyết Con người, thì Lời Chúa chỉ là một mẫu tri thức trong đầu, và chúng ta sẽ không thể được cứu vì không làm theo những gì nghe và biết.

Uống huyết Con Người, làm theo lời Chúa, không chỉ đơn thuần dựa vào sự cố gắng của loài người mà thực hiện. Chúng ta phải có ý chí và sự nỗ lực để làm theo Lời Ngài, và sau đó sẽ nhận lãnh ân sủng, quyền phép, và sự vùa giúp của Đức Thánh Linh qua sự cầu nguyện tha thiết.

Ví như chúng ta có thể thoát khỏi tội lỗi mình bằng những nỗ lực riêng, thì Chúa Jêsus cũng chẳng cần phải chịu đóng đinh, và Đức Chúa Trời cũng chẳng sai Đức Thánh linh đến để làm gì.

Đức Chúa Jêsus đã chịu đóng đinh hầu cho tội lỗi chúng ta được tha vì chúng ta không thể tự mình giải quyết nan đề tội lỗi được, Đức Chúa Trời đã sai Đức Thánh Linh đến để vùa giúp chúng ta thanh tẩy lòng mình.

Đức Thánh Linh, là Linh Đức Chúa Trời, vùa giúp con cái Ngài sống theo lẽ thật và sự công chính. Nhờ sự vùa giúp của Đức Thánh Linh mà con cái Đức Chúa Trời có thể sống theo Lời Chúa mà thoát khỏi tội lỗi mình để được Ngài yêu thương và ban phước cho.

Sự Tha Thứ Chỉ Khi Bước Đi Trong Sự Sáng

Khi nói đến ăn thịt và uống huyết Con Người là nói đến việc làm theo Lời Chúa trong sự sáng. Vậy, điều nầy muốn đề cập đến những công việc nào? Chúng ta phải ăn ở trong sự sáng. Chúng ta ra khỏi sự tối tăm và sống trong sự sáng khi chúng ta ăn và tiêu hóa được thịt Con Người, lòng ta trở nên chân thật. Khi sống trong sự sáng, huyết Chúa sẽ thanh tẩy tội lỗi chúng ta trong quá khứ, hiện tại và tương lai.

Cho dù có những tội lỗi chưa được bôi xóa, khi chúng ta hết lòng ăn năn trước Chúa, bởi ân điển Ngài, tội lỗi chúng ta sẽ được tha. Những ai thật lòng tin Chúa, và cố gắng làm trọn sự công chính trong lòng, thì không còn là tội nhân nữa mà là người công bình, họ là những người được cứu và có sự sống đời đời.

Đức Chúa Trời Là Sự Sáng

1 Giăng 1:5 nói rằng: *"Nầy là lời truyền giảng mà chúng tôi đã nghe nơi Ngài và truyền lại cho anh em rằng Đức Chúa Trời là sự sáng, trong Ngài chẳng có sự tối tăm đâu."*

Sứ đồ Giăng, trước giả của 1Giăng, được Chúa Jêsus, là Đấng đã đến thế gian và trở nên sự sáng cho thế gian và là con đường đến với Đức Chúa Trời, trực tiếp dạy dỗ.

Vậy nên, khi nói về Chúa Jêsus, Giăng 1:4-5 có chép rằng: *"Trong Ngài có sự sống, sự sống là sự sáng của loài người. Sự sáng soi trong tối tăm, tối tăm chẳng hề nhận lấy sự sáng."*

Đức Chúa Jêsus tự nói về mình, *"Ta là đường đi, lẽ thật, và sự sống; chẳng bởi ta thì không ai được đến cùng Cha"* (Giăng 14:6). Dường ấy, những môn đệ của Đức Chúa Jêsus đã chứng kiến thực tế rằng "Đức Chúa Trời là sự sáng" qua Đức Chúa Jêsus, nên lời truyền giảng của họ đến với chúng ta là: "Đức Chúa Trời là sự sáng."

Ý Nghĩa Thiêng Liêng Của Sự Sáng Là Lẽ Thật

"Sự sáng" là gì? Về phương diện thuộc linh, sự sáng là lẽ thật và lẽ thật nghịch với sự tối tăm.

Đức Chúa Trời phán cùng chúng ta trong Ê-phê-sô 5:8, *"Vả, lúc trước anh em đương còn tối tăm, nhưng bây giờ đã nên người sáng láng trong Chúa. Hãy bước đi như các con sáng láng."* Những ai lắng nghe sứ điệp về "Đức Chúa Trời là sự sáng" và học biết lẽ thật từ nơi Chúa thì chiếu ra và soi sáng thế gian, đó là cách ánh sáng xua tan tối tăm.

Con sự sáng là những ai làm theo lẽ thật mang lấy bông trái sự sáng. Ấy là sự có nói trong Ê-phê-sô 5:9, *"Trái của sự sáng láng ở tại mọi điều nhân từ, công bình và thành thật."* Tình yêu thiêng liêng được mô tả trong 1 Cô-rinh-tô 13 và những bông trái của Thánh Linh như yêu thương, vui mừng, bình an, nhịn nhục, tử tế, nhân từ, trung tín, mền mại, tiết độ là bông trái của sự sáng.

Vậy nên, sự sáng là nói đến tất cả những lời của lẽ thật trên sự nhân từ, công chính, và tình yêu như "yêu nhau, cầu nguyện, giữ ngày Thánh, giữ Mười Điều Răn" mà Đức Chúa Trời đã phán dạy chúng ta qua Kinh Thánh.

Ý Nghĩa Thuộc Linh Của Sự Tối Tăm Là Tội Lỗi

Tối tăm là nói đến tình trạng không có ánh sáng, về thuộc linh nó là tội lỗi.

Hết thảy những điều giả dối là những gì nghịch cùng lẽ thật là những thứ có chép trong Rô-ma 1:29, *"độc ác, tham lam, hung dữ; chan chứa những điều ghen ghét, giết người, cãi lẫy, dối trá, giận dữ, hay mách, giềm chê, chẳng tin kính, xấc xược, kêu ngạo, khoe khoang, khôn khéo về sự làm dữ, không vâng lời cha mẹ."* Hết thảy những thứ ấy là sự tối tăm.

Kinh Thánh khuyên dạy chúng ta loại bỏ tất cả những gì thuộc về sự tối tăm như trộm cắp, giết người, ngoại tình và mọi điều ác.

Về một phương diện nào đó, có người công bố họ là con cái của Đức Chúa Trời, nhưng kỳ thực họ chẳng làm theo Lời Chúa hoặc chẳng vâng giữ cũng chẳng làm theo những gì Chúa bảo, mà ngược lại họ làm những gì Chúa bảo phải quăng xa và không nên làm. Sự tối tăm nầy chịu dưới quyền điều khiển của kẻ thù là Sa-tan và ma quỷ, và sự tối tăm là thứ thuộc về đời nầy. Dường ấy, nó chẳng thể nào hợp với sự sáng. Vì vậy những kẻ sống trong sự tối tăm thì ghét và lánh xa sự sáng.

Mặt khác, những con cái thật của Đức Chúa Trời là những ai sống trong sự sáng và trong họ chẳng hề có sự tối tăm, họ chẳng nên có can hệ gì với sự tối tăm, mà luôn bước đi trong sự sáng. Chỉ có vậy chúng ta mới có thể tương giao với Đức Chúa Trời và mới được phước trong cuộc đời mình.

Chứng Cứ Của Mối Thông Giao Với Đức Chúa Trời

Thông thường, giữa bố mẹ và con cái có một mối giao hảo rất gần gũi dựa trên tình cảm. Một vấn đề tương tự đối với mối thông giao của chúng ta, là những người tin nhận Chúa Jêsus Christ, với Đức Chúa Trời là Cha thiên thượng (1 Giăng 1:3). Mối thông giao ở đây không chỉ nói đến một người nầy biết người kia, nhưng cả hai đều hiểu rõ về nhau. Thậm chí chúng ta có thể biết về một ông tổng thống nào đó rất rõ, nhưng không thể nói rằng mình có mối thông giao với ông ta. Trong mối thông giao giữa chúng ta với Đức Chúa Trời cũng vậy. Để có một thông giao thật sự với Ngài, chúng ta phải biết rõ về Ngài cũng như Ngài nhận biết ta.

1 Giăng 1:6-7 nói rằng: *"Ví bằng chúng ta nói mình được thông giao với Ngài, mà còn đi trong sự tối tăm, ấy là chúng ta nói dối và không làm theo lẽ thật. Nhưng nếu chúng ta đi trong sự sáng cũng như chính mình Ngài ở trong sự sáng, thì chúng ta thông giao cùng nhau; và huyết của Đức Chúa Jêsus, con Ngài, làm sạch mọi tội chúng ta."*

Ấy là, chỉ khi chúng ta thoát khỏi tội lỗi và bước đi trong sự sáng thì chúng ta mới có được mối thông giao với Đức Chúa Trời. Nếu chúng ta nói mình có mối thông giao với Đức Chúa Trời mà vẫn sống và bước đi trong sự tối tăm, ấy là sự nói dối.

Mối thông giao với Đức Chúa Trời là mối thông giao thiêng liêng và chân thật, nó không phải là mối thông giao bất kính, chỉ biết Ngài bằng lý trí và sự tri thức. Để có mối thông giao với Đức Chúa Trời, chúng ta phải trở thành sự sáng vì chính Ngài là sự sáng. Đức Thánh Linh là tấm lòng của Đức Chúa Trời, dạy chúng ta tỏ tường về ý muốn của Đức Chúa Trời cho đến chừng chúng ta ở trong lẽ thật, hầu cho chúng ta có thể có mối tương giao sâu nhiệm hơn với Đức Chúa Trời khi chúng ta đọc Lời Ngài và cầu nguyện.

Nếu Chúng Ta Bước Đi Trong Sự Tối Tăm

Nếu chúng ta nói mình được thông giao với Đức Chúa Trời mà còn bước đi trong sự tối tăm và phạm tội, ấy là sự nói dối, không làm theo lẽ thật, và cuối cùng sẽ sa vào đường chết.

Trong 1 Sa-mu-ên 2, các con trai của thầy tế lễ Hê-li đã làm điều xấu xa và phạm tội. Lẽ ra ông đã phạt tội chúng, nhưng Hê-li chỉ cảnh báo rằng: "Cớ sao các con làm sự đó? Các con không nên làm vậy."

Cuối cùng cơn thạnh nộ của Đức Chúa Trời đã giáng trên họ, hai con trai của thầy tế lễ Hê-li bị chết trận, còn Hê-li thì té ngửa ra khỏi ghế mình ở bên phía cửa, gãy cổ mà chết. Cơn thạnh nộ của Đức Chúa Trời cũng giáng lên hậu tự của ông nữa (1 Sa-mu-ên 2:27-36; 4:11-22).

Bởi vậy, Ê-phê-sô 5:11-13 có nói rằng: *"Chớ dự vào công việc vô ích của sự tối tăm, thà quở trách chúng nó thì hơn; vì dầu nói đến điều mà những người đó làm cách dấu kín, cũng đã là hổ thẹn rồi. Nhưng hết thảy mọi sự đã bị quở trách đều được tỏ ra bởi sự sáng; phàm điều chi đã tỏ ra thì trở nên sự sáng vậy."*

Nếu có kẻ nói rằng mình có mối thông giao với Đức Chúa Trời nhưng không bước đi trong sự sáng, chúng ta hãy dùng tình yêu mà khuyên nhủ họ. Nếu họ không chịu bước ra ánh sáng, chúng ta nên quở trách để dắt họ ra ánh sáng hầu cho họ không sa vào đường chết.

Sự Tha Thứ Nhờ Việc Bước Đi Trong Sự Sáng

Có một nguyên tắc ở đời, hễ ai phạm luật thì sẽ bị trừng phạt tùy vào mức độ việc làm. Song, lương tâm anh ta vẫn không sao thoát khỏi cảm giác tội lỗi về những hư hại mình đã gây ra, cho dù anh ta đã phải chịu phạt tội và đền bồi thiệt hại do việc sai trái mình gây ra.

Cũng vậy, cho dù đã tin nhận Chúa Jêsus, tội lỗi đã được tha và được xưng công bình, nhưng bản tính tội lỗi vẫn còn trong lòng chúng ta. Do đó, Đức Chúa Trời răn dạy chúng ta hãy cắt bì lòng mình hầu chochúng ta không còn cảm giác tội lỗi ngay trong cả lương tâm.

Như có nói trong Giê-rê-mi 4:4, *"Hỡi các ngươi, là người Giu-đa và dân cư Giê-ru-sa-lem, hãy tự cắt bì mình cho Đức Giê-hô-va,"* cắt bì lòng mình nghĩa là lột bỏ vỏ bọc đang che đậy sự giả dối trong lòng.

Cắt bì lòng mình, là làm theo Lời Chúa trong Kinh Thánh như, "Việc nên làm," "việc không nên làm" "điều nên giữ" hay "điều phải loại bỏ."

Nói cách khác, quăng xa mọi thứ nghịch với Lời Chúa, sự giả dối, điều xấu xa, bất chính, trái lẽ, và sự tối tăm, thanh tẩy tấm lòng chúng ta và hãy đổ đầy lẽ thật.

Ấy vậy, chúng ta phải siêng năng ăn Lời Chúa, hấp thụ chất dinh dưỡng qua việc vâng giữ và làm theo, loại bỏ chất cặn bã của sự xấu xa và giả dối là những thứ thuộc về tối tăm. Hãy cắt bì lòng mình, và trưởng dưỡng tâm linh.

Khi trở thành một con người cao thượng và thành thật, loại bỏ những cặn bã là tội lỗi và điều xấu xa, chúng ta sẽ được thông giao với Đức Chúa Trời. Dường ấy, huyết Chúa Jêsus thanh tẩy hết thảy tội lỗi chúng ta kể từ khi chúng ta có được mối thông giao này.

Bởi đó, chúng ta không chỉ tin nhận Chúa Jêsus Christ để được xưng công bình, mà còn biến đổi thành một con người thật sự công chính qua việc ăn thịt, uống huyết Con Người, và tự cắt bì lòng mình.

Đức Tin Có Việc Làm
Là Đức Tin Đích Thực

Thật ngạc nhiên khi thấy nhiều người không thật sự hiểu ý nghĩa của đức tin. Có một số người nói rằng, "Thôi đi, sao thấy anh cứ đi nhà thờ hoài? Anh vẫn có thể được cứu mà."

Ví bằng chúng ta nghe lắng nghe lời Chúa và hiểu được, song chẳng làm theo, đó chỉ là thứ đức tin hình thức của lý trí, không phải đức tin thật. Với thái độ này, chúng ta không thể được cứu. Đức tin mà Đức Chúa Trời thừa nhận là gì? Làm sao để chúng ta có thể được cứu bởi đức tin?

Ăn Năn Thành Thật, Lánh Xa Tội Lỗi

1 Giăng 1:8-9 nói rằng: *"Ví bằng chúng ta nói mình không có tội chi hết, ấy là chính chúng ta lừa dối mình, và lẽ thật*

không ở trong chúng ta. Còn nếu chúng ta xưng tội mình, thì Ngài là thành tín và công bình để tha tội cho chúng ta, và làm cho chúng ta sạch mọi điều gian ác.

Vậy, xưng tội là gì?

Giả như Chúa phán cùng chúng ta, "Đi về phía đông đó là con đường của sự sống đời đời và là ý muốn ta, vậy hãy đi theo hướng đông." Ấy thế, ví bằng chúng ta cứ tiếp tục đi đằng tây và nói rằng, "Thưa Chúa, lẽ ra con nên đi theo hướng đông, nhưng giờ con đang đi đằng tây, xin tha thứ cho con," điều nầy chẳng phải là sự xưng tội, cũng chẳng phải tin Chúa và kính sợ Ngài, song ấy là sự nhạo báng. Sự ăn năn thành thật được tỏ ra không chỉ xưng nhận tội lỗi qua môi miệng mà còn hoàn toàn xoay bỏ khỏi đường lối gian tà mình trong những việc làm. Chỉ khi đó Chúa mới chấp nhận sự ăn năn và Ngài sẽ tha thứ cho chúng ta.

Dẫu biết rằng chúng ta phải sống, nhưng nếu không ăn uống thì chúng ta sẽ chết. Ví như chúng ta chỉ xưng tội mình qua môi miệng mà không xoay bỏ khỏi chúng, thì chúng ta sẽ không được sạch tội bởi huyết Chúa.

Đức Tin Không Có Việc Làm Là Đức Tin Chết

Gia Cơ 2:22 có chép rằng: *"Người thấy đức tin đồng công với việc làm, và nhờ việc làm mà đức tin được trọn vẹn."* Câu 26 nói rõ thêm: *"Vả, xác chẳng có hồn thì chết, đức tin không có việc làm cũng chết như vậy."*

Nhiều người đi lễ nhà thờ vì họ nghe nói rằng có thiên đàng và hỏa ngục, nhưng vì không thật sự tin trong lòng, nên họ chẳng có việc làm cặp theo.

Đây là đức tin của lý trí và là đức tin chết.

Vả lại, nếu chúng ta chỉ xưng nhận bằng môi miệng trong khi vẫn còn sống trong tội lỗi, làm sao để nói rằng mình có đức tin được? Kinh Thánh cho chúng ta biết rằng khi đã biết rồi mà phạm tội thì còn tệ hơn khi chưa biết.

Khi xưng nhận rằng, "Tôi tin" mà không có việc làm, chúng ta nhầm tưởng rằng mình có đức tin, nhưng Đức Chúa Trời chẳng xem đó là đức tin.

Dân sự Y–sơ–ra–ên là những kẻ được dẫn ra khỏi xứ Ai-cập đã chứng kiến rất nhiều công việc của Đức Chúa Trời. Chúa rẽ Biển Đỏ, ban manna và chim cút cho họ, ban ngày Ngài dùng trụ mây, ban đêm thì trụ lửa để bảo vệ họ.

Ấy vậy, khi Đức Chúa Trời bảo họ đi do thám xứ Canaan, chỉ có Giôsuê và Ca-lép tin Lời Đức Chúa Trời và quyền phép Ngài. Kết quả, dân sự Y-sơ-ra-ên, là những kẻ không vâng phục Chúa vì họ không đủ đức tin để vào xứ Canaan, nên đã chịu 40 năm thử thách trong đồng vắng và cuối cùng phải chết ở đó.

Chúng ta phải nhận biết rằng nếu chúng ta chẳng tin hay chẳng làm theo Lời Chúa thì chỉ là vô ích cho dù chúng ta đã từng chứng kiến và kinh nghiệm được rất nhiều công việc của Ngài. Cùng với việc làm, đức tin được trọn.

Chỉ Những Ai Vâng Giữ Luật Pháp Mới Được Trở Nên Công Bình

Đức Chúa Trời phán cùng chúng ta trong Rô-ma 2:13 rằng: *"Vì chẳng phải kẻ đọc luật pháp là người công bình trước mặt*

Đức Chúa Trời, bèn là kẻ làm theo luật pháp được xưng công bình vậy.'' Việc dự lễ và nghe giảng lời Chúa chẳng thể làm ta trở nên người công bình. Chỉ khi nào tấm lòng giả dối chúng ta biến đổi thành tấm lòng chân thật qua việc làm theo lời Chúa, thì chúng ta mới được trở nên công bình.

Một số người nói rằng chỉ cần kêu cầu danh Jêsus Christ là Chúa ra môi miệng thì được cứu, đây là sự hiểu nhầm câu Kinh Thánh trong Rô-ma 10:, *"Hễ ai kêu cầu danh Chúa thì được cứu.''* Song, điều nầy là hoàn toàn sai trật. Như có lời chép trong Ê-sai 34:16, *"Hãy tìm trong sách Đức Giê-hô-va và đọc lấy: trong những thú vật ấy chẳng một con nào thiếu, chẳng một con nào là không đủ đôi. Vì ấy là miệng Đức Giê-hô-va đã truyền, và Thần Ngài đã nhóm chúng nó lại,''* Lời Đức Chúa Trời luôn có đôi, và chỉ khi nào chúng ta thông giải Lời Ngài theo đúng đôi thì mới có thể hiểu được ý nghĩa trọn vẹn.

Rô-ma 10:9-10 nói rằng: *"Vậy nếu miệng ngươi xưng Đức Chúa Jêsus ra và lòng ngươi tin rằng Đức Chúa Trời đã khiến Ngài từ cõi chết sống lại, thì ngươi sẽ được cứu; vì tin bởi trong lòng mà được sự công bình, còn bởi miệng làm chứng mà được sự cứu rỗi.''*

Chỉ những ai thật lòng tin rằng Chúa Jêsus đã từ kẻ chết sống lại thì miệng mình sẽ xưng ra sự thật nầy, đó là những người sống theo Lời Chúa. Họ sẽ được cứu khi họ xưng nhận bằng đức tin thật và trở nên người công chính, song, những ai không xưng nhận bởi đức tin nầy thì chẳng thể được cứu.

Vì vậy, Đức Chúa Jêsus đã phán trong Ma-thi-ơ 13:49-50,

"Đến ngày tận thế cũng như vậy: Các thiên sứ sẽ đến và chia kẻ ác với người công bình ra, ném những kẻ ác vào lò lửa; ở đó sẽ có khóc lóc và nghiến răng."

"Người công bình" ở đây chỉ về hết thảy những ai nhận biết Đức Chúa Trời và tuyên xưng đức tin. Chia kẻ ác ra khỏi người công bình có ý nghĩa rằng những ai không làm theo Lời Chúa thì không được cứu, cho dù họ có đi nhà thờ và được gọi là Cơ Đốc Nhân.

Quả Thật, Đức Chúa Trời Muốn Lòng Chúng Ta Được Cắt Bì

Đức Chúa Trời muốn con cái của Ngài nên thánh và trọn vẹn. Vậy nên, Ngài phán cùng chúng ta qua 1 Phi-e-rơ 1:15, *"Như Đấng gọi anh em là thánh, thì anh em cũng phải thánh trong mọi cách ăn ở mình"* và Ma-thi-ơ 5:48, *"Thế thì các ngươi hãy nên trọn vẹn, như Cha các ngươi ở trên trời là trọn vẹn."*

Trong thời Cựu Ước, người ta được cứu bởi việc làm như hình bóng của sự hầu đến, song trong thời Tân Ước khi Đức Chúa Jêsus Christ làm trọn luật luật pháp bởi tình yêu thương, chúng ta được cứu bởi đức tin.

"Được cứu bởi việc làm" ấy là, nếu chúng ta có tấm lòng bẩn thỉu, giết người, thù ghét, ngoại tình, dối trá, cùng những điều tương tự, thì cũng không bị coi là có tội trừ khi chúng ta thực hiện chúng bằng hành động.

Đức Chúa Trời không bắt tội con người trừ khi họ làm điều sai trái, vì cớ họ không thể tự mình thoát khỏi tội lỗi mà không có sự vùa giúp của Đức Thánh Linh trong thời Cựu Ước. Nhưng, trong thời Tân Ước, chúng ta được cứu chỉ khi chúng ta cắt bì lòng mình bởi đức tin với sự vùa giúp của Đức Thánh Linh, vì Ngài đã đến cùng chúng ta. Đức Thánh Linh khiến chúng ta nhận ra sự khác nhau giữa tội lỗi, sự công chính, và phán xét, làm cho chúng ta có thể sống theo Lời Chúa. Thế thì, chúng ta chẳng có can hệ gì với sự giả dối, hãy nhờ sự vùa giúp của Đức Thánh Linh mà cắt bì lòng mình.

Chúng ta phải biết rằng Đức Chúa Trời thật sự muốn chúng ta cắt bì lòng mình, thoát khỏi tội lỗi, nên thánh, và dự phần vào bổn tánh thiêng liêng. Sứ đồ Phao-lô là người biết rõ ý chỉ nầy của Đức Chúa Trời, đã dạy về phép cắt bì lòng chẳng phải phép cắt bì thịt (Rô-ma 2:28-29). Ông khuyên nhủ chúng ta hãy kháng cự cho đến đổ huyết trong cuộc tranh chiến với tội lỗi, với việc nhìn xem Chúa Jêsus là cội rễ cuối cùng của đức tin chúng ta (Hê-bơ-rơ 12:1-4).

Tôi hy vọng rằng chúng ta sẽ có được đức tin đích thực và được trọn vẹn bởi việc làm, nhận biết rằng với việc gọi "Chúa, Chúa," thì chẳng thể được vào nước thiên đàng, song phải bước đi trong sự sáng và cắt bì lòng mình.

Chương 9

Được Sanh Bởi Nước
Và Đức Thánh Linh

- Ni-cô-đem Đến Với Chúa Jêsus
- Chúa Jêsus Giúp Ni-cô-đem Hiểu
  Về Sự Thiêng Liêng
- Khi Được Sinh Bởi Nước Và Đức
  Thánh Linh
- Ba Chứng Cứ: Đức Thánh Linh,
  Nước Và Huyết

Trong vòng người Pha-ri-si, có người tên là Ni-cô-đem, là một người trong những kẻ cai trị dân Giu-đa. Ban đêm, người nầy đến cùng Đức Chúa Jêsus mà nói rằng: "Thưa thầy, chúng tôi biết thầy là giáo sư từ Đức Chúa Trời đến; vì những phép lạ thầy đã làm đó, nếu Đức Chúa Trời chẳng ở cùng, thì không ai làm được." Đức Chúa Jêsus cất tiếng đáp rằng: "Quả thật, quả thật, ta nói cùng ngươi, nếu một người chẳng sanh lại, thì không thể thấy được nước Đức Chúa Trời." Ni-cô-đem thưa rằng: "Người đã già thì sanh lại làm sao được? Có thể nào trở vào lòng mẹ và sanh lần thứ hai sao?" Đức Chúa Jêsus đáp rằng: "Quả thật, quả thật, ta nói cùng ngươi, nếu một người chẳng nhờ nước và Đức Thánh Linh mà sanh, thì không được vào nước Đức Chúa Trời."

Giăng 3:1-5

Đức Chúa Trời sai Chúa Jêsus Christ, Con một của Ngài, đến thế gian để mở đường cứu rỗi. Hễ ai tin nhận Ngài thì được quyền trở nên con cái Đức Chúa Trời, vui hưởng cuộc sống phước hạnh và đời đời từ nay cho đến mãi mãi. Thế nhưng, ngày hôm nay, chúng ta thấy có nhiều người chẳng có được bảo chứng cứu rỗi nầy, cho dù họ đã tin nhận Chúa Jêsus Christ. Vả lại, một số người nói rằng mình đã được cứu nhưng thiếu đức tin để được cứu, một số khác cũng nói rằng mình được cứu vì đã có lần nhận lãnh Đức Thánh Linh, nhưng rồi sau đó họ chẳng quan tâm đến việc làm.

Để kết luận về sứ điệp thập tự giá, chúng ta hãy nắm rõ cách giúp chúng ta đạt được sự cứu rỗi trọn vẹn từ lúc tin nhận Chúa Jêsus Christ, qua câu chuyện về Ni-cô-đem.

Ni-cô-đem Đến Với Chúa Jêsus

Vào thời Chúa Jêsus, người Pha-ri-si là những kẻ rất thông thạo luật pháp Môi-se, nắm giữ truyền thống của những bậc trưởng lão. Họ là những người cầm đầu về tôn giáo trong tuyển dân I-sơ-ra-ên, là những người tin Đức Chúa Trời tối cao, sự sống lại, thiên sứ, sự phán xét cuối cùng, và Đấng Mê-si-a sẽ đến. Song, Chúa Jêsus liên tục quở trách họ, phán rằng: "Khốn cho các ngươi, người Pha-ri-si." Họ là những kẻ giả hình, bề ngoài làm ra vẻ thiêng liêng, nhưng trong lòng thì đầy dẫy sự trộm cướp và quá độ như những mồ mả tô trắng bề ngoài (Ma-thi-ơ 23:25-36).

Ni-cô-đem Có Một Tấm Lòng Nhân Hậu

Trong Giăng 3, có một cuộc trò chuyện giữa Chúa Jêsus với Ni-cô-đem trước khi ông hiểu được lẽ thật của sự thiêng liêng.

Một đêm nọ, Ni-cô-đem đến cùng Chúa Jêsus, thưa rằng, *"Thưa thầy, chúng tôi biết thầy là giáo sư từ Đức Chúa Trời đến; vì những phép lạ thầy đã làm đó, nếu Đức Chúa Trời chẳng ở cùng, thì không ai làm được"* (câu 2).

Lúc đầu, Ni-cô-đem chẳng biết Chúa Jêsus là Đấng Mê-si-a và là Con của Đức Chúa Trời. Song, sau đó ông đã chứng kiến những phép lạ chúa Jêsus đã làm, Ni-cô-đem nhận biết và thừa nhận rằng Chúa Jêsus là con của Đức Chúa Trời vì ông có một lương tâm nhân từ, ông biết rằng chỉ có Đức Chúa Trời toàn năng mới có thể khiến kẻ chết sống lại, kẻ mù được thấy, kẻ què đứng thẳng, và kẻ phung được sạch.

Vậy, tại sao ông đã đến cùng Chúa Jêsus vào ban đêm? Ông giống những kẻ không muốn đến hội thánh cách công khai vì không đủ đức tin rằng Đức Chúa Trời là Đấng Tạo Hóa.

Mặc dầu Ni-cô-đem có một tấm lòng nhân từ, song ông chưa có đức tin đích thực. Ông không tin chắc rằng Chúa Jêsus là con của Đức Chúa Trời và là Đấng Mê-si-a, do vậy, ông đã không công khai đến cùng Chúa Jêsus vào ban ngày, mà là vào ban đêm.

Chúa Jêsus Giúp Ni-cô-đem
Hiểu Về Sự Thiêng Liêng

Đức Chúa Jêsus phán cùng Ni-cô-đem, *"Quả thật, quả thật, ta nói cùng ngươi, nếu một người chẳng sanh lại, thì thì không thể thấy được nước Đức Chúa Trời"* (Giăng 3:3). Dẫu vậy, Ni-cô-đem chẳng thể hiểu được gì. Ông bèn hỏi lại nữa, "Làm sao một người đã già rồi mà có thể sinh lại được?" Ông không có đức tin thiêng liêng, nên bâng khuâng rằng, "Một người già chết rồi trở về bụi đất, thì làm sao sinh lại được?"

Đức Chúa Jêsus liền nói cho ông biết về việc được sinh bởi nước và Thánh Linh: *"Quả thật, ta nói cùng ngươi, nếu một người chẳng nhờ nước và Thánh Linh mà sanh, thì không được vào nước Đức Chúa Trời. Hễ chi sanh bởi xác thịt là xác thịt; hễ chi sanh bởi Thánh Linh là thần"* (Giăng 3:5-6).

Khi Ni-cô-đem cảm thấy tò mò về những gì Chúa Jêsus đã nói, Ngài bèn dùng dụ ngôn để giảng giải: *"Gió muốn thổi đâu thì thổi, ngươi nghe tiếng động; nhưng chẳng biết gió đến từ đâu và cũng không biết đi đâu"* (Giăng 3:8).

Sau khi A-đam bội nghịch, thần tánh của loài người bị chết và tất cả hậu tự ông đều chịu định chung án chết. Ấy vậy, thần tánh của con người sẽ sống lại sau khi được sanh bởi Đức Thánh Linh. Khi con người được nên thánh, thì phục hồi lại ảnh tượng của Đức Chúa Trời và được cứu. Thế nhưng Ni-cô-đem vẫn không thể hiểu nổi những gì Chúa Jêsus muốn nói (Giăng 3:9).

Ấy vậy, ông lại hỏi, "Điều đó có thể nào được?" Đức Chúa Jêsus đáp rằng:

Ví bằng ta nói với các ngươi những việc thuộc về đất, các ngươi còn chẳng tin thay; huống chi ta nói những việc thuộc về trời, thì các ngươi tin sao được? Chưa hề có ai lên trời, trừ ra Đấng từ trời xuống, ấy là Con Người vốn ở trên trời. Xưa Môi-se treo con rắn lên nơi đồng vắng thể nào thì Con Người cũng phải bị treo lên dường ấy, hầu cho hễ ai tin đến Ngài đều được sự sống đời đời (Giăng 3:12-15).

Trong Dân Số Ký 21:4-9, dân sự Y-sơ-ra-ên, là những kẻ được dẫn ra khỏi xứ Ai-cập, đã nói nghịch cùng Môi-se vì hành trình họ đến xứ Canaan cứ trở nên thêm khó khăn cực nhọc. Đức Chúa Trời bèn ngoảnh mặt khỏi họ và phó chúng cho rắn độc. Khi họ kêu cứu, Ngài phán cùng Môi-se đặng làm một con rắn bằng đồng rồi treo lên một cây sào. Hễ ai nhìn vào đó thì sẽ được cứu, song những kẻ bướng bỉnh đã phải chết, bởi lòng vô tín họ chẳng buồn nhìn lên đó.

Để Hiểu Được Lời Thiêng Liêng Của Đức Chúa Trời

Tại sao Đức Chúa Trời đã truyền cho làm một con rắn bằng đồng và treo lên trên một cây sào? Sáng thế ký 3:14, chúng ta thấy con rắn đã bị rủa sả. Vả lại, Ga-la-ti 1:13 có chép: *"Đáng rủa sả thay là kẻ bị treo trên cây gỗ."*

Thế thì, việc treo con rắn đồng lên cây sào tượng trưng rằng Chúa Jêsus sẽ chịu treo trên cây thập tự gỗ như con rắn bị rủa sả, để cứu chuộc chúng ta. Vả lại, hễ ai nhìn vào con rắn đồng thì được sống, ai tin Chúa Jêsus Christ thì cũng được như vậy.

Ni-cô-đem không thể hiểu ý nghĩa thiêng liêng của Lời Chúa, vì ông chưa được sanh bởi nước và Thánh Linh, vả, mắt thuộc linh của ông cũng chưa được mở.

Ngay cả ngày nay, nếu chúng ta không được sinh ra bởi nước và Thánh Linh, mắt thuộc linh chúng ta chưa được mở thì chúng ta cũng chẳng thể hiểu được ý nghĩa của sứ điệp thiêng liêng vì chúng ta sẽ nắm bắt nó theo nghĩa đen để rồi nhầm lẫn.

Chúng ta phải tha thiết cầu nguyện hầu cho có thể hiểu được Lời Thiêng Liêng của Đức Chúa Trời bởi sự cảm động của Đức Thánh Linh. Hầu cho Đức Chúa Trời của sự ban cho sẽ khai sáng lòng chúng ta, để chúng ta có thể hiểu được Lời Ngài và có đức tin đích thực.

Khi Được Sinh Bởi Nước Và Đức Thánh Linh

Chúa Jêsus bảo cùng Ni-cô-đem trong đêm ông đến cùng Ngài, *"Quả thật, ta nói cùng ngươi, nếu một người chẳng nhờ nước và Thánh Linh mà sanh, thì không được vào nước Đức Chúa Trời. Hễ chi sanh bởi xác thịt là xác thịt; hễ chi sanh bởi Thánh Linh là thần"* (Giăng 3:5-6).

Chúng ta hãy hiểu rõ ý nghĩa về việc được sinh bởi nước và Thánh Linh. Làm sao chúng ta có thể sinh lại bởi nước và Thánh Linh để được sự cứu rỗi?

Nước Tượng Trưng Cho Nước Trường Sinh

Nước làm chúng ta dịu đi cơn khát và làm trơn các bộ phận nội tạng của cơ thể. Nước đồng thời cũng thanh tẩy cơ thể chúng ta cả trong lẫn ngoài.

Dường ấy, Chúa Jêsus đã ví sánh nước trường sinh với nước để bày tỏ rằng chúng ta sẽ được làm sạch và mang lại sự sống.

Chúa Jêsus cho chúng ta biết trong Giăng 4:14, *"Hễ ai uống nước ta sẽ cho, thì chẳng hề khát nữa. Nước ta cho sẽ thành một nước trong người đó, văng ra cho đến sự sống đời đời."*

Khi uống nước, cơn khát chúng ta được làm dịu đi trong một lúc, rồi lại khác nữa. Nước trong phân đoạn Kinh Thánh nầy nói đến nước trường sinh. Hễ ai uống nước Đức Chúa Jêsus ban cho sẽ chẳng bao giờ khát nữa. Ấy là, "một mạch nước sẽ văng ra cho đến sự sống đời đời" mang sự sống đến cho chúng ta.

Giăng 6:54-55 có chép rằng: *"Ai ăn thịt và uống huyết ta thì được sự sống đời đời; nơi ngày sau rốt, ta sẽ khiến người đó sống lại. Vì thịt ta thật là đồ ăn, huyết ta thật là đồ uống."* Ấy là, thịt và huyết của Chúa Jêsus là nước trường sinh.

Vả lại, "thịt" Ngài nói đến Lời trong Kinh Thánh, vì Chúa Jêsus chính là ngôi Lời trở nên xác thịt đến thế gian. Ăn thịt Ngài nói đến việc giữ Lời Ngài trong tâm trí chúng ta qua việc đọc Kinh Thánh.

Huyết Chúa Jêsus là sự sống, và sự sống là lẽ thật. Lẽ thật là Đấng Christ, Đấng Christ là quyền phép Đức Chúa Trời. Hết thảy đều là huyết Chúa Jêsus. Vì quyền phép Đức Chúa Trời đến bởi đức tin, uống huyết Chúa Jêsus nghĩa là làm theo Lời Ngài bởi đức tin.

Chúng ta biết rằng nước mang ý nghĩa thiêng liêng nói về huyết Chúa Jêsus – đó là Lời Đức Chúa Trời và là Chiên của Đức Chúa Trời. Nước làm sạch cơ thể chúng ta, Lời Đức Chúa Trời thanh tẩy những ô uế khỏi lòng chúng ta.

Bởi vậy, ở hội thánh, chúng ta chịu báp têm trong nước, việc báp têm nói lên rằng chúng ta là con cái Đức Chúa Trời và tội lỗi chúng ta đã được tha. Hơn nữa, điều nầy có ý rằng chúng ta phải luôn suy gẫm và được thanh tẩy trong Lời Chúa mỗi ngày.

Được Sinh Lại Bởi Nước

Vậy, làm cách nào để chúng ta thanh tẩy ô uế khỏi lòng mình bằng Lời của Đức Chúa Trời, là nước trường sinh?

Có bốn loại điều răn mà Đức Chúa Trời ban đến cho chúng ta: "Những việc nên làm," "Những việc không nên làm," "Những điều nên giữ," và "Những điều nên loại bỏ." Ví dụ, Đức Chúa Trời bảo chúng ta chớ nên ganh ghét, thù hận, đoán xét, trộm cắp, ngoại tình, và giết người.

Trong cùng một phẩm cách và cùng một thời gian, chúng ta không được làm những điều Chúa bảo không nên làm, chúng ta phải loại bỏ mọi điều xấu xa, phải giữ ngày Thánh, truyền bá phúc âm, cầu nguyện, và yêu thương nhau. Khi ấy, lòng chúng ta sẽ dần dần được đổ đầy lẽ thật nhờ sự vùa giúp của Đức Thánh Linh, Lời Đức Chúa Trời sẽ tẩy sạch mọi điều gian ác là tội lỗi chúng ta. Bằng cách nầy, lòng chúng ta được cắt bì và biến đổi thành lẽ thật bởi việc làm theo Lời Chúa, ấy là "được sinh bởi nước."

Thế thì, để nhận được sự cứu rỗi trọn vẹn, chúng ta không

những phải tin nhận Chúa Jêsus mà còn cắt bì lòng mình bằng cách làm theo Lời Chúa mọi lúc mọi nơi.

Được Sinh Lại Bởi Đức Thánh Linh

Để nhận được sự cứu rỗi, chúng ta cũng phải được tái sanh bởi nước và Đức Thánh Linh. Làm sao để được tái sanh bởi Đức Thánh Linh? Trong Công Vụ 12:9, sứ đồ Phao-lô hỏi các môn đệ rằng: *"Từ khi anh em tin có lãnh được Đức Thánh Linh chăng?"* Lãnh được Đức Thánh Linh có nghĩa là gì? Con người đầu tiên là A-đam gồm có "linh," "hồn," và "thể xác" (1 Tê-sa-lô-ni-ca 5:23), nhưng thần linh người đã bị chết vì cớ sự bội nghịch. Sau đó con người trở nên một loài chẳng hơn gì thú vật là loài được dựng nên bởi linh hồn và thân thể (Truyền Đạo 3:18).

Ví bằng chúng ta ăn năn tội mình và thừa nhận rằng chúng ta là tội nhân, Đức Chúa Trời sẽ ban ân tứ Thánh Linh cho chúng ta để ấn chứng việc chúng ta là con cái của Ngài (Công Vụ 2:38).

Bất kỳ con cái nào của Đức Chúa Trời, là những người lãnh được Đức Thánh Linh, đều có khả năng phân biệtđược điều thiện và điều ác bằng Lời Chúa, sống theo Lời Ngài nhờ vào quyền phép và sức mạnh từ nơi cao qua sự cầu nguyện tha thiết và không thôi.

Nhờ đó, chúng ta bước vào lẽ thật và có đức tin thiêng liêng cho đến chừng thần linh được sinh ra trong chúng ta bởi Đức Thánh Linh. Giăng 3:6 có chép rằng: *"Hễ chi sanh bởi xác thịt là xác thịt; hễ chi sanh bởi Thánh Linh là thần."* Và trong chương 6:63 chúng ta thấy rằng, *"Ấy là thần linh làm cho sống, xác thịt chẳng có ích chi."*

Trở Nên Một Con Người Thuộc Dưới Sự Dẫn Dắt Của Đức Thánh Linh

Khi được sanh bởi nước và Thánh Linh, chúng ta có được quyền công dân của nước thiên đàng (Phi-líp 3:20). Được làm con Đức Chúa Trời, chúng ta tham gia thờ phượng, ngợi ca Ngài với lòng đầy vui sướng, cố gắng bước đi trong đường sự sáng. Coi việc nhận lãnh Thánh Linh là trọng, chúng ta đã từng sống trong sự tối tăm vì cớ chẳng biết lẽ thật. Ấy vậy, sau khi lãnh Thánh Linh, chúng ta cố gắng bước đi trong sự sáng.

Theo dòng thời gian, chúng ta nhận biết rằng khi có sự vui mừng trong lòng, chúng ta liên tục tranh chiến từ bên trong. Vì luật Thánh làm theo sự ưa muốn của Đức Thánh Linh là nghịch cùng lề thói của bản năng tội lỗi, tức là sự thèm khát của con người xác thịt, sự mê tham của mắt, sự kêu ngạo của đời (1 Giăng 2:16).

Về cuộc tranh chiến nầy, Sứ đồ Phao-lô có nói: *"Vì theo người bề trong, tôi vẫn lấy luật pháp Đức Chúa Trời làm đẹp lòng; nhưng tôi cảm biết trong chi thể mình có một luật khác giao chiến với luật trong trí mình, bắt mình phải làm phu tù cho luật của tội lỗi, tức là luật ở trong chi thể tôi vậy. Khốn nạn cho tôi! Ai sẽ cứu tôi thoát khỏi thân thể hay chết nầy?"* (Rô-ma 7:22-24)

Khi được sinh bởi nước và Thánh Linh, chúng ta mới chỉ được làm con của Đức Chúa Trời, chưa phải là một con người có tâm linh trọn vẹn.

Bởi vậy, Ga-la-ti 5:16-17 cho chúng ta biết rằng, *"Vậy tôi nói rằng: Hãy bước đi theo Thánh Linh, chớ hề làm trọn những điều ưa muốn của xác thịt. Vì xác thịt có những điều ưa muốn trái với những điều của Thánh Linh, Thánh linh có những điều ưa muốn trái với của xác thịt; hai bên trái nhau dường ấy, nên anh em không làm được điều mình muốn làm."*

Để bước đi theo Thánh Linh, chúng ta phải sống theo Lời Chúa, làm điều Chúa ưa thích và cho phép. Dường ấy, nếu chúng ta làm theo sự ưa muốn của Thánh Linh, chúng ta sẽ không bị cám dỗ và có thể đánh bại kẻ thù là Satan, kẻ dỗ dành chúng ta làm theo sự ưa muốn của xác thịt. Chúng ta có thể sống bởi lẽ thật và trung tín tận hiến bản thân cho vương quốc Đức Chúa Trời và sự công chính Ngài.

Khi làm theo sự ưa muốn của Thánh Linh, chúng ta có sự vui mừng và bình an. Song, chúng ta sẽ lâm vào khốn đốn và gánh nặng khi làm theo sự ưa muốn của xác thịt.

Khi đức tin trưởng thành, chúng ta có thể loại bỏ mọi tội lỗi và làm theo những điều ưa muốn của Thánh Linh trong hết thảy mọi sự. Sự ưa muốn làm theo xác thịt sẽ không còn nữa. Vả lại, chúng ta không còn phải khốn đốn và tranh chiến loại bỏ tội lỗi nữa. Chúng ta luôn vui mừng trong mọi hoàn cảnh.

Đức Chúa Trời ưa thích những ai làm theo sự ưa muốn của Thánh Linh. Ngài sẽ cho chúng ta điều lòng mình ao ước như hứa ngôn Ngài trong Thi Thiên37:4, *"Hãy khoái lạc nơi Đức Giê-hô-va, thì Ngài sẽ ban cho ngươi điều lòng mình ao ước."*

Ví bằng chúng ta thay đổi lòng mình thành một tấm lòng chỉ chứa đựng lẽ thật, Đức Chúa Trời sẽ rất đẹp lòng và khiến cho chúng ta có thể làm được mọi sự. Tôi hy vọng rằng chúng ta sẽ được sanh bởi nước và Thánh linh, làm theo sự ưa muốn của Ngài.

Ba Chứng Cứ: Đức Thánh Linh, Nước Và Huyết

Như tôi đã nói, chúng ta phải được sinh bởi nước và Thánh Linh để được cứu. Song, để có được sự cứu rỗi trọn vẹn, chúng ta phải nhờ huyết Chúa Jêsus để thanh tẩy tội lỗi bởi việc bước đi trong sự sáng.

Nếu lòng chúng ta chưa được trong sạch, tội lỗi vẫn còn ở với chúng ta. Thế thì, chúng ta phải cần đến huyết Chúa Jêsus để thanh tẩy hết tội lỗi còn lại trong lòng.

Về sự nầy, 1 Giăng 5:5-8 có chép như sau:

Ai là người thắng hơn thế gian, há chẳng phải kẻ tin Đức Chúa Jêsus là Con Đức Chúa Trời hay sao? Ấy chính Đức Chúa Jêsus đã lấy nước và huyết mà đến, chẳng những lấy nước mà thôi, bèn là lấy nước và huyết; ấy là Đức Thánh Linh đã làm chứng, vì Đức Thánh Linh là lẽ thật. Vì có làm chứng: Đức Thánh Linh, nước và huyết, ba ấy hiệp một.

Đức Chúa Jêsus Đến Bởi Nước Và Huyết

Giăng 1:1 nói rằng: *"Ngôi Lời là Đức Chúa Trời"* và Giăng 1:14, *"Ngôi Lời đã trở nên xác thịt ở giữa chúng ta."* Ấy là

Đức Chúa Jêsus, Con một của Đức Chúa Trời và chính là Lời của Đức Chúa Trời, đã đến thế gian trong thân xác con người để tha tội chúng ta. Hiện nay, Ngài vẫn đang thanh tẩy tấm lòng của mỗi chúng ta bằng chính Lời Ngài trong Kinh Thánh.

Ấy vậy, chúng ta không thể sống theo Lời đó nếu không có sự vùa giúp của Đức Thánh Linh. Việc loại bỏ hết tội lỗi bằng chính sức riêng của mình là điều không thể. Chúng ta phải nhờ đến sự vùa giúp của Đức Thánh Linh qua sự cầu nguyện tha thiết, hầu cho có thể quăng xa những thèm muốn của xác thịt, sự mê tham của mắt, sự kiêu ngạo của đời. Chỉ khi đó chúng ta mới có thể đánh đuổi hết sự tối tăm và giả dối ra khỏi lòng mình.

Và lại, chúng ta cần đến sự đổ huyết để được tha tội. Hê-bơ-rơ 9:22 nói rằng: *"Không có sự đổ huyết, thì không có sự tha tội."* Chúng ta cần đến huyết Chúa Jêsus, vì cớ chỉ có huyết vô tội và không tì vết của Ngài mới cho chúng ta có sự tha thứ.

Chúng ta phải tin Chúa Jêsus là Đấng đã đến bởi nước và huyết, và nhận lãnh Thánh Linh như một sự ban cho của Đức Chúa Trời để được sự cứu rỗi, về sự đó chúng ta cần ba chứng cứ: Đức Thánh Linh, nước và huyết.

Ví bằng không có sự đổ huyết thì không có sự tha tội, và chúng ta vẫn còn sống trong tội lỗi. Chúng ta không chỉ cần Ngôi Lời – nước – để được thanh tẩy, song, cũng cần sự vùa giúp của Đức Thánh Linh để sống và làm theo Lời Ngài cách trọn vẹn. Dường ấy, ba sự nầy hiệp một nhau.

Thế thì, sau khi tin nhận Chúa Jêsus và được tha tội, chúng ta nên tiếp tục được sanh bởi nước và Thánh Linh hầu cho có được sự cứu rỗi trọn vẹn, có sự hiểu biết về thực tế rằng, ba chứng cứ:

Đức Thánh Linh, nước và huyết hiệp nhau cứu chúng ta và đưa dẫn chúng ta về nước thiên đàng.

Chương 10

Dị Giáo là Gì?

- Kinh Thánh Nói Đến Dị Giáo
- Thần Lẽ Thật Và Linh Lừa Dối

Dầu vậy, trong dân chúng cũng đã có tiên tri giả, và cũng sẽ có giáo sư giả trong anh em; họ sẽ truyền những đạo dối làm hại, chối Chúa đã chuộc mình, tự mình chuốc lấy sự huỷ phá thình lình. Có nhiều kẻ sẽ theo họ trong những sự buông tuồng, và đạo thật vì cớ họ sẽ bị giềm pha. Họ sẽ bởi lòng tham mình, lấy lời dối trá khoét anh em; nhưng sự kêu án nghịch cùng họ đã nghị định từ lâu nay, và sự hư mất của họ chẳng ngủ.

2 Phi-e-rơ 2:1-3

Khi nền văn minh chủ nghĩa duy vật phát triển, con người trở nên chối bỏ Đức Chúa Trời vì cớ họ cậy vào sự khôn ngoan và học thức mình. Khi tội lỗi lan tràn, tâm thần con người trở nên tối tăm và hư đốn. Do vậy, nhiều người bị lừa dối vì họ không phân biệt được thật hư. Họ cũng gây lỗi lầm trong việc đoán xét người khác dựa vào sự hiểu biết riêng về công bình với luận thuyết của họ.

Trong Ma-thi-ơ 12:22-23, Đức Chúa Jêsus chữa lành một người bị quỉ ám, đui và câm. Ấy vậy, khi người Pha-ri-si nghe được sự việc, họ nói rằng, *"Người nầy chỉ nhờ Xê-ên-bê-um là Chúa quỉ mà trừ quỉ đó thôi."* Họ cho công việc của Đức Chúa Trời là công việc của ma quỉ.

Đức Chúa Jêsus phán cùng họ trong Ma-thi-ơ 12:31-32, *"Ta phán cùng các ngươi, các tội lỗi và lời phạm thượng của người ta đều được tha; song lời phạm thượng đến Đức Thánh Linh thì sẽ chẳng được tha đâu. Nếu ai nói phạm đến Con người, thì sẽ được tha; song nếu ai nói phạm đến Đức Thánh Linh, thì dầu đời nầy hay đời sau cũng sẽ chẳng được tha."*

Người Pha-ri-si cho rằng những gì Chúa Jêsus bởi quyền phép Đức Chúa Trời mà thực hiện là công việc của quỉ. Đây là lời phỉ báng chống lại Đức Thánh Linh. Mấy người nầy, do vậy, sẽ chẳng thể được tha.

Ví bằng chúng ta dựa vào Kinh Thánh mà phân biệt rõ ràng

thật giả, chúng ta sẽ không đoán xét người khác và cũng chẳng bị lừa dối bởi điều sai trật.

Chúng ta hãy xem xét kỹ vấn đề "dị giáo" dưới mắt của Đức Chúa Trời, làm thế nào để phân biệt được giữa Thần Linh của Đức Chúa Trời với ác linh, và một số dị giáo cần cảnh giác.

Kinh Thánh Nói Đến Dị Giáo

Từ điển Oxford định nghĩa "dị giáo" là "một niềm tin, hay một quan điểm nghịch lại với những nguyên tắc của một tôn giáo thông thường." Một số người cho rằng chỉ có những gì họ tin mới là đúng, còn những tôn giáo khác là dị giáo. Ví dụ, đối với một tín đồ đạo phật, chỉ có phật giáo mới là đường ngay lẽ thật. Với họ, những tôn giáo khác, như Khổng giáo, đều không đúng.

Phao-lô Bị Buộc Tội Là Đầu Đảng Của Một Dị Giáo

Công Vụ 24:5 có chép rằng: *"Chúng tôi đã gặp người nầy, như là đồ ôn dịch, đã gây loạn trong hết thảy người Giu-đa trên cả thế giới: Nó làm đầu của phe người Na-xa-rét."* "Phe người Na-xa-rét" ở đây là nói về "một dị giáo," và đây là lần đầu tiên từ "dị giáo" xuất hiện trong Kinh Thánh.

Người Do Thái mang những lời buộc tội chống lại Phao-lô trước nhà cầm quyền, vì họ nghĩ rằng phúc âm mà Phao-lô giảng là dị giáo. Phao-lô bẻ lại sự cáo buộc đó và công bố đức tin của mình như đã được chép trong Công Vụ 24:13-16,

Bây giờ họ cũng chẳng lấy chi mà làm chứng cớ về điều họ kiện đó. Trước mặt quan, tôi thừa nhận rằng theo như đạo mà họ gọi là một phe đảng, tôi thờ phượng Đức Chúa Trời của tổ phụ tôi, tin mọi điều chép trong sách luật và các sách tiên tri; và tôi có sự trông cậy nầy nơi Đức Chúa Trời, như chính họ cũng có vậy, tức là sẽ có sự sống lại của người công bình và người không công bình. Cũng vì cớ ấy, nên tôi vẫn gắng sức cho có lương tâm không trách móc trước mặt Đức Chúa Trời và trước mặt loài người.

Phải Chăng Sứ Đồ Phao-Lô Là Một Người Theo Dị Giáo?

Chúng ta hãy tra xem định nghĩa về dị giáo trong Kinh Thánh, vì Kinh Thánh là Lời Đức Chúa Trời, là Thực Thể chân chính có thể phân biệt được lẽ thật với điều giả dối. Thuật ngữ nói đến "dị giáo" xuất hiện năm lần trong Kinh Thánh. Song, sự xác định về dị giáo chỉ được bàn đến một lần:

Dầu vậy, trong dân chúng cũng đã có tiên tri giả, và cũng có giáo sư giả trong vòng anh em; họ sẽ truyền những đạo dối làm hại, chối Chúa đã chuộc mình, tự mình chuốc lấy sự hủy phá thình lình (2 Phi-e-rơ 2:1).

"Đức Chúa Trời tối cao là Đấng đã chuộc họ" nói đến Chúa Jêsus Christ. Ban đầu, con người thuộc về Đức Chúa Trời, làm theo ý muốn Ngài. Song, sau khi bội nghịch, A-đam trở thành tội nhân, thuộc về ma quỉ. Dầu vậy, Đức Chúa Trời thương tiếc con người là những kẻ sa vào đường chết. Ngài đã sai Con một là Chúa Jêsus, làm của lễ cầu hòa, để cho Con ấy chịu đóng đinh hầu cho có thể mở đường cứu rỗi qua huyết.

Đức Chúa Trời đã hành động vì chúng ta, là những kẻ đã có lần thuộc về ma quỉ, hầu cho tội chúng ta được tha khi tin nhận Chúa Jêsus Christ. Chúng ta cũng được nhận lãnh sự sống và trở lại thuộc về Đức Chúa Trời. Bởi đó, chúng ta nói rằng Chúa Jêsus đã chuộc chúng ta bằng chính thập hình Ngài, và Kinh Thánh cho chúng ta biết rằng Chúa Jêsus là "Chúa tối cao, là Đấng đã chuộc họ."

Dị Giáo Chối Bỏ Chúa Jêsus Christ

Như đã biết "dị giáo" là nói đến "những kẻ chối bỏ Chúa tối cao là Đấng đã chuộc mình, tự mình chuốc lấy sự hủy hoại thình lình." Thuật ngữ nầy chưa bao giờ được nói đến cho tới khi Chúa Jêsus đã hoàn thành sứ mạng của Đấng Cứu Thế. Danh "Jêsus" có nghĩa là Đấng sẽ cứu dân mình khỏi tội." "Christ" là "Đấng Chịu Xức Dầu." Đức Chúa Jêsus trở thành Đấng Cứu Thế chỉ khi Ngài đã hoàn thành công việc của Ngài – chịu đóng đinh và sống lại.

Đó là lý do tại sao chúng ta chẳng tìm thấy thuật ngữ nầy trong Cựu Ước hoặc trong các sách Phúc Âm Ma-thi-ơ, Mác, Lu-ca và Giăng, nơi mà cuộc đời Chúa Jêsus được chép lại. Thậm chí những người Pha-ri-si, các thầy thông giáo, và các thầy tế lễ là những kẻ tìm mọi cách để bắt bớ Chúa Jêsus cũng không nói đến thuật ngữ nầy, ngay cả các thầy thượng phẩm cũng không.

Chỉ sau khi Chúa Jêsus sống lại và hoàn thành sứ mạng của Đấng Christ, "những kẻ chối Chúa tối cao đã chuộc mình" mới xuất hiện. Và chỉ bấy giờ, Kinh Thánh mới bắt đầu cảnh báo chúng ta về vấn đề dị giáo.

Thế thì, nếu ai tin Đức Chúa Jêsus Christ là "Chúa tối cao, Đấng đã chuộc mình," thì không phải dị giáo. Song, nếu chối bỏ, thì chính họ là những kẻ dị giáo.

Sứ đồ Phao-lô chẳng hề chối bỏ Chúa Jêsus Chrit là Đấng đã chuộc mình bằng chính huyết báu Ngài. Và lại, bất kỳ đi đến đâu, Phao-lô cũng dâng lời cảm tạ Chúa Jêsus Christ là Đấng ông luôn công bố trước mọi người, vì sự nầy mà Phao-lô đã bị bắt và phải trả giá đắt. Năm lần bị dân Do Thái đánh đòn, bốn mươi roi thiếu một. Một lần bị ném đá. Ông bị bỏ tù, bị dân ngoại và cả những người thuộc quê hương ông bắt bớ, bị ngược đãi bởi những kẻ mà ông từng tin tưởng. Bất chấp mọi sự, Phao-lô đã trở thành một con người đầy quyền năng, vượt qua mọi gian lao khốn khổ với lòng vui mừng và tạ ơn, tôn vinh Đức Chúa Trời qua việc chữa lành rất nhiều người bệnh trong danh Chúa Jêsus Christ cho đến ngày tuẩn đạo.

Phao-lô Rao Giảng Phúc Âm Với Quyền Năng Đức Chúa Trời

Chúng ta hãy biết rằng quyền năng Đức Chúa Trời không thể bày tỏ qua những kẻ chối bỏ Ngài là Đấng tạo hóa và Chúa Jêsus Christ là Đấng có cùng bổn thể với Đức Chúa Trời, lại vì Kinh Thánh có chép rõ ràng rằng: *Đức Chúa Trời có phán một lần;*

Tôi có nghe sự nầy hai lần, rằng sự quyền năng thuộc về Đức Chúa Trời" (Thi Thiên 62:11).

Chúng ta không được đoán xét bất kỳ một ai là những người bày tỏ quyền năng Đức Chúa Trời, ấy là vì Đức Chúa Trời đang ở cùng họ, và họ là người rất mực yêu mến Ngài. Trong Ga-la-ti 1:6-8, Phao-lô, là người bị cho là một đầu đảng của nhóm Na-xa-rét, đã nghiêm khắc cảnh báo không theo hoặc rao giảng bất kỳ một phúc âm nào khác ngoài sứ điệp của thập tự giá:

> *Tôi lấy làm lạ cho anh em đã vội bỏ Đấng gọi anh em bởi ơn Đức Chúa Jêsus Christ, đặng theo tin lành khác. Thật chẳng phải có tin lành khác, nhưng có mấy kẻ làm rối trí anh em, và muốn đánh đổ Tin lành của Đấng Christ. Nhưng nếu có ai hoặc chính chúng tôi, hoặc thiên sứ trên trời, truyền cho anh em một tin lành nào khác với Tin lành chúng tôi đã truyền cho anh em, thì người ấy đáng bị a-na-them!* (Chúng phải chịu đoán phạt đời đời).

Thậm chí ngày nay, một số người bị buộc tội là dị giáo, mặc dù họ chẳng hề chối bỏ Chúa Jêsus Christ mà chỉ rao giảng phúc âm của Đấng Christ và công bố về Đức Chúa Trời hằng sống bằng cách bày tỏ và đồng hành với quyền năng Ngài.

Không Được Tùy Tiện Đoán Xét Người Khác Là Dị Giáo

Tôi đã khốn khổ và chịu đựng rất nhiều thử thách bởi bị

buộc tội là kẻ dị giáo, vì tôi đã bày tỏ được quyền năng Đức Chúa Trời, và hội thánh tôi đã phát triển ngày càng lớn mạnh. Thực tế, đã có hơn 80.000 thành viên trong hai thập niên qua kể từ khi thành lập năm 1982.

Tôi đã khốn khổ với nhiều bệnh tật trong bảy năm trường, và đã được chữa lành bởi quyền năng Đức Chúa Trời ngay trong một lúc. Từ đó, tôi cố gắng sống vì sự vinh hiển của Ngài, bất kỳ khi làm việc gì hoặc ăn, hoặc uống, như sứ đồ Phao-lô đã từng làm. Tôi phó thác đời sống mình trong tay Chúa và chỉ tập chú vào "Duy Jêsus, luôn luôn Jêsus."

Từ khi còn là một thường dân, tôi đã cố gắng làm chứng rằng Đức Chúa Trời là Đấng đã chữa lành tôi và rao truyền phúc âm. Sau khi được kêu gọi trở thành đầy tớ Ngài, tôi rao giảng sứ điệp của thập tự giá, công bố về Đức Chúa Trời hằng sống và Chúa Jêsus là Đấng Cứu Thế. Ngay những khi cử hành hôn lễ, tôi cũng làm chứng về Đức Chúa Trời vì tôi thiết tha muốn đưa dẫn nhiều người đến với con đường cứu rỗi.

Tôi nhận biết rằng cả Lời quyền phép của Đức Chúa Trời và chứng cứ về Đức Chúa Trời hằng sống đều là cần thiết cho sự làm chứng về Chúa cho đến tận cùng trái đất. Dường ấy, tôi đã sốt sắng cầu nguyện, như những bậc tiền bối của đức tin đã làm, để nhận lãnh quyền năng Đức Chúa Trời, và đã vượt qua nhiều thử thách với lòng vui mừng và biết ơn.

Đôi khi có những thử thách chết người, song, như Chúa Jêsus được vinh hiển phục sinh sau cái chết vô tội của Ngài, Đức Chúa Trời ban thêm năng lực cho tôi theo ý muốn Ngài mỗi khi tôi vượt qua thử thách.

Kết quả, mọi khi tôi làm chứng về Đức Chúa Trời là Đấng

chân Thần duy nhất, nhờ Ngài mà chúng ta được cứu khi tin nhận Chúa Jêsus Christ, trên khắp cả toàn cầu – tại Kenya, Uganda, Honduras, Japan, ngay cả quốc gia sâu nặng Hồi giáo Pakistan, Hindu Ấn Độ - từ năm 2000, hàng vạn người đã ăn năn, kẻ mù được sáng, kẻ câm được nói, kẻ điếc được nghe, cùng những căn bệnh bất trị như AIDS và nhiều loại bệnh ung thư được chữa lành. Nhờ đó tôi đã dâng vinh hiển lớn lao lên Chúa.

Thế thì, những ai hiểu rõ về dị giáo sẽ không tùy tiện đoán xét người khác là dị giáo cách thiếu căn cứ. Trong Công Vụ 5:33-42, chúng ta được biết đến Ga-ma-li-ên, một giáo sư kinh luật, người được dân sự tôn kính. Ông đã xử sự thế nào?

Lúc bấy giờ, những người Pha-ri-si thuộc phe Sa-đu-sê cấm Phi-e-rơ và Giăng làm chứng về Chúa Jêsus Christ, song họ đầy dẫy Thánh Linh và không làm theo mấy người đó. Dường ấy, họ muốn giết các sứ đồ. Ấy vậy, Ga-ma-li-ên đứng lên giữa tòa công luận truyền lệnh đem các sứ đồ ra ngoài một lát. Kế đó, người nói rằng:

> *Hỡi người Y-sơ-ra-ên, hãy cẩn thận về điều các ngươi sẽ xử đối với những người nầy . . .thế thì, nay ta khuyên các ngươi: Hãy lánh xa những người đó, để mặc họ đi. Vì nếu mưu luận và công cuộc nầy ra bởi người ta, thì sẽ tự hư đi; nhưng nếu bởi Đức Chúa Trời mà ra, thì các ngươi phá diệt những người đó chẳng nổi, và lại là liều mình đánh giặc cùng Đức Chúa Trời"* (Công Vụ 5:35-39).

Khi đọc phân đoạn nầy, chúng ta nhận biết rằng ví như

những công việc lạ lùng đó không phải đến từ Đức Chúa Trời, thì rốt cuộc tự nó sẽ bị diệt mà không cần một sự ngăn chặn nào của con người. Song, cho dù họ có mưu luận chống đối hay quấy phá công việc ra từ Đức Chúa Trời, họ sẽ không thể nào ngăn nổi. Bèn là liều mình đánh giặc cùng Đức Chúa Trời để rồi phải chuốc lấy án phạt và sự phán xét từ nơi Ngài.

Đôi khi người nầy xét đoán người khác là dị giáo vì cớ những sự thông giải Kinh Thánh khác nhau về những khải tượng từ Đức Thánh Linh, và thậm chí cả việc nói tiếng lạ, mặc dù hết thảy họ đều thừa nhận Chúa Ba Ngôi và Chúa Jêsus Christ đã đến trong thân xác con người.

Một số người còn nói rằng họ chẳng cần tiếng lạ hay khải tượng gì cả, và cho rằng những công việc nầy của Đức Thánh Linh là sai trật vì trong Kinh Thánh không nói đến việc Chúa Jêsus nói tiếng lạ hay thấy khải tượng. Ấy vậy, Kinh Thánh nói rằng tất cả các công việc nầy đều lấy làm ích lợi cho chúng ta:

Đức Thánh Linh tỏ ra trong mỗi một người, cho ai nấy đều được sự ích chung. Vả, người nầy nhờ Đức Thánh Linh, được lời khôn ngoan; kẻ kia nhờ một Đức Thánh Linh ấy, cũng được lời nói có tri thức. Bởi một Đức Thánh Linh, cho người nầy được đức tin; cũng bởi một Đức Thánh Linh ấy, cho kẻ khác được ơn chữa tật bệnh; người thì được làm phép lạ; kẻ thì được nói tiên tri; người thì được phân biệt các thần, kẻ thì được nói nhiều thứ tiếng khácnhau, người thì được thông giải các thứ tiếng ấy. Mọi điều đó là công việc của đồng một Đức Thánh Linh mà thôi, theo ý Ngài muốn, phân phát sự ban cho riêng cho mỗi người (1 Cô-rinh-tô 12:7-11).

Bởi vậy, chúng ta chớ nên phỉ báng hay đoán xét người khác là dị giáo vì cớ họ có những ân tứ Thánh Linh khác nhau, chỉ vì chính bản thân chúng ta chưa kinh nghiệm được những sự đó.

Thần Lẽ Thật Và Linh Lừa Dối

Trong 2 Phi-e-rơ 2:1-3, có một sự giải thích về dị giáo. Kinh Thánh cảnh báo chúng ta về những tiên tri giả và giáo sư giả là những kẻ lén lút truyền những đạo dối làm hại; *"Có nhiều kẻ sẽ theo họ trong những sự buông tuồng, và đạo thật vì cớ họ sẽ bị giềm pha. Họ sẽ bởi lòng tham mình, lấy lời dối trá khoét anh em, nhưng sự kêu án nghịch cùng họ đã nghị định từ lâu nay, và sự hư mất của họ chẳng hề ngủ"* (2 Phi-e-rơ 2:1-3).

Đồng thời trong 1 Giăng 4:1-3, cũng có chép rằng: *"Hỡi những kẻ rất yêu dấu, chớ tin cậy mọi thần, nhưng phải thử cho biết các thần có đến từ Đức Chúa Trời chăng; vì có nhiều tiên tri giả đã hiện ra trong thiên hạ. Bởi điều nầy, hãy nhận biết Thánh Linh của Đức Chúa Trời: Phàm thần nào xưng Đức Chúa Jêsus Christ lấy xác thịt mà ra đời, thần đó là bởi Đức Chúa Trời; còn thần nào không xưng Đức Chúa Jêsus, chẳng phải bởi Đức Chúa Trời. Đó là thần của kẻ địch lại Đấng Christ, mà các con đã nghe rằng hầu đến, và hiện nay đã ở trong thế gian rồi."*

Hãy Thử Cho Biết Các Thần Có Đến Từ Đức Chúa Trời Hay Không

Có những Linh thiện lành thuộc về Đức Chúa Trời là Linh đưa dẫn chúng ta đến sự cứu rỗi, trong khi đó, có những ác linh là những linh lừa dối, sẽ dẫn chúng ta đến sự phá diệt.

Một mặt, những ai được ban cho Linh của Đức Chúa Trời, thì biết rằng Chúa Jêsus Christ đã đến trong thân thể con người. Họ tin Đức Chúa Trời Ba Ngôi, Chúa Jêsus Christ, và Đức Thánh Linh, dường ấy họ được ấn chứng là con cái Đức Chúa Trời. Họ có lẽ thật và sống theo lẽ thật với sự vùa giúp của Đức Thánh Linh.

Mặt khác, có những người có linh "Antichrist" là linh chống lại Chúa Jêsus Christ, chống lời Đức Chúa Trời và chối bỏ sự cứu chuộc của Ngài. Chúng ta hãy thận trọng và phân biệt những kẻ chống Chúa vì cớ kẻ chống Chúa tìm cách bóp méo hay làm sai lời Chúa mà hành động giữa vòng các anh em tín hữu.

Bất luận thế nào, việc chối bỏ Chúa Jêsus Christ thì chẳng khác gì liều mình đánh giặc cùng Đức Chúa Trời là Đấng đã sai Ngài đến thế gian.

Kinh Thánh cảnh báo về những kẻ chống Chúa qua 2 Giăng 1:7-8 như sau:

Trong thế gian đã rải nhiều kẻ dỗ dành, là kẻ chẳng xưng Đức Chúa Jêsus Christ lấy xác thịt mà đến: ấy đó thật là kẻ dỗ dành và kẻ địch lại Đấng Christ. Chính các ngươi hãy giữ hầu cho khỏi mất kết quả của công việc mình, nhưng cho được phần thưởng đầy đủ.

Một lời cảnh báo khác trong 1 Giăng 2:19 như sau:

Chúng nó đã từ giữa chúng ta mà ra, nhưng vốn chẳng phải thuộc về chúng ta; vì nếu chúng nó thuộc về chúng ta, thì đã ở cùng chúng ta; song điều đó đã xảy đến, hầu cho tỏ ra rằng mọi kẻ ấy chẳng thuộc về chúng ta vậy.

Kẻ chống Chúa có hai loại: một loại gồm những người bị linh chống Chúa chế ngự, loại kia bị linh chống Chúa lừa dối. Cả hai đều cố lừa dối người ta bất kỳ nơi nào có Đức Thánh Linh ở cùng. Chúng quyến rũ người khác chống lại Lời Chúa, dùng ý tưởng riêng để lừa dối. Những kẻ mà ý tưởng của chúng hoàn toàn bị khống chế bởi linh chống Chúa được gọi là những kẻ bị "quỉ ám."

Nếu một mục sư bị mắc phải linh chống Chúa, thì những thành viên thuộc hội thánh đó bị đùa đến con đường hủy phá dưới sự lôi cuốn của linh chống Chúa.

Thế thì, chúng ta hãy phân biệt rõ ràng về Linh lẽ thật, và linh lừa dối hầu cho chúng ta không mắc lừa bởi linh chống Chúa, song, sống theo lẽ thật và bước đi trong sự sáng.

Làm Sao Để Phân Biệt Các Linh

Trong 1 Giăng 4:5-6 có chép rằng:

*Họ thuộc về thế gian, cho nên nói theo như thế gian,
và người thế gian nghe họ. Chúng ta thuộc về Đức Chúa
Trời: ai nhìn biết Đức Chúa Trời thì nghe chúng ta; còn
ai chẳng hề thuộc về Đức Chúa Trời, thì chẳng nghe
chúng ta. Ấy bởi đó chúng ta nhìn biết thần chân thật và
thần sai lầm.*

Thuật ngữ "lừa dối" (sai lầm) nói đến "một tình trạng sai
trật." Linh lừa dối thuộc về thế gian, là linh dối phỉnh chúng ta
tin theo những sự sai trật như thể chúng là chân thật, nó làm giới
hạn đức tin chúng ta.

Ấy là, những ai thuộc về Đức Chúa Trời, thì lắng nghe Lời
chân thật, còn ai thuộc về thế gian thì nghe theo thế gian, không
chịu nghe theo lẽ thật. Dường ấy, thật dễ nhận ra họ. Ví bằng
chúng ta biết được lẽ thật, thì chúng ta sẽ thấy rõ đâu là sự sáng
đâu là sự tối tăm. Nhờ đó chúng ta có thể phân biệt được rằng:
"Người nầy ở trong sự sáng, kẻ kia thuộc về sự tối tăm."

Ví dụ, nếu có ai đó vào ngày Chúa Nhật mà lại nói rằng:
"Chiều nay chúng ta hãy đi dã ngoại. Chúng ta chỉ cần tham gia
thờ phượng Chúa vào sáng thôi. Như vậy chẳng tốt sao?" Hoặc
giả anh ta cố dùng những mưu mẹo xấu để làm hỏng những sự
thuộc về vương quốc Đức Chúa Trời trong khi đó anh ta vẫn nói
rằng mình là người tin Chúa, đó là công việc của linh lừa dối.

Chúng ta biết rằng, nếu nhận lãnh được Linh chân thật là
Đấng ra từ Đức Chúa Trời, thì Ngài sẽ ban cho chúng ta mọi thứ
một cách vô điều kiện (1 Cô-rinh-tô 2:12). Vì cớ Đức Thánh
Linh ở cùng chúng ta là con cái rất yêu quý của Đức Chúa Trời.
Ngài là Thần lẽ thật và đưa dẫn chúng ta vào mọi lẽ thật. Ngài

chẳng nói điều tự mình; Ngài chỉ nói những gì chính Ngài nghe được, và Ngài sẽ nói cho chúng ta biết những việc hầu đến.

Bởi đó, Chúa Jêsus có phán qua Giăng 14:17 rằng: *"Ấy là Thần lẽ thật mà thế gian không thể nhận lãnh được, vì chẳng thấy và chẳng biết Ngài; nhưng các ngươi biết Ngài, vì Ngài vẫn ở với các ngươi và sẽ ở trong các ngươi."* Trong Giăng 15:26, chúng ta bắt gặp một nhắc nhở khác về Đức Thánh Linh: *"Khi nào Đấng Yên-ủi sẽ đến, là Đấng ta sẽ bởi Cha sai xuống, tức là Thần lẽ thật ra từ Cha, ấy chính Ngài sẽ làm chứng về ta."*

Trong 1 Cô-rinh-tô 2:10, cũng có chép rằng: *"Đức Thánh Linh dò xét mọi sự, cả đến sự sâu nhiệm của Đức Chúa Trời nữa."* Y như Kinh Thánh đã chép, Đức Thánh Linh là Đấng duy nhất biết và hiểu trọn được ý muốn của Đức Chúa Trời.

Dường ấy, những ai nhận lãnh được Thần lẽ thật, lắng nghe và làm theo lời lẽ thật. Vương quốc và sự công chính của Đức Chúa Trời càng được mở mang, thì họ càng vui nừng. Họ tràn đầy sức sống, khao khát về vương quốc thiên đàng.

Song, những ai chỉ tham gia giữ lễ ở hội thánh mà chẳng có sự vui vẻ trong lòng vì họ không có được đức tin ra từ Đức Chúa Trời, thì họ vẫn còn thuộc về thế gian và ưa thích những sự phàm tục như tiền bạc và thú vui. Bởi đó, họ chẳng thể sống trong lẽ thật, khao khát về nước thiên đàng, hoặc trọn lòng yêu mến Chúa.

Cuối cùng, những người nầy sẽ bị linh lừa dối lôi kéo rời bỏ Chúa vì họ thuộc về thế gian và chẳng có Thần lẽ thật. Vả lại, ví như có kẻ nào nói xấu hay bàn tán những chuyện tầm phào về anh chị em trong đức tin của mình hay quấy phá người khác cho thỏa lòng ganh tị, vì cớ họ giữ lòng trung tín với vương quốc Đức Chúa Trời và sự công chính Ngài, thì kẻ ấy chẳng ra từ Thần lẽ thật.

Chớ Để Bị Lừa Dối

1 Giăng 3:7 tha thiết khuyên lơn chúng ta rằng: *"Hỡi các con cái bé mọn, chớ để ai lừa dối mình."* Hãy cắt giữ Lời Chúa trong lòng hầu cho chúng ta không bị những tri thức sai trật lừa dối, vì rằng chỉ có Lời Chúa dạy dỗ chúng ta mà thôi. Chỉ vậy, chúng ta mới có được sự cứu rỗi trọn vẹn, được thịnh vượng trong đời nầy, và được vui hưởng sự sống đời đời trong vương quốc thiên đàng.

Song, ma quỉ đang cố gắng tìm mọi cách ngăn trở không cho con cái Đức Chúa Trời làm theo Lời Ngài, khiến chúng thỏa hiệp với thế gian, xoay bỏ Đức Chúa Trời, nghi ngờ và chống lại Ngài. Trong 1 Phi-e-rơ 5:8 có nói rằng: *"Hãy tiết độ và tỉnh thức. Kẻ thù nghịch anh em là ma quỉ, như sư tử rống, đi rình mò chung quanh anh em, tìm kiếm người nào nó có thể nuốt được."*

Ấy vậy, làm thế nào để kẻ thù là Satan có thể lừa dối con cái Đức Chúa Trời được? Chúng ta có thể so sánh với trường hợp một người nữ bị một người nam cám dỗ. Ví như người nữ ấy giữ sự tao nhã và phẩm hạnh đoan chính của mình, cư xử cách lịch sự, hẳn người nam sẽ chẳng dám cám dỗ cô ta đâu. Bằng không, người nam sẽ cám dỗ cô ta cách dễ dàng.

Cũng thể ấy, kẻ thù là Satan sẽ đến gần những kẻ chẳng đứng vững trong lẽ thật, đem lòng nghi ngờ Đức Chúa Trời. Ma quỉ dụ dỗ những người nầy xa lánh Đức Chúa Trời để cuối cùng đưa họ vào con đường chết. Bà Ê-va cũng bị ma quỉ cám dỗ vì cớ bà bị đưa ra khỏi sự quan phòng bởi chính sự bóp méo Lời Chúa của bà.

Đương nhiên, chúng ta cũng có thể gặp phải thử thách mặc dù chúng ta chẳng nghi ngờ gì cả. Điều nầy xảy đến là vì Đức Chúa Trời muốn ban phước cho chúng ta, ấy là điều mà chúng ta thấy trong trường hợp thử thách của Đa-ni-ên, ông bị quăng vào hang sư tử, hay Áp-ra-ham bị thử thách hiến tế con trai mình để làm của lễ thiêu.

Khi đối diện với thử thách hay khó khăn mà thấy mình chẳng đứng vững trong lẽ thật, ngay lập tức, hãy ăn năn mà xoay bỏ mọi tội lỗi, dùng Lời Chúa làm khí giới đánh đổ hết thảy những cám dỗ và thử thách, cố gắng đứng vững trên vầng đá lẽ thật.

Hãy Đứng Vững Trong Lẽ Thật; Chớ Để Bị Phỉnh Gạt

1 Ti-mô-thê 4:1-2, có chép rằng: *"Vả, Đức Thánh Linh phán tỏ tường rằng, trong đời sau rốt, có mấy kẻ sẽ bội đạo mà theo các thần lừa dối, và đạo lý của quỉ dữ, bị lầm lạc bởi sự giả hình của giáo sư dối, là kẻ có lương tâm đã lì."*

Điều nầy nói đến thời sau rốt, là lúc mà có mấy kẻ đã công bố đức tin sẽ xoay bỏ đức tin mình mà theo các thần lừa dối và học lấy đạo lý của quỉ dữ.

Những kẻ lừa dối là những kẻ giả hình, việc làm chúng ra vẻ trung tín và công chính. Chúng ưa cầu nguyện trước mặt mọi người, cố gắng trung tín vì cớ tiền bạc chứ chẳng phải vì lòng biết ơn Đức Chúa Trời. Cuối cùng, họ bội đạo để rồi đi vào con đường hủy diệt vì cớ lương tâm đã lì bởi sự lừa dối, sống chiều theo lạc thú thế gian. Đức Chúa Trời nghiêm khắc cảnh báo chúng ta qua Kinh Thánh rằng chớ để bị lừa dối. Đức Chúa Jêsus cảnh báo trong Ma-th-ơ 7: 15-16; *"Hãy coi chừng tiên tri giả, là những kẻ mang lốt chiên đến cùng các ngươi, song bề trong thật muông sói hay cắn xé. Các ngươi nhờ trái nó mà nhận biết được. Nào có ai hái trái nho nơi bụi gai, hay trái vả nơi bụi tật lê?"*

Lời nói và việc làm người ta phản ánh tư tưởng và ý chí của họ. Ấy là, chúng ta có thể nhận biết được con người nhờ vào bông trái của họ. Nếu có kẻ có bông trái xấu xa như thù hận, ganh ghét và ghen tị thay cho trái của thành thật, nhân từ, và công chính, kẻ ấy là tiên tri giả.

Kẻ thù là Satan và ma quỉ luôn chực chờ chộp lấy mọi cơ hội để lừa dối con cái Đức Chúa Trời bất kỳ khi nào họ bị dao động trước lẽ thật. Khi chúng ta vững vàng và làm theo lẽ thật, chúng ta sẽ không bị phỉnh gạt bởi sự lừa dối, song sẽ đánh bại nó dễ dàng ngay cả khi nó đến gần chúng ta.

Chúng ta không được thừa nhận hay tán thành với bất kỳ một sự dạy dỗ nào khác, cũng chớ để cho những sự dạy dỗ ấy lừa dối chúng ta. Thay vào đó, hãy vâng theo Lời Chúa và làm theo những sự ưa muốn của Đức Thánh Linh hầu cho chúng ta có thể được dạn dĩ và không chỗ chê trách trong sự hiện đến lần thứ hai của Chúa Jêsus Christ chúng ta.

Chúa Jêsus phán cùng chúng ta rằng: *"Người lành do nơi đã chứa điều thiện mà phát ra điều thiện; nhưng kẻ dữ do nơi đã chứa điều ác mà phát ra điều ác. Song, ta bảo các ngươi, đến ngày phán xét, người ta phải khai ra mọi lời hư không mà mình đã nói; vì bởi lời nói mà ngươi sẽ được xưng là công bình, cũng bởi lời nói mà ngươi sẽ bị phạt"* (Ma-thi-ơ 12:35-37).

Người lành có tấm lòng nhân hậu và không thể làm ác hay ám hại người khác, họ làm công việc cách vô tư, không mưu cầu tư lợi. Song, kẻ ác không thể vui mừng trong lẽ thật. Nó tìm mọi cách xấu xa gây vấp phạm cho người khác để thỏa lòng ghen ghét và ganh tị. Cho dù những lời nói của họ ra vẻ phải lẽ và công bình, chúng ta không thể nói họ là một người lành nếu họ có ý nói xấu hoặc phân rẽ giữa người nầy với người khác.

Thế thì, chúng ta hãy tỉnh thức và cầu nguyện luôn hầu cho mình không bị lừa dối. Chúng ta phải có khả năng phân biệt các thần, thử cho biết thần lẽ thật hay linh lừa dối, đứng vững trên nền tảng đức tin về Đức Chúa Trời Ba Ngôi – Đức Cha, Đức Con và Đức Thánh Linh bằng cách tin vào Kinh Thánh cách trọn vẹn và làm theo.

"Nguyện xin Chúa Jêsus hãy đến!"

Tác giả:
Tiến Sĩ Jaerock Lee

Tiến Sĩ Jaerock Lee sinh trưởng tại Muan, tỉnh phận Jeonnam, Cộng Hòa Nhân Dân Triều Tiên, năm 1943. Những năm tháng của tuổi 20, Mục sư Lee đã phải trải qua rất nhiều căn bệnh nan y, trong bảy năm trường đầy tuyệt vọng, vô phương cứu chữa, ông chỉ còn biết chờ chết. Một ngày kia, vào mùa xuân 1974, được chị gái đưa đến nhà thờ, khi quỳ xuống cầu nguyện, Đức Chúa Trời hằng sống đã chữa lành mọi bệnh tật ông ngay tức khắc.

Qua kinh nghiệm kỳ diệu đó, Tiến Sĩ Lee đã gặp được Đức Chúa Trời hằng sống, ông đã dâng trọn tấm lòng thành kính lên Ngài, năm 1978, ông được kêu gọi bước vào con đường hầu việc Đức Chúa Trời. Ông hết lòng cầu nguyện để hiểu rõ ý muốn Ngài và hoàn thành sứ mạng một cách tốt nhất, ông vâng phục tất cả các mạng lệnh. Năm 1982 ông thành lập Hội Thánh Trung Tâm Manmin tại Seoul, Hàn Quốc và tại đây nhiều công việc của Chúa kể cả những phép lạ chữa lành, những dấu lạ đã và đang xảy ra đến mức không kể xiết.

Năm 1986, Tiến Sĩ Lee được thụ phong tại Hội Thánh Annual Assembly Jesus Sungkyul của Hàn Quốc, bốn năm sau, 1990, những bài giảng luận của ông bắt đầu được phát song qua các đài phát thanh tại Úc Châu, Nga, Philipines và được phát sóng nhiều qua Đài Nguồn Sống FEBC, Đài Phát Thanh Á Châu, và Hệ thống Truyền thanh Cơ Đốc Nhân Washington, và nhiều quốc gia khác.

Ba năm sau, 1993, Hội Thánh Trung Tâm Manmin được tạp chí Cơ *Christian World* (US) bầu chọn, xếp vào "Top 50 Hội Thánh Hàng Đầu Thế Giới" và ông nhận học vị Tiến Sĩ Danh Dự Thần Học của Trường Đại Học Christian Faith, Florida, USA và năm 1996, Ông nhận học vị Tiến sĩ Mục Vụ tại Chủng Viện Thần Học Kingsway, Iowa, USA.

Kể từ năm 1993, Tiến Sĩ Lee đã bước vào sứ mạng truyền giáo quốc tế qua nhiều chiến dịch hải ngoại tại Hoa Kỳ, Tanzania, Argentina, Uganda, Nhật Bản, Pakistan, Kenya, Philipines, Honduras, Ấn Độ, Nga, Đức, và Peru, Cộng Hòa Dân Chủ Công-Gô, và Y-sơ-ra-ên. Năm 2002, ông được tờ báo chuyên đề Christian newspapers ở Hàn Quốc gọi là "Mục sư toàn cầu" có liên quan đến nhiều Chiến Dịch Liên Minh Kỳ Diệu tại hải ngoại.

Đến tháng 3, năm 2015, Hội Thánh Trung Tâm Manmin là một giáo hội có hơn 120.000 thành viên. Có 10.000 chi nhánh trong và ngoài nước, và có hơn 123 giáo sĩ được ủy thác đến 23 quốc gia, bao gồm Hoa Kỳ, Nga, Đức, Canada, Nhật, Trung Quốc, Pháp, Ấn Độ, Kenya, và nhiều nơi khác.

Cho đến ngày xuất bản sách nầy, Tiến Sĩ Lee đã viết được 94 cuốn sách, trong đó có những cuốn rất được ưa chuộng như, *Nếm Trãi Sự Sống Đời Đời Trước Cái Chết*, *Và Niềm Tin I & II*, *Sứ Điệp Thập Tự Giá*, *Tầm Thước Đức Tin*, *Thiên Đàng I & II*, *Địa Ngục* và *Quyền Năng Đức Chúa Trời*. Những tác phẩm của ông đã được phiên dịch trên 76 ngôn ngữ khác nhau.

Các mục báo Cơ Đốc của ông xuất hiện trên *The Hankook Ilbo*, *The JoongAng Daily*, *The Chosun Ilbo*, *The Dong-A Ilbo*, *The Munhwa Ilbo*, *The Seoul Shinmun*, *The Kyunghyang Shinmun*, *The Korea Economic Daily*, *The Korea Herald*, *The Shisa News*, và *The Christian Press*.

Tiến Sĩ Lee hiện nay là lãnh đạo của nhiều tổ chức truyền giáo và hiệp hội, bao gồm: Chủ Tịch Hội Thánh The United Holiness Church of Jesus Christ; Chủ Tịch Sứ Mạng Toàn Cầu Manmin, Chủ Tịch Thường Trực Hiệp Hội Sứ Mạng Phục Hưng Cơ Đốc Thế Giới, Nhà Sáng Lập & Ban Chủ Tịch Mạng Lưới Cơ Đốc Nhân Toàn Cầu (GCN), Mạng Lưới Bác Sĩ Cơ Đốc Nhân Toàn Cầu (WCDN), và Chủng Viện Thần Học Quốc Tế Manmin (MIS).

Thiên Đàng I & II

Một bản phát thảo chi tiết về một môi trường sống huy hoàng tráng lệ mà những công dân thiên đàng sẽ vui sống và một sự mô tả tuyệt vời về những cấp độ khác nhau của các vương quốc thiên đàng.

Nếm Trãi Sự Sống Đời Đời Trước Cái Chết

Ký thuật của Tiến Sĩ Jaerock Lee, một con người được tái sanh, được cứu ra khỏi trũng bóng chết và đang có một cuộc sống Cơ Đốc Nhân mẫu mực.

Địa Ngục

Một sứ điệp khẩn thiết cho nhân loại từ Đức Chúa Trời, Đấng không muốn một linh hồn nào chết mất trong hỏa ngục. Bạn sẽ khám phá ra hiện thực tàn khốc chưa-bao-giờ-được-phơi-bày-ra-trước-đây của Âm phủ và địa ngục

Đời Tôi, Và Niềm Tin I & II

Tự truyện của Tiến Sĩ Jaerock Lee đem lại cho độc giả một mùi hương thiêng liêng tuyệt vời nhất qua đời sống của ông được chiết xuất từ tình yêu của Đức Chúa Trời được trổ hoa trong giữa đợt sóng đen tối, ách lạnh lùng và những thất vọng khó lường nhất.

Tầm Thước Đức Tin

Nơi ở và vương miện nào trên thiên đàng đang chờ chúng ta? Sách nầy cung cấp cho chúng ta sự khôn ngoan và hướng dẫn chúng ta phương cách để có thể biết được lượng đức tin của mình và trưởng dưỡng lượng đức tin ấy một cách tốt nhất và trưởng thành nhất.